पाटलांची चंची

शंकर पाटील

मेहता पब्लिशिंग हाऊस

Please contact us at **Mehta Publishing House,** 1941, Madiwale Colony, Sadashiv Peth, Pune 411030.
✆ +91 020-24476924 / 24460313
Email : info@mehtapublishinghouse.com
production@mehtapublishinghouse.com
sales@mehtapublishinghouse.com
Website : www.mehtapublishinghouse.com

PATLANCHI CHANCHI by SHANKAR PATIL

पाटलांची चंची : शंकर पाटील / कथासंग्रह

© सुरक्षित
मराठी पुस्तक प्रकाशनाचे हक्क मेहता पब्लिशिंग हाऊस, पुणे.

प्रकाशक : सुनील अनिल मेहता, मेहता पब्लिशिंग हाऊस, १९४१ सदाशिव पेठ, माडीवाले कॉलनी, पुणे – ४११०३०.

अक्षरजुळणी : एच्. एम्. टाईपसेटर्स, ११२० सदाशिव पेठ, पुणे – ४११०३०

मुखपृष्ठ : देविदास पेशवे

प्रकाशनकाल : ३०जुलै, १९९५ / जानेवारी, २००७ / जून, २००७ / फेब्रुवारी, २००८ / नोव्हेंबर, २००८ / नोव्हेंबर, २००९ / जुलै, २०१० / ऑगस्ट, २०१२ / ऑगस्ट, २०१३ / जानेवारी, २०१५ / जून, २०१६ / पुनर्मुद्रण : फेब्रुवारी, २०१८

P Book ISBN 9788177667912

E Book ISBN 9788184986150

E Books available on : play.google.com/store/books
m.dailyhunt.in/Ebooks/marathi
www.amazon.in

कथानुक्रम

आईचा आशीर्वाद

मॅट्रिकचं वर्ष म्हणजे महत्त्वाचं वर्ष. आपली मुलं शिकावीत, त्यांनी चांगला नावलौकिक मिळवावा; म्हणून वडलांनी कोल्हापूरला स्वतंत्र बिऱ्हाड केलं. स्वत: गावी राहिले; आणि एक दिवसअडानी दूध-दुभतं, भाजीपाला, धान्यधुन्य यांचा भला मोठा हारा डोक्यावर घेऊन ते कोल्हापूरला यायचे. एक दुपार तिथं काढून संध्याकाळी परत गावी जायचे. जाऊन येऊन एकवीस-बावीस मैलांची ही तंगडतोड त्यांनी वर्षानुवर्षं केली. किती घाम गाळला असेल. हाऱ्याचं ओझं वाहून त्यांना कायमचं टक्कल पडलं होतं. डोक्यावर एक केस राहिला नाही; पण घरी शिक्षणाची परंपरा नसल्यामुळं आणि वारसाहक्कानं लाभणारा विद्येचा प्रसादच त्यापूर्वी कुणाला मिळाला नसल्यामुळं माझ्याहून मोठे असलेले तिन्ही बंधू मॅट्रिकच्या पहिल्या वर्षी नापासच झाले होते. त्यांपैकी एक जणही पहिल्या वर्षी सुटला नव्हता. आपण मात्र कसून अभ्यास करावा आणि पहिल्या वर्षी पास व्हावं, ही माझ्या मनात एक तीव्र इच्छा होती. त्या दृष्टीनं मी अभ्यासालाही लागलो होतो; पण जुलै महिन्यातच आईला कॅन्सरसारखा असाध्य रोग झाल्याचं कळून मी फार खचून गेलो. दिवसाचं सगळं गणितच विस्कटलं.

हायस्कूलला जातानाही तिची विचारपूस करायची आणि एक काळजी मनात घेऊन वर्गात बसायचं. शिक्षकांच्या बोलण्याकडं माझं पूर्ण लक्ष असायचं, त्यांचे शब्द कानांवर पडायचे; पण ते कानातच कुठंतरी गडप व्हायचे. मेंदूपर्यंत जाऊन पोचायचेच नाहीत. कोणत्याच विषयाचं मला आकलन होईना झालं. शिक्षकांनी प्रश्न विचारला की, पटकन बोट वर करणारा मी; पण त्यांनी काय विचारलं हेच कळायचं नाही आणि भकास नजरेनं मी त्यांच्याकडं बघत राहायचो. असे काही दिवस गेले आणि आयुष्यात जी गोष्ट कधीच केली नव्हती; ती अचानक एक दिवस मनात आली.

दादाकडून काही निमित्तानं थोडे पैसे मागून घेतले; आणि कोल्हापुरातील एका ज्योतिषाकडं गेलो. त्याची फी दिली. तो मला भविष्य सांगू लागला, ''तुझ्या कपाळावर खोक पडल्याची खूण आहे; म्हणजे तुझा मंगळ पॉवरफूल आहे.'' त्यांचं भविष्य मध्येच थांबवून मी त्यांना म्हणालो, ''माझा मंगळ आणि शनी गेला खड्ड्यात. माझं एक भविष्य सांगा – माझी आई फार आजारी आहे. ती या रोगातून वाचेल का?'' तो म्हणाला, ''मंगळाचा वरदहस्त आहे, शनी अनुकूल आहे. मातेचं प्रेम तुला लाभेलच.'' माझी आई या आजारातून वाचेल असा अर्थ लावून मी बाहेर पडलो. त्या भविष्यवाणीनं थोडा हुरूप अंगी आला होता. त्या नादात मी सायकल भन्नाट सोडली. घरी आल्या आल्या आधी आईला भेटलो. तिला हे सगळं सांगितलं. ती काही बोलली नाही; पण माझ्याकडं बघून एकदा खिन्न हसली. मी तिथंच अंथरुणावर बसून तिची पाठ चेपू लागलो. थोडा वेळ गेला आणि ती मला म्हणाली, ''बाळा, मला कळत न्हाई तू झोपतोस रं कवा?''

हे मलाही कळत नव्हतं. दिवसा शाळेत जायचो. संध्याकाळी फिरायलाही जात नव्हतो. रात्री आईची सेवा करता यावी; म्हणून फक्त सकाळी एकदा जेवत होतो. रात्रीचं जेवण सोडलंच होतं. त्याऐवजी रात्रीतून तीनदा चहा करायचा. प्रथम वर्षी पास व्हायचं ही महत्त्वाकांक्षा मनात होती. आईच्या आजारपणामुळं माझं लक्ष कशातच केंद्रित होत नव्हतं. तरीही बाहेरच्या सोप्याला टेबल-खुर्चीशी बसून मी अभ्यास करीत असे. साधारण दर तासाला आत माजघरात जाऊन आईची विचारपूस करायची. कधी तिची पाठ दाबायची, कधी तिचे पाय चेपायचे. रात्री बाराच्यापुढं झोप आवरत नसे. खुर्चीत बसल्या बसल्याच डुलका लागायचा. मग त्यावर एक तोडगा काढला. एका बादलीत थंडगार पाणी घ्यायचं. जवळजवळ निम्मी बादली पाण्यानं भरायची. त्यात दोन्ही पाय घालून खुर्चीत बसायचो. झोप उडायची; शिवाय आणखी एक युक्ती मला कळली होती. रात्री वाचन करू लागलो, की झोप यायची; म्हणून लेखनाचा भाग रात्री करायला घ्यायचा. बीजगणित, भूमिती हे विषय कागदावर लिहायला घ्यायचे. जॉमिट्रीतला थेरम कळायचा; पण त्यावरचा एकही रायडर मला कधी सोडवता आला नाही. रात्री तासन्‌तास त्यांशी माझी बौद्धिक कसरत चालायची; आणि गंमत अशी, की सकाळी क्लासला गेल्यावर लागू सरांना मी माझी शंका विचारली, की ते पटकन सोडवून दाखवायचे. या रायडर्समुळं मी अगदी मेटाकुटीला आलो. काही वेळा मनात म्हणतही असे– आपला मेंदू असा कसा? शेवटी त्या रायडरचा मी नादच सोडला. जे गुण मिळवायचे ते बीजगणितात आणि थेरम्‌समध्ये असं ठरवलं; पण हे करायला तरी वेळ कुठं होता?

आईचा रोग बळावत चालला. ती दिवसेंदिवस थकत चालली. अंगावरचं मांस

सगळं झडलं. अन्न बंदच झालं. चहा, कॉफी, फळांचा रस आम्ही आग्रहानं तिला पाजत असू. एकदा अगतिक होऊन एका ज्योतिषाकडं गेलो होतो; पण त्याच्या भविष्याचा काही प्रत्यय येत नव्हता. माझी बेचैनी वाढली. मी वर्गात बसत होतो; पण कुठल्याच विषयाचं आकलन होत नव्हतं. रात्री खुर्ची-टेबलाशी बसायचो; पण मेंदूत काही शिरत नव्हतं. आज पाठ केलेल्या इंग्रजीच्या म्हणी दुसऱ्या दिवशी आठवायच्या नाहीत. इंग्रजीच्या वाक्यरचना बिघडू लागल्या. संत-कवी तर डोक्यात शिरेनाच झाला. नाम, सर्वनाम, दर्शक-सर्वनाम यांत घोटाळे होऊ लागले. 'उपमा' आणि 'उपमेय' यांतला फरक कळेनासा झाला. सूर्य पृथ्वीभोवती फिरताना दिसायचा आणि भूगोलात मात्र पृथ्वी सूर्याभोवती फिरते असं म्हटलेलं असायचं. अशी एक ना अनेक कोडी निर्माण झाली. अभ्यासावरची बैठकच सुटली.

अशाच एके दिवशी मी आईची सेवा करत बसलो असताना तिनं मला विचारलं, "तुझी परीक्षा कधी संपेल?" मी म्हटलं, "आता सहामाही परीक्षा जवळ आली आहे. मग थोड्याच दिवसांनी फॉर्मची परीक्षा होईल. फॉर्म मिळाला, की मग मॅट्रिकचा वर्ग बंद होतो. मग घरीच अभ्यास करायचा." ती म्हणाली, "शाळा नसेल तर मग आपण गावी जाऊ." मी म्हटलं, "का?"

"माझी हाडं माझ्या शेतात पडली पाहिजेत. मला शेवटचा श्वास घ्यायचा तो माझ्या सत्तेच्या घरात घ्यायचा."

मी हे बोलणं न वाढवता मान बाजूला करून हलकेच माझे डोळे पुसले आणि तिला म्हणालो, "फॉर्मची परीक्षा झाली, की आपण गावी जाऊ. क्लास बुडतील एवढंच; पण गावी मी जोरात अभ्यास करीन आणि परीक्षेला कोल्हापूरला येईन."

गावी जाण्याच्या या कल्पनेनं तिचा चेहरा जरा प्रसन्न झाला; पण मी मात्र मनानं फार खचलो होतो. अभ्यासात लक्ष लागत नव्हतं. अशातच सहामाही परीक्षा आली. परीक्षेला बसलो. पेपर कसे लिहिले हे कळलं नाही. निकाल लागला तेव्हा बीजगणित आणि भूमितीत फक्त सोळा का सतरा गुण मला पडले होते. लागूसर माझ्या अंगावर उत्तरपत्रिका टाकून मला म्हणाले –भर वर्गात बोलले, "पाटील, यापुढं गाढवासारखं राबलास तरी तू मॅट्रिकला बीजगणित आणि भूमितीत पास होणं शक्य नाही."

भर वर्गातले हे त्यांचे बोल माझ्या मनाला फार झोंबले. त्याच क्षणी त्यांचं आव्हान स्वीकारून मी म्हणालो, "सर, मी तुम्हांला पास होऊनच दाखवीन." ते कुत्सितपणे हसले. मी मात्र विलक्षण गंभीर झालो.

त्याच रात्रीपासून वेळ मिळेल तसा याच विषयांत मी डोकं खुपसून बसू लागलो. रायडरचा नाद सोडलाच होता. थेरम्सची ओळन् ओळ पाठ केली. बीजगणितातील असंख्य उदाहरणे सोडवत राहिलो. बाकीच्या विषयांत कमीत कमी

पासापुरते तरी गुण पडतील याची खात्री होती. आमच्या घरात शिकणारी आमची पहिली पिढी. इतरांच्या उड्या या हरणांसारख्या असायच्या, आमची गती बेडकीसारखी. वारसाहक्कानं काहीच मिळालं नव्हतं. ज्ञानाचे कण प्रथमच हाती लागत होते. या स्पर्धेत आम्ही किती टिकणार? पण आई-वडलांच्या कृपेनं जिद्द मोठी होती. त्यांचा त्याग आठवला, की माझी झोप उडायची. पाय पाण्यात सोडलेले असायचेच. अठरा-अठरा तास मी अभ्यास करीत होतो. हे बीजगणित आणि भूमिती यांचं मला जसं वावडं होतं; तसंच भूगोलाचंही मला वावडं होतं. ते मतलबी का मतलई वारे मला फार झोंबायचे. कुठला तरी एक दलदलीत प्रदेश भूगोलात असायचा. बहुतेक हॉलंड असावा. उभ्या आयुष्यात कधी त्या हॉलंडला गेलो नाही; पण परीक्षेत मात्र त्याची खडान् खडा माहिती द्यावी लागायची. तिथली पिकं, तिथलं हवामान, तिथले उद्योग-धंदे, तिथलं लोकजीवन. मी मनात म्हणायचो, हात् तेरे की! एवढा त्या देशाचा अभ्यास करायला मला कोणी घरजावई म्हणून घेणार आहे, का तिथली कोणी तरुणी पत्नी म्हणून माझ्या गळ्यात पडणार आहे? पण या विषयात पास झालं पाहिजे. मग करा अभ्यास. करा म्हणजे मरा. असाच आणखी एक विषय म्हणजे शरीरशास्त्र-फिजियॉलॉजी हायजिन. काय विषय! माणसाच्या शरीरात हाडे किती असतात? किती का असेनात. दोनशे असो, तीनशे असो, त्यांचा अभ्यास करून आम्हांला काय फायदा? ती पिचवण्यापलीकडे आम्ही काय करणार? आणि या विषयात एक महत्त्वाची माहिती असे– हृदयाला दोन झडपा असतात; पण हे कळून पुढल्या आयुष्यात आम्ही काय करणार? हृदरोग झाल्यावर डॉक्टरकडेच जाणार ना, का घरात बसून झडपा खोलत बसणार? शिवाय मेंदूची गुंतागुंत किती अवघड असते, हेही आम्हांला शिकवायचे. ही गुंतागुंत शिकवणाराला तरी कळली असेल का? 'अर्धमागधी' हा एक असाच विषय. संस्कृत परवडलं पण हे अर्धमागधी नको अशी पाळी आली. ही अभिजात भाषा आणि शरीरशास्त्र हे दोन विषय मला घ्यावेच लागले; कारण नाईट हायस्कूलमध्ये ती शिकवण्याची सोय नव्हती. बीजगणिताचा कंटाळा आला, की कंटाळा आणणारा यातला एखादा विषय मी अभ्यासाला घ्यायचो.

आईचं आजारपण, माझ्या मनाची छिन्नविछिन्न स्थिती, पहिल्या वर्षी पास होण्याची महत्त्वाकांक्षा आणि लागूसरांचं आव्हान. खरोखरच मी गाढवापेक्षा अधिक राबलो. मनाच्या तारा जुळत नसताना जुळवत राहिलो. फॉर्मची परीक्षा आली. मी परीक्षेला निघालो. आईला उठून बसण्याइतकी ताकद नव्हती. तिची हाडं आणि कातडी एक झाली होती. तिचा आशीर्वाद घेण्यासाठी मी माजघरात गेलो. आई बिछान्यावर पडून होती. मी तिच्या दोन्ही पायांना हात लावून नमस्कार केला आणि म्हटलं, ''आई, मी फॉर्मच्या परीक्षेला चाललोय. तुझा आशीर्वाद असू दे.''

आई फार अस्वस्थ झाली. तिची चलबिचल तिच्या चेहऱ्यावर मला दिसू लागली. तिचे ओठ आणि गाल थरथरले. ती कशीबशी मला म्हणाली, "बाळा, असा आशीर्वाद घ्यायचा नसतो. मी उठून बसून तुला आशीर्वाद दिला असता." मी म्हटलं, "आई, एवढे कष्ट तुला पडू नयेत म्हणून तुला उठवलं नाही. तुझा आशीर्वाद असू दे, मला फॉर्म मिळेल. मग आपण गावी जाऊ. शेवटच्या परीक्षेला पुष्कळ आवकाश आहे; त्या वेळी मी पुन्हा इथं येईन."

फॉर्मच्या परीक्षेला बसलो. इथं एक गोष्ट सांगायची राहिली. पाटणकर हायस्कूलमधील कुलकर्णीसरांनी माझ्यावर जो डूख धरला होता, तो मला सहामाही परीक्षेत दिसून आला. खूप वाचनामुळं माझा मराठी विषय हा मुळातच चांगला होता. त्यात घवघवीत गुण मिळायचे; पण या कुलकर्णीसरांनी मिठारी प्रकरणाचं उट्टं काढून मला फक्त पस्तीस गुण दिले होते. त्यावर मी बराच वाद घातला. नव्या मुख्याध्यापकांपर्यंत तक्रार केली, पण पेपर परत तपासला जाणार नाही हे ठराविक साच्याचं उत्तर त्यांनीही दिलं. मीही वैतागलो. तिथला दाखला काढून घेतला आणि दुसऱ्या सहामाहीत प्रायव्हेट हायस्कूलला घातला. तिथं कोणी डूख धरणारे शिक्षक नव्हते. फॉर्म परीक्षा झाली. सुदैवानं मला फॉर्म मिळाला. दुसऱ्याच दिवशी कोचिंग क्लास वगैरे बंद करून, आम्ही टॅक्सीनं आईला घेऊन गावी गेलो.

फॉर्म परीक्षा झाल्यावर वर्ग बंदच होतात; पण क्लासेस जोरात चालतात. त्याची पर्वा केली नाही. आईला आपल्या घरी, स्वत:च्या वास्तूत आल्याचा फार आनंद झाला. तिचा बिछाना माजघरात अंथरला. शेजारी एक खांब होता, तिथं आमच्या वडलांचा एक फोटो लावला. त्या फोटोकडं बघत ती दिवस दिवस पडून राहायची. मी अभ्यासासाठी आजोळच्या माडीवर जाऊन बसायचो.

बघता बघता परीक्षा आली. आईच्या अंगात आता कसलंच त्राण नव्हतं. धाकटे अण्णा नोकरीसाठी जयसिंगपूरला होते. थोरले अण्णा राधानगरीला असावेत; पण या दोन्ही मोठ्या सुना आईच्या उसाभरीला आल्या होत्या. शेवटी शेवटी माझ्या दोन बहिणीही आल्या. आईला उठायचं झालं तर दोघी-तिघी मिळून उठवायच्या. कसं कुणास ठाऊक, आज मी परीक्षेला निघालोय हे तिला कळलं. सकाळी सगळं लवकर उरकून मी कोट घातला आणि आईचा आशीर्वाद घ्यावा म्हणून तिच्याकडं गेलो. बघतो तर आपले दोन्ही पाय लांब करून ती उठून बसलेली! मी अवाक् झालो! तिला विचारलं, "तुला कोणी उठवून बसवलं?" ती म्हणाली, "तुला आशीर्वाद द्यायला माझी मीच उठून बसले." तिच्या दोन्ही पायांवर मी मस्तक ठेवलं. पुढं वाकून माझ्या मस्तकावर तिनं दोन्ही हात ठेवले. तोंडभरून आशीर्वाद दिला.

परीक्षेचे दोन दिवस चांगले गेले आणि तिसऱ्या दिवशी संध्याकाळी गावचा

शंकर महार सांगावा घेऊन आला. आईचं तोंडही गेलं होतं. आम्ही टॅक्सी करून दादा, वहिनी व मी तातडीनं गेलो. माझी वाट पाहून तिची प्राणज्योत निमाली होती. अधूनमधून फक्त 'बाळासाब' एवढंच तिला बोलता येत होतं. त्याच रात्री अन्त्यविधी झाला. दुसऱ्या दिवशी रंगपंचमीची सुटी होती. थोरले अण्णा म्हणाले, ''फी भरली तर परीक्षेला बसून घे. मी तुझ्या बरोबर येतो. माझ्याही मनात आलं– प्रथम वर्षी पास झालो, तर आई-वडलांच्या आत्म्याला समाधान वाटेल. थोरल्या अण्णांच्या बरोबर परीक्षेला गेलो. पेपर लिहिता लिहिता अश्रू ठिपकायचे आणि मध्येच हुंदके यायचे. खरं आश्चर्य हे आहे, की या मॅट्रिकच्या परीक्षेत प्रथम वर्षी उत्तीर्ण झालो. आईच्या आशीर्वादाची जाणीव म्हणून की काय, प्रत्येक विषयात पस्तीस टक्के मार्क पडले होते. मी केलेल्या सेवेचे हे फळ तर नसेल? महाविद्यालयाचं द्वार मला मोकळं झालं; पण एक कोडं कधीच सुटलं नाही, एकाही विषयात छत्तीस किंवा चौतीस गुण का नाहीत? प्रत्येक विषयांत पस्तीस टक्के गुण मिळवून पास होणारा मुंबई विद्यापीठातला पहिला विद्यार्थी मीच असेन!

✧

फास

मान्यांच्या बरोबर मी अधूनमधून निरगुडकर पाटील यांचेकडे जाऊ लागलो. कधी त्यांच्या बंगल्यावर, तर कधी त्यांच्या कार्यालयावर त्यांची भेट व्हायची. जसजसा त्यांचा परिचय होत गेला तसतसं या पाटलाचं व्यक्तिमत्त्व मला अनाकलनीयच वाटू लागलं. सध्या रूढ असलेल्या भाषेत बोलायचं, तर त्यांचं व्यक्तिमत्त्व विलक्षण व्यामिश्र होतं. त्याला अनेक कंगोरे होते. नाना तऱ्हांचे लोक त्यांना भेटत असत. टॅक्सी ड्रायव्हरपासून लक्षाधीशांपर्यंतचे. एवढे लोक त्यांना का भेटत होते; आणि ते एवढ्या सगळ्या लोकांना काय सल्ला देत होते, हे एक मला अजबच वाटायचं! त्यांच्या बंगल्यात आणि कार्यालयात काही गोष्टी चटकन लक्ष वेधून घ्यायच्या. त्यांतली एक म्हणजे मराठी, हिंदी, इंग्रजी या भाषांतील सर्व वृत्तपत्रं तिथं असायची. माणसांनी वेढलेला हा मनुष्य ते केव्हा वाचत होता देव जाणे. का, आमच्यासारख्या लोकांची त्यांनी ती सोय केली होती हे माहीत नाही; पण एक खरं, अनेक पक्षांचे नेते, पुढारी त्यांना भेटायला यायचे तेव्हा त्या वृत्तपत्रांतील संपादकीय मजकुरांचे दाखले त्यांच्या तोंडावर ते धडाधड फेकत असत, आणि त्यांची तोंडं बंद करीत असत. कधी म्हणायचे, ''टाइम्स ऑफ इंडियाचं इंग्रजी स्टँडर्ड आता खाली गेलंय.'' (स्वत: मात्र इंग्रजी चौथी नापास झाले होते.) कधी म्हणायचे, ''टाइम्स ऑफ इंडियामध्ये अर्थशास्त्रावर कोण तो मूर्ख लिहितो? त्याला म्हणावं कोल्हापुरात येऊन डाळे-चिरमुरे विकत बैस. 'कॅपिटल' हा ग्रंथ वाचल्याशिवाय अर्थशास्त्र कळणार नाही.'' समोर बसलेले थोर नेते, काही विद्वान प्राध्यापक, नामवंत वकील, व्यापारी आदी मंडळी एखादं प्रवचन ऐकावं तसं ऐकत बसायचे.

या पाटलांचा हा असा थाट असायचा. घरात पंगतीला रोज दहा-पंधरा लोक तरी असायचे. दिवाळी तर रोजच चालायची. वर्षातून दिवाळीला एकदा जे आपण फराळाचं करतो ते सर्व पदार्थ सदैव त्यांच्या घरात असत; शिवाय जेवणात आज

बासुंदी, तर उद्या श्रीखंड, परवा शिरापुरी, की लगेच मोतीचूर लाडू. पक्वान्नं घरात रोज चालू असायची. मटण मात्र घरात शिजत नव्हतं. ते जैन किंवा लिंगायत होते. बायका सोवळ्या होत्या. त्या मटण घरात येऊ देत नसत आणि आचारी ब्राह्मण होता; त्यामुळं घरात कडकडीत सोवळं असे. तेही हे पथ्य पाळत असत; कारण अपेय पेय आणि अभक्ष्य भक्षण करायचं झाल्यास त्यांचे गावात पिंजरे होतेच. त्यांच्याकडे निरोप जायचा – 'स्वारी येणार आहे; तजवीज करावी', एवढा निरोप गेला, की सगळ्या गोष्टी तयारच असायच्या. नळ्या फोडणं आणि पक्षातले कार्यकर्ते फोडणं या दोन्ही गोष्टी त्यांना छान जमायच्या. असो. वृत्तपत्रांचा ढीग, हे जसं त्यांच्याकडचं एक वैशिष्ट्य होतं तसंच आणखी एक वैशिष्ट्य म्हणजे कायद्याचे जाडजूड ग्रंथ. त्यांच्या बंगल्यात आणि कार्यालयात काचेच्या अनेक कपाटांतून ते ग्रंथ उठून दिसत. ही संपदा मोठी होती. एखादा नामवंत वकील सल्ला घ्यायला त्यांच्याकडे आला, की प्रीव्ही कॉन्सिलपासूनचे आणि वेगवेगळ्या इलाख्यातील हायकोर्टांच्या जजमेंटचे उतारेच्या उतारे ते त्यांना काढून देत. सल्ल्यासाठी नामवंत वकील त्यांच्याकडे यायचे ते उगीच नाही!

हे पाटील साहेबी थाटात राहायचे. एखाद्या दिवशी खाली धोतर, अंगात चायनीज डबल घोडा शर्ट आणि त्यावर गॅबर्डिनचा किंवा उंची वुलनचा कोट असाही कधी कधी वेष असायचा. इतकं पांढरं स्वच्छ तलम धोतर मी जन्मात कधी पाहिलं नाही. मँचेस्टरमधल्या एखाद्या खास मिलमधून ही धोतरं त्यांना येत होती की काय कुणास ठाऊक? मिशा हिटलर छाप होत्याच; पण केसांचा भांगही ते तसाच पाडायचे. प्रवासाला निघाले, की रेल्वेचा फर्स्टक्लासचा आख्खा डबा ते रिझर्व्ह करायचे. त्यात त्यांच्या दोन्ही पत्नी तर असायच्याच; पण शुभ्र अभ्रे असलेल्या तीन-चार उश्या असायच्या. कोपऱ्यात टेकायला दोन, एक बगलेत आणि एक पाय ठेवायला. अशा थाटात ते निघाले, की पाच-पंचवीस लोक त्यांना स्टेशनवर पोचवायला यायचे. स्टेशनवरही सल्लामसलत सुरूच असायची. कोणी टंकलिखित करून आणलेल्या एखाद्या शिफारसपत्रावर ते लपेटदार सही करायचे. सेक्रेटरी चेकवर सह्या घ्यायचा. काही लोक हार-तुरे घेऊन धावत यायचे. 'कशाला कशाला', असं म्हणून ते मान पुढं करायचे. असं त्यांचं वैभव. काही कामानिमित्त त्यांना पोचवायला आम्ही काही वेळा स्टेशनवर गेलो होतो; म्हणून हे सगळं आम्हांला बघायला मिळालं.

मी एकदा सहज मान्यांना म्हणालो, ''या पाटीलसाहेबांचं एवढं वैभव, एवढं ऐश्वर्य आहे मग हे भाड्याच्या बंगल्यात का राहतात; आणि एखादी छान कार घ्यायची सोडून टांग्यातून का फिरतात?'' माझ्या गळ्यातला हात काढून खांद्यावर थोपटत मला ते म्हणाले, ''हा त्यांचा पाचवा किंवा सहावा बंगला असेल. भाड्यानं

घेताना एकदम तीन महिन्यांचं भाडं देऊ, का सहा महिन्यांचं देऊ, असं विचारतात. त्यानंतर भाडं देतोय कोण आणि घेतोय कोण. मालक जेव्हा जेव्हा भाडं मागायला जाईल तेव्हा तेव्हा सेक्रेटरी सांगायचा आता गांधीजींशी फोनवर बोलत आहेत, नंतर तीन फोन आहेत. या महिन्यात पंधरा-वीस युनियन्सचे खटले आहेत. हे काय, कामगार बसूनच आहेत. त्यांना पँटची बटणं घालायला सवड नाही. तुम्ही दोन महिन्यांनी या. यावर भाडं न देता ते दोन-तीन वर्षं तरी त्या बंगल्यात राहतात. त्यातून मालकाचा तगादा वाढलाच, तर दुसरा बंगला भाड्यानं घेतात. पाटीलसाहेब कायद्यातला किडा आहेत. कुणी खटला भरलाच, तर न्यायाधीश त्यांच्या खिशातच असतो. तीन महिन्यांचं भाडं देऊन, जर तीन वर्षं राहता येत असेल, तर पदरमोड करून प्लॉट घ्या, बंगला बांधा ही भानगड करतील कशाला?''

ही हकिकत कळून मी जरा थक्कच झालो. मती गुंग झाली आणि मी मान्यांना विचारलं, ''कार का घेत नाहीत?'' माने म्हणाले, ''पाटील, हे कोल्हापुरी टांगे आहेत, पुणेरी तट्टू नव्हेत. रेसमध्ये बाद झालेले घोडे टांग्याला मिळतात. कसा रुबाबदार दिसतो घोडा. कोल्हापूरला रेसकोर्स आहे माहीत आहे ना तुम्हांला? शिवाय जी गोष्ट बंगल्याची, तीच टांग्याची. सकाळी सहापासून बंगल्यापुढं टांगा उभा असतो. टांगेवाला बिचारा घोड्याला गवत चारत उभा राहतो. सकाळपासून रात्रीपर्यंत टांगा यांच्या स्वाधीन असतो. काही श्रीमंत लोक मोटारी बाळगून असतात; पण दिवसभर भाड्यानं टांगा घेणारा एकतरी आहे का? शिवाय मोटारीचे बरेचसे मालक स्वत: ड्रायव्हिंग करतात; पण पाटीलसाहेब कसे रुबाबात बसतात आणि टांगेवाला घोडा हाकत असतो, बरं कारचं काय आहे, ती वेगानं पळत असल्यामुळं आली आली गेली गेली. आत कोण बसलंय कळत नाही. टांग्याचं तसं नाही. मागं बसलेले पाटीलसाहेब सगळ्या जगाला दिसतात. रामराम घेत जातात. कुणी माहितीतला माणूस पायी निघालेला दिसला, तर त्याला टांग्यात बसवून त्याच्यावर उपकारही करतात. जाईल त्या चौकात ते लोक मग पाटलांच्याबद्दल अर्धा तासतरी बोलतात. टांगेवाल्याला पहिल्यांदा एक शे-पाचशे रुपये दिले की, मग पुढं काही देण्याची भाषा नाही. कायम कोणीतरी टांग्यात असायचं, बंगल्यात आणि कार्यालयात सारखा गराडाच. मग ते बिचारं पैसे मागणार तरी कसे? त्यांतूनच हिम्मत केलीच, तर पाटीलसाहेब म्हणायचे– 'उद्या आठवण कर.' पण दुसऱ्या दिवशी पाटीलसाहेब नसायचेच. ते मुंबईला किंवा लखनौला गेलेले असायचे. टांगेवाला बिचारा त्यांच्या दोन्ही बायकांना फिरवत बसायचा. इथं भाजी घे, तिथं फळं घे. त्याही पाटलांच्या वरताण होत्या. ट्रेनिंग त्यांचंच. टांग्यात बसूनच टांगेवाल्याला म्हणायच्या, ''जा, त्या दुकानातून एक टिक्कं पोतं जिरगा तांदूळ घेऊन ये.'' त्यांना बघून गादीवर बसलेला दुकानदारही धावत टांग्याजवळ यायचा

आणि विचारायचा, ''टाटाचं चांगलं नवीन तेल आलंय देऊ का? आणि बाईसाहेब, या वेळी खपली गहू फर्स्टक्लास आहे हां. या गव्हाची पुरण-पोळी साहेबांना आवडेल. एक पोतं घेऊन जावा.'' मग बाईसाहेबच म्हणायच्या, (कधी धाकट्या, कधी मोठ्या) ''एवढी पोती टांग्यातून कुठं नेऊ? असं करा एक छकडा करून तुम्हीच एक सहा महिन्यांचं सामान बंगल्यावर पाठवून द्या. मी सांगते तुम्ही यादी करून घ्या.''

अशी ही हकिकत ऐकली. मी पुरा थक्क झालो. वर्षाला दुकानदार बदलायचे. कोल्हापुरात निरगुडकर पाटील एकच होते; पण दुकानदार अनेक होते. शिवाय पाटलांची एक मख्खी असे. गव्हात किंवा तांदळात काहीतरी घाण मिसळून ते त्या दुकानदाराकडं पाठवायचे आणि निरोपही द्यायचे– यापुढं माल पाठवू नका. तुमचा आमचा संबंध तुटला. बिलही मागणे नाही; कारण पोटं बिघडून डॉक्टरचं बिल त्यापेक्षा अधिक झालं आहे. अर्थात, बाकी बरीच झाली आणि दुकान बदलायची पाळी आली, की ही पायरी ते गाठायचे.

त्यांच्या बाबतीत एका टांगेवाल्याची कळलेली हकिकत अशी– एक टांगा भाड्यानं ठरवला. सुरुवातीलाच एकदम चारशे रुपये दिले. त्याची पावती घेतली. टांगेवाला अंगठे बहाद्दर होता; त्यामुळं त्याच्या डाव्या हाताचा अंगठा पावतीच्या तिकिटावर उठवला. साक्षीदार म्हणून दोघांच्या सह्या घेतल्या. त्या पावतीत मजकूर असा होता– मी पावती लिहून देतो, की आजवर टांग्यापोटी वेळोवेळी घेतलेले पैसे आणि आता मिळालेले रोख रुपये चारशे, हे सर्व मिळून होणाऱ्या रकमेच्या पोटी मी या घोड्यासह माझा टांगा आपल्या नावे करून देत आहे. घोड्याचे नाव अमूक असून, त्याची उमर इतकी आहे आणि त्याच्या पायांवर पांढरे ठिपके असून, कपाळावर पांढरा उभा नाम आहे. याबाबतीत पुढं मागं काही वाद निर्माण झाल्यास आपण उभयतांनी कोर्टात न जाता अमूक अमूक व्यक्तीचा लवाद मान्य केला आहे. त्यांच्याकडून जो निर्णय होईल तो उभयतांना बंधनकारक राहील. टांग्यापोटी घेतलेली रक्कम बरीच मोठी असल्यानं मी आजपासून आपल्याकडं विनावेतन म्हणून काम करीन.

या असल्या पावतीवर टांगेवाल्यानं अंगठा उठवून दिला. साक्षीदार पाटलांचेच होते. एक रकमेनं चारशे रुपये मिळाल्यावर त्या बाबुलाल मुजावरला घरात ईदचा सण आल्यासारखा आनंद झाला. साजूक तुपातली बिर्याणी आणि शिरकुर्मा केला. त्यात बदाम, पिस्ते वगैरे चिजा घातल्या आणि कोल्हापुरातील पाटलांच्या सगळ्या पिंजऱ्यात तो नजराना देऊन आला. त्यावर सहा महिने झाले, वर्ष झालं, ना देणं ना घेणं. मुजावर वाट बघून कंटाळलं आणि एक दिवस जरा हमरीतुमरीवर आलं. एका युनियनच्या पाच-सहा कार्यकर्त्यांनी त्याला काठ्या आणि लोखंडी गजांनी हा

हा हाणला. पावती काय लिहून दिली हे त्याला ऐकवलं. त्याची दातखिळीच बसली. तो घोडा आणि टांगा पाटलांच्या बंगल्यावर गेला आणि ते घरात पडून राहिलं.

या पाटलांचे काही ना काही खटले कोर्टात कायम चाललेले असायचे. त्यांनी काही साप्ताहिकं पण काढली होती. त्यांची खरी नावं सांगत नाही; पण आपण धरून चालू या. एकाचं नाव 'भानगडी', दुसऱ्याचं नावं 'धडाका'. यांतून पाटील राजघराण्यातील कुलंगडी बाहेर काढायचे. आताच्या इंग्लंडच्या राजघराण्यातील डायना प्रकरण जसं गाजतंय, तशी त्या काळात कोल्हापूरच्या राजघराण्यातील काही प्रकरणं छायाचित्रांसह गाजवली. ही साप्ताहिकं अमूक दिवशी निघायची असं नाही. कधी पंधरा दिवसांनी निघायची, कधी महिन्यांनं निघायची. काही वेळा दर रविवारी बाहेर पडायची, साधारणपणे वृत्तपत्रं किंवा नियतकालिकं सकाळी विकली जातात; पण यांची ही साप्ताहिकं कधी दुपारी, कधी संध्याकाळी अचानक बाहेर पडायची, वळवाच्या पावसासारखी एकदम बाहेर यायची. 'भानगडी' आणि 'धडाका' असं म्हणून पोरं ओरडत निघाली, की त्यांवर उड्या पडायच्या. काही अंक तर ब्लॅकनं खपायचे. कोल्हापूरपासून बेळगाव, कारवारपर्यंत अंक जायचे. राजघराण्याशी एकनिष्ठ असणाऱ्यांनी पाटलांच्यावर काही वेळा मारेकरीपण घातले. एकदा रात्री ते टांग्यात बसून निर्जन रस्त्यानं जात असताना लाठ्या-काठ्या घेऊन पाच-सहा जण त्यांच्या अंगावर चालून गेले. अंधारात पाटलांनी पिस्तूल काढून त्यांच्यावर रोखलं. चालून गेलेल्या लोकांना पळता भुई थोडी झाली. काहींनी तर काठ्या रस्त्यावरच टाकल्या; पण खरं इंगित असं होतं– पाटलांनी पिस्तूल म्हणून दाखवलं ते पिस्तूल नव्हतंच. खिशातला काळा गॉगल काढून फक्त त्यांच्यावर रोखला होता– अंधारात त्यांना ते पिस्तूल वाटलं.

शेवटी बरीचशी खंडणी वसूल केल्यावर ही साप्ताहिकं बंद पडली. ती प्रकरणंही थांबली. एवढं ऐश्वर्य ते कसे भोगत होते याचं थोडंसं ज्ञान मला झालं. अशा या हिकमती पाटलांची एकदा एक गोष्ट ऐकली. मोठी मजेशीर आहे. ते १९२०, १९३० या सगळ्या चळवळीत होते; पण तुरुंगात कधी गेले नव्हते. खटले तर त्यांच्या पाचवीला पूजले होते. ते कायम चालू असायचेच. आपण खटला जिंकून पाटलांची जिरवू म्हणून काहींनी मुंबईचे बॅरिस्टर आणले होते. त्यांची फी तासावर असायची; पण अशा बॅरिस्टर विरुद्धही ते स्वत:चा खटला स्वत:च चालवायचे. बॅरिस्टरला एकाला चार-पाच वकील मदत करायचे. पाटील मात्र एकटेच असायचे. एक खटला तर त्यांनी असा निकालात काढला, की त्यांना पाच वाक्यंसुद्धा बोलावी लागली नाहीत. नाव पुकारल्याबरोबर कोर्टात गेले. समोर सुटा-बुटातला बॅरिस्टर उभा. कायद्याचे ग्रंथ सांभाळीत भोवतीनं चार-पाच वकील

थांबलेले; आणि पाटील उभे राहून एकच वाक्य बोलले, "माय लॉर्ड, ज्या कलमाखाली माझ्यावर हा खटला भरला आहे, तो खटला चालवायला या कोर्टाला अधिकारच नाही. अमूक अमूक निकालातला अमूक अमूक संदर्भ पाहावा." इथंच हा खटला गारद झाला. भक्कम फी घेऊन बॅरिस्टर मुंबईला गेला.

एकदा मात्र कर्मधर्मसंयोगानं पाटील एका खटल्यात गोवले गेले आणि आश्चर्य हे, की त्यांना शिक्षा झाली. अपिलावर अपिल वगैरे सर्व होऊन झालं होतं. शिक्षा भोगण्याशिवाय गत्यंतर नव्हतं. अर्थात, तुरुंगातही पाटलांचा रुबाब तसाच होता. पैसा सोडल्यावर सगळी कामं होतात हे पाटलांना माहिती होतं. इतर कैदी खडी फोडत होते, पाटील काजू फोडायचे. सगळया सुखसोई होत्या. एकदा त्यांच्या दोन्ही पत्नी त्यांना भेटायला आल्या. एव्हाना पाटलांनी जेलरला मिंधं करून ठेवलंच होतं. पाटील त्यांना म्हणाले, "भेटीसाठी इतरांच्याप्रमाणे त्या रांगेत जाऊन बसणं मला बरं वाटत नाही." जेलरच त्यांना म्हणाले, "काळजी करू नका. तुमच्या स्टेटसला धक्का लागू देणार नाही. तुमची भेट इथं बराकीतच घडवू. पोलिस फक्त बाहेर उभा राहील. निवांत बोला."

पाटलांच्या दोन्ही बायका त्यांच्या बराकीत गेल्या. पहारेकरी पोलिस बिचारा बाहेर लांब उभा राहिला. भेटीची वेळ संपली, हे सांगायला तो बराकीजवळ आला तेव्हा त्या बराकीच्या दाराला आतून भलं मोठं कुलूप लावलेलं दिसलं. बायका म्हणाल्या, "आम्ही उठणारच नाही. हे बघा, एवढं मोठं टाळं आम्ही आतून लावलंय. आमच्या जेवणाची सोय करा. आम्ही इथंच मुक्काम करणार आहोत."

घाबरलेल्या पोलिसानं शिट्या वाजवल्या. हवालदार वगैरे पळत आले. शेवटी जेलरलाही बोलावलं. हातापाया पडून दादापुता म्हणत पाटीलसाहेबांना त्यांनी विनंती केली, "आमच्या गळ्याला असा फास लावू नका."

या पाटलांनी अशा किती लोकांच्या गळ्याला फास लावला असेल, हे त्यांना आणि त्या परमेश्वरालाच माहीत असेल. खरंतर हा एका स्वतंत्र कादंबरीचाच विषय आहे. पाटलांच्या सगळ्या अटी त्यांनी मान्य केल्यावर मग आपसात तह झाला आणि आतलं टाळं निघालं. यात रोजची भेट ठरली. कैदी कामाला गेले, की पाटलांच्या दोन्ही बायका डबा घेऊन यायच्या. त्यांचे पाय दाबत बसायच्या. पाटील तोंडात विडा चघळत राहायचे; आणि अचानक कोणी अधिकारी जेलच्या भेटीला आला तर काय होईल, या काळजीनं जेलर हैराण व्हायचा. पाटील जेलमधून सुटेपर्यंत हा फास कायमचा त्याच्या गळ्याला होता. स्वातंत्र्य लढ्यात अशा एका महान कार्यकर्त्याची माझी भेट झाली. माझं नशीब थोर! माझा गळा पाटलांच्या काही कुठल्या फासात अडकला नाही.

✧

असेही काही प्राध्यापक

स्वातंत्र्यदिन आम्ही रात्रभर असा जागून काढला. मुसळधार पावसातही सगळी कोल्हापूर नगरी रस्त्यावर लोटली होती. स्वातंत्र्यसोहळ्याचं वर्णन जनतेला ऐकायला मिळावं; म्हणून काही लोकांनी चौकाचौकांत रेडिओ लावून ठेवले होते. या स्वातंत्र्यलढ्यात मीही थोडंफार काम केलं होतं. बॉम्ब ठेवायला जाऊन ज्याच्या हाताच्या चिंधड्या झाल्या आणि छातीला मोठा दणका बसला, त्या ट्रक ड्रायव्हरची थोडीफार सेवा मी केली होती. रामचंद्र माने यांच्याबरोबर डोंगर आणि दऱ्याखोऱ्या पायांखाली घातल्या होत्या. अनेक कार्यकर्त्यांना जीव धोक्यात घालून चिठ्याचपाट्या पोचवल्या होत्या; त्यामुळं भारताला संपूर्ण स्वातंत्र्य मिळालं त्या रात्री मी विलक्षण बेहोष झालो होतो. अशी बेहोषी पुन्हा कधी अनुभवता येईल असं वाटत नाही. ती एक विचित्र नशा होती. 'याचि देही याचि डोळा' भारत स्वतंत्र झाला हे पाहण्याचा आनंद त्या रात्री मी भरभरून लुटला. कोणा मित्राच्या गळ्यात पडलो, कोणाला उचलून वर धरलं, मिठ्यातर अनेकांना मारल्या. असं रात्रभर जागूनही सकाळी महाविद्यालयाच्या झेंडावंदनाला अगत्यपूर्वक हजर राहिलो. त्यानंतर प्रा. ना. सी. फडके यांचं महाविद्यालयात भाषण होतं, ते मनापासून ऐकलं. त्यांच्या भाषणातील एक वाक्य मला अजून आठवतं. 'पाकिस्तानला आपलंसं करून अखंड भारताचं स्वप्न एक ना एक दिवस आपण साकार करू, असं कोणाला वाटत असेल, तर त्या स्वप्नात कोणी राहू नये.' अखंड भारत तर सोडाच; पण आपल्या गलथान राजकीय धोरणामुळं आपण आपल्या काश्मीरच्याही काही भागाला मुकलो. 'आझाद काश्मीर' हा पाकिस्ताननं बळकावला. तो अजूनही आपण परत मिळवू शकलो नाही. अतिरेक्यांनी स्वातंत्र्यदिनाला आपला तिरंगा जाळला, लाखो लोकांना हुसकावून लावलं. आपण न संपणाऱ्या वाटाघाटी आणि सामोपचाराची बोलणी चालूच ठेवली आहेत. असो.

१५ ऑगस्टला श्री. माने, यादव, जगदाळे अशा अनेक कार्यकर्त्यांची मला तीव्रतेनं आठवण झाली; पण पुन्हा त्या जाळ्यात मला अडकायची इच्छा नव्हती. राजकारण सोडून मी नाट्यकला नर्तन मंडळ सुरू केलं होतं. त्यासाठी पठाणांच्याकडूनही कर्ज घेण्याचं धाडस दाखवलं होतं. हा माझा उपक्रम चालू असतानाच अचानक एक दिवस मला प्रा. पंगूंची आठवण झाली. माझी एक हस्तलिखित कादंबरी मी त्यांना वाचायला दिली होती, त्यावर मला त्यांचा अभिप्राय हवा होता. एका सुटीच्या दिवशी मी त्यांच्या घरी गेलो. त्यांच्या तोंडात सुपारीचा बोकाणा होताच. ओठाच्या दोन्ही बाजूंना मुखरस गळताना दिसत होता. मला बघून ते म्हणाले, ''या. बसा.'' मी एका खुर्चीवर बसलो आणि नम्रपणे विचारलं, ''माझी हस्तलिखित कादंबरी वाचली?'' त्यांनी वरच्या आवाजात मलाच विचारलं, ''तिला काय कादंबरी म्हणतात? नुसतं शब्दांचं भरताड म्हणजे कादंबरी नव्हे. तुम्ही लिहायच्या आधी फडके, खांडेकर वाचा.''

फडके, खांडेकर, र. वा. दिघे, ठोकळ, माडखोलकर हे लेखक मी आधीच वाचले होते; पण ते वाचून त्यांचं अनुकरण करण्याची माझी इच्छा नव्हती. अर्थात, पंगूंसारख्या प्राध्यापकांपुढं मी काय बोलणार? मग कादंबरी या वाङ्मय प्रकारावर त्यांनी एक व्याख्यानच झोडलं; आणि बोलण्याच्या ओघात फडक्यांच्या कादंबऱ्यांवर टीकाही केली. मला समोर बसवून चांगला एक तासभर आपला कंड शमवून घेतला. मी एकदाचा त्यांच्या तावडीतून सुटलो. माझं ते हस्तलिखित मी पुन्हा कोणालाही वाचायला दिलं नाही. मी स्वत:ही कधी वाचलं नाही. त्याला काय नाव दिलं होतं हेही आज आठवत नाही. वाङ्मयाच्या त्या प्रकाराकडे पुढं कित्येक वर्षं मी वळलोच नाही. 'टारफुला' ही कादंबरी १९६० च्या सुमाराला लिहिली. तिचंही मनाजोगतं स्वागत झालं नसल्यामुळे पुन्हा दुसरी कादंबरी लिहायला घेतलीच नाही. 'टारफुला'चं पुनरुज्जीवन १९८० च्या आसपास झालं. मराठवाडा साहित्य परिषदेनं एक कादंबरी विशेषांक काढला. त्या अंकात गेल्या पन्नास वर्षांतील एकूण पंचवीस कादंबऱ्यांची निवड करून त्यांचा परिचय दिला होता. मग त्या कादंबरीला प्रतिष्ठा प्राप्त झाली; म्हणजे एखाद्या मुलाचं वीस वर्षांनी बारसं करावं तसं हे घडलं! एकूण या वाङ्मय प्रकारानं मला थोडा दगाच दिला.

१९४७ चं वर्ष हे नाटक बसवणं, त्याचे प्रयोग लावणं यांनीच गजबजून गेलं. त्या सगळ्या उपक्रमांत अनेक संकटांना तोंडही द्यावं लागलं. पाटील नावाच्या एका व्यक्तीचे प्रयोगाला खरे दागिने आणले. तो मुंबईला पसार झाला. पाटलांनी श्री. जामदारांची चित्रं ओलीस ठेवली. माझं नशीब बलवत्तर म्हणून उमद्या मनानं ती चित्रं मला परत दिली; आणि पठाणांचा मागचा तगादाही संपला. या विवंचनेतून थोडा मोकळा झालो आणि परीक्षेला एक महिना राहिल्यावर अभ्यासाला लागलो. एवढे

सगळे उद्योग करूनही पास झालो आणि इंटरमधे गेलो.

त्या काळी इंटरला एक विशेष महत्त्व होतं. बरीच मुलं इंटरला नापास व्हायची. तर्कशास्त्र इंटरलाच सुरू व्हायचं. या विषयाचं एक वैशिष्ट्य असं, की तो विषय रोजच्या रोज केला नाही तर त्याचं आकलनच व्हायचं नाही. दोन-तीन दिवस जरी दुर्लक्ष झालं, तरी डोकं काम द्यायचं नाही. म्हणजे सातत्य हे महत्त्वाचं. अभिजात भाषा म्हणून मी अर्धमागधी घेतली होती. संधी केलेले लांबलचक क्लिष्ट शब्द त्यांत असायचे. त्यांची फोड करून अर्थाची उकल करणं म्हणजे एक डोकेदुखीच होती. हा विषय आपल्याला गोत्यात आणेल, याची कल्पना आल्यावर प्रायव्हेट हायस्कूलमधील एका शिक्षकांकडे त्यासाठी शिकवणीला जाऊ लागलो.

तर्कशास्त्र हा विषय प्रा. ना. सी. फडके शिकवायचे आणि ते दर तासाला शेवटच्या काही वेळात नोट्सही द्यायचे. त्यातील एखादं वाक्य महत्त्वाचं असलं, तर अण्डरलाईन धीस सेंटेन्स किस इट. त्यांच्या या भाष्यावर हास्यांचे फवारे उडायचे. ते शिकवत असताना क्रिकेटचा कसोटी सामना चालू असल्यास मधेच एखाद्या मुलाला एक रुपया देऊन म्हणायचे, "जवळच्या हॉटेलात चहा घेऊन ये आणि भारताच्या धावा किती झाल्या आहेत बघून ये.'' विजय मर्चंट किंवा विजय हजारे खेळत असल्यास 'त्यांनी शतक ठोकलं का, हे ऐकून ये' असंही सांगायचे. क्रिकेटवर इतकं प्रेम असणारा प्राध्यापक आमच्या पाहण्यात दुसरा कोणी नव्हता. त्यांच्या या गोष्टी मुलांना फार आवडायच्या. चहा घ्यायला गेलेला मुलगा परत वर्गात आला आणि 'विजय मर्चंटनं शतक मारलं' अशी बातमी दिली, की फडक्यांचा चेहरा आनंदानं उजळून जायचा. त्यावर मल्लिनाथी करत फडके म्हणायचे, "अरे, मग हे हळू काय सांगतोस? आनंदाची वार्ता मोठ्यानं ओरडून सांग.'' मुलगा बावळट असला तर तो वर्गाकडे वळून मोठ्यानं ओरडून म्हणायचा, "विजय मर्चंटनं शतक ठोकलं.'' यावर स्वत: फडकेच मिश्कील हसायचे. मग मुलं तर खो खो हसायची. गोंधळलेला तो मुलगा न बसता उभाच राहिलेला असला, तर त्याच्याकडे बघून ते विचारायचे, "तुम्ही काय फिल्डिंगला उभे आहात का? विजयचा कॅच धरू नका.'' मग तर हशा असा पिकायचा, की एक-दोन मिनिटं आम्ही फक्त हसतच असू.

फडक्यांची आणखी एक गोष्ट आठवते– ते सहसा वर्गात आले आणि खुर्चीवर बसले, की लगेच अध्यापनाला सुरुवात व्हायची. तास सुरू झाल्यावर कोणी उशिरा आलं, तर त्याला कधी 'उशिरा का आलास' म्हणून विचारायचे नाहीत. उशिरा येणारी मुलं किंवा मुली, "मे आय कम इन सर?'' असं म्हणून सरळ आत यायची आणि जागा मिळेल तिथं बसायची. एक दिवस मात्र त्यांना काय लहर आली कुणास ठाऊक? उशिरा येणाऱ्या प्रत्येकाला त्यांनी विचारलं, "व्हाय

आर यू लेट?'' काही वेळानं एक थोडीशी अजागळ मुलगी आली. तिच्याकडे त्यांनी पाहिलं पण विचारलं काहीच नाही; म्हणून मुलं एकदम हसली. ती मुलगी आत आली. एका बेंचवर बसली आणि मग फडक्यांनी विचारलं, ''व्हाय आर यू लेट?'' ती उभी राहिली आणि आपण उशिरा का आलो हे ती इंग्रजीत सांगू लागली, ''सर, आय हॅड टू प्रीपेअर मील्स फॉर माय ब्रदर्स अॅण्ड सिस्टरस.''

फडके गालात हसून म्हणाले, ''दॅट्स वॉट आय मीन.'' यावर प्रचंड हशा झाला.

प्रा. ना. सी. फडक्यांच्या तासाला विज्ञानशाखेतील मुलंसुद्धा का उपस्थित राहायची हे वेगळं सांगायला नको. याउलट काही प्राध्यापक असे होते, की त्यांच्या तासाला बसणं म्हणजे एक शिक्षा असायची. प्रा. अनन्त रामन हे अर्थशास्त्र शिकवायचे; पण वर्गातील पाच-दहा मुलं सोडली तर आमच्यासारख्यांच्या कानात फक्त शब्द शिरायचे; पण डोक्यात प्रकाश मात्र पडायचा नाही. उलट मुळातला अंधार आणखी गडद व्हायचा. हे प्राध्यापक चांगले उंचेपुरे आणि अतिशय करडे होते; त्यामुळं त्यांची चेष्टातर सोडाच पण आपसात बोलताही यायचं नाही. आम्ही शक्यतो हा तास बुडवून समोरच्या 'जयप्रकाश' हॉटेलात वेळ घालवायचो. मग पाच-दहा हुशार मुलं आणि वीस-पंचवीस शालीन मुली त्यांच्या वर्गात बसायच्या. त्यांना कळत होतं का नव्हतं कुणास ठाऊक? हा विषय आम्ही गाईडवरनंच तयार केला. गाईड्स किती उत्तम असतात हे अशा प्राध्यापकांमुळे मला कळून चुकलं!

वाडिया नावाचे एक तरुण प्राध्यापक होते. ते वर्गात आले की, त्यांना घाम फुटायचा. चष्म्याच्या काचांवर धुकं साचायचं. भुवयांच्या वरती आणि कपाळावर घामाचे थेंब गोळा होऊन खाली गालांवर ओघळायचे. त्यांचा अजिबात वचक नव्हता, आमचाच वचक त्यांच्यावर होता. त्यांच्या तासाला आम्ही कागदी बाण सोडायचो. कोणाला कागदी तुरा लावून त्याची रेवडी उडवायची. पुढच्या डेस्कवर बसलेल्या एखाद्या मुलाची चप्पल सरकवत सरकवत मागच्या बेंचवर जायची. कुणाच्या शर्टावर 'मी मूर्ख आहे' असा कागदही लावायचा आणि, ''तुला सर बोलावतात'' असं म्हणून त्याला व्यासपीठाकडे धाडायचं. यांच्या एका तासाला एका वात्रट मुलानं जिथं मुली बसायच्या तिथल्या एका बेंचखाली एक लहान शेळीच बांधून ठेवली. ही फजिती बघायला त्या दिवशी सगळा वर्ग गच्च भरून गेला. भरलेला वर्ग बघून प्रा. वाडियांचा चेहरा काहीसा समाधानी दिसला. चष्म्याच्या काचा, पांढऱ्या स्वच्छ परीटघडीच्या रुमालानं पुसून त्याच रुमालानं आपले डोळे व कपाळ पुसलं. शेळी अजून शांतच होती. बहुतेक अहिंसावादी असावी. वाडियांनी अध्यापनाला सुरुवात केली आणि एका मुलीच्या पायांतून 'बेंऽऽऽ' असा आवाज आला. शेळी एका मुलीच्या पायांत होती; पण दहा-पंधरा मुली एकदम किंचाळल्या.

आपली जागा सोडून वर्गातच पळू लागल्या. मुलांच्या हास्याला सीमा राहिली नाही. मग यापुढं तास तो काय होणार? वर्गात एकच गोंधळ उडाला. प्रा. वाडिया रागारागानं वर्ग सोडून निघून गेले.

आमच्या या वर्गात एक वल्ली होती. नीतिमत्ता कशाशी खातात याचा त्याला पत्ता नव्हता. काही खरेदीच्या निमित्तानं एखाद्या स्टेशनरी दुकानात गेला की, त्याच्या लीला बघण्यासारख्या असायच्या. कागद घ्यायचे असेल तर पेन दाखवा म्हणायचा. मग भारी भारी पेन बघता बघता दोन-तीन पेन तर मारायचा; आणि हातचलाखीनं आपल्या पँटच्या खिशातल्या चड्डीच्या खिशात ठेवायचा. दर पावसाळ्यात तो पाच-सात छत्र्या तरी मारायचा. नंबर एकचा छत्र्या होता. त्याच्याबरोबर कुठं दुकानात जायचं म्हटलं की, आपण कशात अडकणार तर नाही ना, असा प्रश्न पडायचा. तो आगगाडीनं सांगलीला गेला तर तिकीट कधीच काढायचा नाही. काही टी.सीसुद्धा त्याच्यावर नजर ठेवून असायचे. तो डबे बदलत राहायचा. प्रकरण फारच अंगाशी येणार असं वाटलं, तर सहप्रवाशाला म्हणायचा, ‘‘मला तिकीट काढायला वेळच झाला नाही. अलीकडे दर वाढलेत म्हणे. बघू जरा तिकीट दाखवा.’’ तिकीट हातात आलं की, तो तिथून कधी पसार व्हायचा हे त्या प्रवाशाला कळायचंच नाही. तो तीन-तीनदा संडास बघायचा. ही स्वारी सांगली आल्यावर उलट्या दिशेनं उतरून पसार व्हायची. तो दर पंधरा दिवसाला कोणत्या तरी मुलीच्या प्रेमात पडायचा. होता अगदी काडी पैलवान! सगळ्या त्याला झिडकारायच्या; पण अशा नालायक माणसाला परमेश्वर फार चांगल्या बायका देतो. एका प्राध्यापक बाईंनी त्याच्याशी लग्न केलं. अजून त्याचं वागणं तसंच आहे. सुदैवानं बंगला बांधला आहे; पण ठकबाजी चालूच. सांगायची गोष्ट म्हणजे वर्गातला हा गोंधळ चालू असताना त्यानं हळूच बाहेर जाऊन दाराला कडी घातली; आणि स्वत: आपण धुतल्या तांदळासारखे आहोत हे दाखविण्यासाठी प्राचार्यांना भेटून मुलांनी काय गोंधळ घातलाय हे त्यांच्या कानी घातलं. त्या वेळी डॉ. अप्पासाहेब पवार हे प्राचार्य होते. त्यांच्या तळपायांची आग मस्तकाला गेली. बुटांचा आवाज करीत ते वर्गावर आले. बंद दारावर धाड धाड धाड आवाज करीत उभे राहिले. कडी बाहेरून लावलेली आहे हे सांगणार कोण? फटीतनं बघितलं तर दारात प्राचार्य! मुलं कुजबुजू लागली आणि वर्गाला मयतीची कळा आली. शेवटी दार उघडून प्राचार्य व्यासपीठावर चढले. इतके बोलले की, आता सोल्जरस फायरिंग करणार. त्यांचा फराऽऽऽ राऽऽऽ राऽऽऽ आवाज आमच्या कानांत घुमू लागला. अजून प्रा. पंगू आणि एकच प्यालातील ‘सिंधू’ ही रसभरित हकिकत सांगायची राहिलीच आहे.

✧

कॉलेजमधले काही मित्र

इंटरच्या वर्गात असताना सुप्रसिद्ध नाटककार राम गणेश गडकरी यांचं एक अजरामर नाटक– एकच प्याला हे आम्हांला अभ्यासाला होतं. मराठीतील ती एक श्रेष्ठ 'ट्रॅजिडी' मानली जाते. त्यांचं 'भावबंधन' आणि इतर नाटकंही मी वाचली होती. त्या नाटकांनी माझ्या काळजाचा ठाव घेतला होता. त्यामुळे 'एकच प्याला' या नाटकांचं अध्यापन सुरू झालं की, मी सहसा तो तास बुडवीत नसे.– गडकऱ्यांनी कोणत्या जन्मी असं काय पाप केलं होतं कुणास ठाऊक; पण हे नाटक प्रा. द.सी. पंगू हे शिकवायचे. पंगू हे त्या वेळी मराठी विभागाचे प्रमुख होते. त्यांना विरोध करण्याची सोयही नव्हती. तोंडात सुपारीचा बोकाणा भरून काच काच काच चावत व ओठांच्या दोन्ही बाजूंनी लाल गाळत ते मराठीतील या श्रेष्ठ 'ट्रॅजिडी'ची नको इतकी वाईट चिरफाड करायचे. बायकांच्यासारखा आविर्भाव करून त्यातील 'सिंधू' या नायिकेची टर उडवायचे. मान वेळावून ते म्हणायचे, "ही का सिंधू? भाऊ आल्यावर धावते काय, दादाऽऽऽ दादाऽऽऽ असा हंबरडा फोडायला ती काय गाईचे वासरू आहे? नवरा म्हणे पतिदेव. हा कसला देव? नुसता दगड आहे दगड. मद्यपान काय करतो, मदिरा मंडळ काय स्थापतात आणि म्हणे तळीराम म्हणतो 'जे मेले असतील त्यांनी हात वर करावा.' याला काय नाटक म्हणतात? या काय व्यक्तिरेखा आहेत?" या सुरात त्यांचं अध्यापन चालायचं. बुटके पंगू व्यासपीठावर फिरायचे काय, रुसल्यासारखे खुर्चीत काय बसायचे, काही क्षण बोलायचे काय नाहीत हे सगळंच मला फार असह्य व्हायचं. वाटायचं उठून ताड ताड बोलावं. तरी बरं, शेक्सपीयर त्यांच्या तावडीत सापडला नव्हता; आणि श्री. वि.वा. शिरवाडकर यांनी अजून 'नटसम्राट' लिहिलं नव्हतं. डबल घोडा चायनी सिल्कच्या चिंध्या चिंध्या कराव्यात. त्यावर कोल्हापुरी पायताण पायांत घालून नाचावं तसं हे पंगूंचं शिकवणं होतं! ते अजून काही वर्षं सेवानिवृत्त होणार नव्हते;

म्हणून मी बी.ए. ला मराठी हा विषय न घेण्याचा निर्णय तेव्हाच घेऊन टाकला. एखाद्याच्या अध्यापनाचा इतका क्लेश कधी आपल्याला होईल असं वाटलं नव्हतं. ते वर्ष पंगूंनी आम्हांला छ-छ-छ- छळून घेतलं.

त्यांची एक आवडती विद्यार्थिनी होती. पुढं त्यांच्यात वाकडं आलं. हा म्हातारा पिसाळला. एकदा रंकाळ्याहून आम्ही फिरून येताना ते म्हणाले, ''ह्या भवानीला, एम.ए. ला मी चाळीस गुण जादा दिले होते; पण उपकाराची जाणीव नाही.'' असा सूडभावही त्यांच्या मनात होता. कोणाला इतके गुण देऊन प्रथम वर्गात उत्तीर्ण केलं होतं हे नाव सांगणं उचित होणार नाही; म्हणून ते इथं देत नाही. अजूनही दु:ख एवढंच वाटतं की, गडकऱ्यांच्या आत्म्याला काय वाटलं असेल!

इंटरला असताना काही थोडा गोंधळ घातला. महाविद्यालयाची मौजमजा चाखली; पण मी लवकर गंभीरपणे अभ्यासाला लागलो. जाता जाता एक गोष्ट सांगावीशी वाटते, की बाळासाहेब खर्डेकर प्राचार्यपदावर नसतानाही तळमजल्यावर त्यांना एक स्वत:चं कार्यालय थाटून दिलं होतं. प्रा. एम. आर. देसाई यांची त्यांच्याकडे ये-जा सुरू झाली होती. महाराष्ट्रातील प्राथमिक शिक्षकांची एक मोठी संघटना बांधण्याचं काम त्यांचं चाललं होतं. बघावं तेव्हा त्यांच्या कार्यालयाबाहेर चपला आणि बूट यांचा मोठा ढीग दिसायचा. खर्डेकरांच्याबद्दल सगळ्यांच्याच मनात एक आदराची भावना असायची. मुख्य इमारतीच्या पाठीमागं सर्व सोईंनी युक्त असं ग्रंथालय होतं. ग्रंथालयाच्या त्या पायऱ्यांवर बसून काही मुलं एक तास संपल्यावर दुसऱ्या तासासाठी मुली दुसऱ्या वर्गात जाऊ लागल्या की, त्यांची टिंगल करीत. टिंगल करण्याची एक खास पद्धत होती आणि ती फक्त कोल्हापुरातच असावी. कोल्हापूरला पापाच्या तिकटीखाली एक मोठा आवार होता, तिथं सकाळी व संध्याकाळी दूध पिळून देण्यासाठी गवळी आपल्या म्हशी घेऊन जायचे. पैलवान तर बादल्याच घेऊन यायचे आणि ते धारोष्ण दूध बादलीनंच प्यायचे. अर्थात, या बादल्या दोन किंवा तीन शेरांच्या असायच्या. काही स्त्रिया शेर-दोन शेर दूध घेण्यासाठी कासंडी घेऊन यायच्या. आणि गवळी म्हशीच्या मागच्या पायात बसून तिच्या कासेवर पाणी घालता घालता अशा बायांच्याकडे बघून पुकारायचे, ''हिय्या अहो, कासंडीवाली बाई, अहो चेंबलेवाली बाई, ही धरली बघा. या लवकर. बुवणी करू.''

मुली दुसऱ्या वर्गात निघाल्या की, मुलं म्हणायची, ''हिय्या अहो कासंडीवाली बाई, ही धरली बघा!'' आणि एखादी छेलकाटी असेल तर तिला म्हणायचे, ''हिय्या अहो चेंबलेवाली बाई, ही धरली बघा.'' मुली बिचाऱ्या गुपचूप खाली मान घालून पसार व्हायच्या. काही अशा हसायच्या की, त्या हसतात का रडतात हेही कळायचं नाही. खर्डेकरांचं कार्यालय जवळ असल्यामुळे मी कधी त्या टारगट मुलांच्यात सामील झालो नाही; कारण खर्डेकरांच्याबद्दल माझ्या मनात फार आदर होता आणि दुसरी भीती

ही होती की, आमच्यातील एक वल्ली पुन्हा प्राचार्यांना भेटून आमचा हा टारगटपणा चालू असताना डॉ. पवार तिथं आले तर करा काय? मुलांचा हा टारगटपणा होता, बराचसा चहाटळपणा होता, काहीसा चावटपणाही होता, यात शंका नाही. पण या वयात हा चहाटळपणा करायचा नाही मग करायचा कधी? कॉलेज जीवन म्हटलं की, ते थोडं स्वच्छंदीपणानं जगायला हवं, याच मताचा मी आहे. महाविद्यालयाच्या आवारात चेहरा गंभीर करून सुतक आल्यासारखं वावरणं हे मला तेवढंसं पसंत नाहीच. असं आनंदी आणि स्वच्छंदी जीवन भावी आयुष्यात पुन्हा वाट्याला येत नसतं. चिंता, काळजी, जबाबदाऱ्या, संसाराचा ताप याचं ओझं एकदा डोक्यावर आलं की, मग मान वर करून बघायला सवडही नसते; म्हणून पहिल्या वर्षी कॉलेज जीवनातील आनंद मी भरभरून लुटला. कॉलेजच्या चार वर्षांची मी विभागणीच केली होती. पहिल्या वर्षी मनमुराद आनंद लुटायचा. इंटरला गंभीरपणे अभ्यासाला लागायचं आणि मग पुन्हा बी.ए. च्या पहिल्या वर्षी भरपूर आनंद लुटायचा. सिनीयर बी.ए. ला मात्र कसूर न करता अभ्यास करून उत्तम रीतीनं पास व्हायचं.

मी आखलेल्या योजनेप्रमाणं इंटरला नेटानं अभ्यासाला लागलो. गजर लावून पहाटे उठू लागलो. रोज काही वेळ तरी तर्कशास्त्र या विषयात डोकं घालायचं. अर्थशास्त्राशी माझा अर्थाअर्थी काही संबंध नसल्यामुळे; आणि तो शिकविणाऱ्या प्राध्यापकांचं अध्यापन डोक्यावरून जाणारं असल्यामुळं त्या विषयाच्या तयारीतही मी बराच वेळ घालवीत असे. मॅट्रिकच्या सहामाहीला सोळा का सतरा गुण मला बीजगणितात पडले होते; त्या वेळी तो विषय शिकविणारे शिक्षक मला म्हणाले होते, ''पाटील, तू आता गाढवासारखा जरी राबलास तरी, या विषयात कधीही पास होणार नाहीस.'' रात्री तासन्तास बादलीतल्या थंड पाण्यात पाय सोडून त्यांचा हा आशीर्वाद मी खोटा पाडला होता. माझ्या सुदैवानं महाविद्यालयामध्ये हा बीजगणिताचा राक्षस मागं लागला नाही; आणि पास होण्याइतकं जे बीजगणित मी मॅट्रिकला केलं होतं ते माझ्या उभ्या आयुष्यात कधीही उपयोगी पडलं नाही. त्याच्याऐवजी अंकगणित असतं तर पैसे देण्या-घेण्याचे निदान व्यवहार तरी करता आले असते. आज मी दुकानात जातो. एखाद्या वस्तूची किंमत विचारतो आणि मी पन्नास किंवा शंभर रु. नोट दिली की, दुकानदार परत देईल तेवढे पैसे खिशात घालतो. मोजत राहिलो की, बेरीज-वजाबाकी हमखास चुकते! कधी दुसरी, तिसरीला केलेली वजाबाकी आणि बेरीज आज नेमकी दगा देते.

इंटरला जोरानं अभ्यासाला लागलो. अर्धमागधी हा विषय दगा देईल म्हणून महालक्ष्मीच्या देवळाजवळ राहणाऱ्या एका शिक्षकांची संध्याकाळची शिकवणी लावली. बाकीचे सगळे विषय मी स्वतःच अभ्यासू लागलो. त्यातही काही शंका आली तर माझे एक वर्गबंधू (गडहिंग्लजचे) श्री. मडलगी यांना भेटत असे. हे

मडलगी कधीच कोणात मिसळत नसत. गरिबीमुळे एक लहानसा पाव आणून खोलीतच भात, पिठलं करीत. जाऊ तेव्हा त्यांचा स्टोव्ह फरफरत असे; आणि ते हातात पुस्तक घेऊन त्यात हरवलेले असत. पुस्तकातील आशयाशी एकरूप होऊनही त्यांचा एक कान स्टोव्हकडेही असायचा. भात खाली लागेल यापेक्षा स्टोव्हमधील रॉकेल अधिक जळेल याची त्यांना अधिक काळजी असायची. या सगळ्याला किती वेळ लागतो याचं गणित त्यांचं पक्कं असायचं. भात होत आला की, थोडी हवा सोडून स्टोव्ह बारीक करायचा. दोन-तीन शितं दाबून बघायची. मग पुस्तक डाव्या हातात धरूनच त्यातला एखादा उतारा तोंडपाठ म्हणायला लागायचा. कुठं अडलाच तर पुन्हा पुस्तक बघायचं. मग ब्रेडच्या काही चकत्या लोणचं लावून खायच्या; आणि काही पाऊण कप दुधात बुडवून खायच्या. तो हुशार तर होताच; पण मेहनतीही होता. शंका विचारायला गेल्यावर तो तिचं निरसन प्राध्यापकांच्यापेक्षा चांगलं करायचा. वर म्हणायचा, ''केव्हाही डिफिकल्टी विचारत चला, ती समजावून देताना आमचं ज्ञान पक्कं होतं.'' या मडलगीचं ज्ञान बरंचसं मी पक्कं केलं. तो उत्तम रीतीनं इंटर तर पास झालाच; पण केवळ भात, पिठलं, ब्रेड खाऊन अर्थशास्त्र या विषयात पदवीधरही झाला, लगेच एम. ए. ही झाला आणि पीएच.डी.ही केली. गुणवत्तेच्या बळावर मुंबईला रिझर्व्ह बँकेत मोठा अधिकारी म्हणून त्याची निवड झाली आणि यथावकाश रिझर्व्ह बँकेतच संचालक पदावरही त्याला बढती मिळाली. या माझ्या महत्त्वाकांक्षी वर्गमित्रानं बडा अधिकारी म्हणून सुखी जीवन न जगता आपल्या संचालकपदाचं त्यागपत्र देऊन, बेळगावकडे कोठेतरी एक मोठा कारखाना काढला. त्यासाठी बँकेचं प्रचंड कर्ज घेतलं. तो कारखाना काही भरभराटीला आला नाही. त्याची उमेद खचली किंवा काय झालं कुणास ठाऊक, तोही हे जग सोडून अकाली गेला. त्याला मुलं किती आहेत, ती काय करतात, घेतलेल्या कर्जाची परतफेड अजून केली किंवा नाही, हे काहीच कळलं नाही. त्याच्या मुलाबाळांचा कसलाच संबंध न आल्यामुळे कसलाच ऋणानुबंध राहिला नाही. कधी मी एकटाच असलो म्हणजे त्याची आठवण येते आणि मन व्याकूळ होतं.

या निमित्तानं आमच्या वेळच्या कॉलेजमधील बऱ्याच वर्गमित्रांची तीव्रतेनं आठवण होते. रणजित देसाई, कविमित्र सूर्यकांत खांडेकर, थोर निसर्गचित्रकार आणि लेखक श्री. दिलीप जामदार, समीक्षक व कथाकार प्रल्हाद वडेर, मध्यमवर्गीयांचे आजचे आवडते कांदबरीकार श्री. बाबा कदम, पुणे महानगरपालिकेतून टॅक्स कलेक्टर म्हणून सेवानिवृत्त झालेले श्री.ल.वि. जाधव, पर्यावरण आणि तत्त्वज्ञानासारख्या गंभीर विषयांवर लेखन करणारे माझे वर्गबंधू प्रा. माधवराव घोरपडे, जर्मनीला सात वर्षं राहून कॅण्टच्या तत्त्वज्ञानाचा अभ्यास करणारे आणि उज्जयनीच्या विद्यापीठात तत्त्वज्ञान विभागाचे प्रमुख म्हणून अनेक वर्षं काम करणारे माझे दुसरे एक वर्गमित्र

डॉ. रायनाडे अशा अनेक मित्रांची आठवण होते. यात श्री. भोई आडनावाचे आणखी एक मित्र होते नरसिंह वाडीजवळच्या 'आलास' या खेड्यातले. श्रीकृष्ण नावाचं कोल्हापुरात बिंदू चौकाजवळ त्यांच्या काकांचं एक हॉटेल होतं. त्या काळात सर्वांत उत्तम मांसाहारी जेवण तिथं मिळायचं. तेही केवढ्याला? एका वेळच्या जेवणाला फक्त सहा आणे पडायचे. चपाती शुद्ध गव्हाची असायची. ताट वाट्यांनी गच्च भरलेलं दिसायचं. एका वाटीत तांबडा रस्सा, दुसरीत पांढरा रस्सा. खास सुकं मटण वेगळं. आत बोनमॅरो असलेल्या दोन स्वतंत्र नळ्या. पुन्हा मागितली तर तिसरी मिळायची सोय. एका बाजूला हरणाचं किंवा सशाचं लोणचं, आणि निम्मं ताट पुलाव्यानं भरलेलं. पुलाव साधा नाही, मटणाच्या गोळ्यांचा. कोल्हापुरी माणूस चांगल्या चार-पाच चपात्या खाऊन हा पुलावा तर संपवायचाच; पण तिथले नोकर आग्रह करून पुन्हा वाढायचे. साजूक तुपातला गोळ्यांचा पुलाव तांबड्या रसाबरोबर हा हाणायचा. मध्ये वाटी वाटी पांढरा रस्सा प्यायचे. किती वाट्या फस्त होत असतील याचा हिशेब ठेवता यायचा नाही. माझे मित्र भोई हे काकांना मदत करण्यासाठी संध्याकाळी सात-साडेसात ते रात्री बारापर्यंत राबायचे. कधी गल्ल्यावर बसायचे आणि नोकर रजेवर गेला असला तर वाढण्याचेही काम करायचे. हे कष्ट केले नसते तर त्यांचं शिक्षणच झालं नसतं. असं काम करून ते पदवीधर झाले आणि एल.एल.बी.ही. यांचं हस्ताक्षर छान होतं. माझी छापून आलेली पहिली कथा त्यांनीच लिहून काढली होती. पुढं यांनी आपलं आडनाव बदलून खैरमोडे असं नवं नाव धारण केलं. शासकीय यंत्रणेत मोठ्या हुद्द्यावर चढले. प्रामाणिकपणा, कष्टाळूपणा, लोकाभिमुखता या गुणांमुळे ते आय.ए.एस. श्रेणीतही गेले आणि अनेक वर्षं महाराष्ट्र राज्य सहकारी हौसिंग फायनान्स लिमिटेड या संस्थेचे प्रमुख प्रशासक म्हणूनही काम पाहिलं.

तर्कशास्त्राचा वर्ग अगदी वरच्या मजल्यावर भरायचा आणि भोवतालच्या गच्चीत रोज अनेक मित्र भेटायचे. 'स्वामी'कार रणजित देसाई हा त्यांपैकी एक. त्याच्या हातात नेहमी एक टपोरं तजेलदार गुलाबाचं फूल असायचं. ते तो फार जपून हातात धरायचा. त्याचं बोलणं, हसणं, वागणं सगळं नाजूक असायचं. बोलण्यात मिश्कीलपणाही होता. काहीतरी कोटी करून फिसकन हसायचा. तेव्हाच त्यानं शरदबाबू संपूर्ण वाचला होता. टॉलस्टायची 'वॉर अॅण्ड पीस' ही प्रचंड मोठी कादंबरी रोज मांड ठोकून वाचत बसायचा. इंग्रजी अफाट वाचलं होतं. तर्कशास्त्र डोक्यात शिरत नाही हे कळल्यावर त्यानं कॉलेजला रामराम ठोकला व ललित साहित्याला वाहून घेतलं.

✧

कावळ्याची गोष्ट

काही काळ भूमिगत होऊन मी आमच्या गावच्या मळ्यात मुक्काम ठोकला. पोलिसांच्या भीतीनं काही काळ गेला. माझा माग काढत पोलीस गावापर्यंत कसे आले नाहीत हे न सुटलेलं कोडंच आहे. एकूण नशीब बलवत्तर असंच म्हणायला हवं. १९४३ च्या मध्याला मी गावी आलो. काही महिने गेले आणि मनस्वी कंटाळा आला. तोच तो मळा, तीच ती माणसं आणि रोज तेच ते बोलणं हे नकोसं वाटू लागलं. निदान वाचनात वेळ घालवावा तर गावात चांगलं वाचनालय नव्हतं. स्वतंत्र बुद्धीनं काही लिहावं तर तेवढा प्रौढही नव्हतो. मैलाच्या दगडागत मळ्यात नुसतं एकाच ठिकाणी बसून वेळ जाईना झाला. एव्हाना १९४४ चं साल उजाडलं होतं. राजकीय आणि युद्धजन्य परिस्थिती बदलत चालली होती. याच वेळी माझ्यापेक्षा मोठ्या भावाला– दादाला एका बँकेत नोकरीही लागली. त्याला करून घालण्यासाठी आई कोल्हापूरला गेली. पूर्वीच्याच चाळीतील दीड खणी जागा मिळाली. माझा राष्ट्रभाषेचा अर्धवट राहिलेला अभ्यास पूर्ण करण्याच्या निमित्तानं १९४४ च्या जूनमध्ये मी पुन्हा कोल्हापूरला येऊन दाखल झालो. करून घालायला आई असल्यामुळे पूर्वी घडणारी रोजची संकष्टी चतुर्थी टळली. दोन्ही वेळेला जेवायला मिळू लागलं. हिंदी भाषेच्या अभ्यासाचं निमित्त करून पुन्हा पूर्वीचे उद्योग सुरू झाले.

रोज सकाळी उठून नगरवाचन मंदिरात जायचं. आमच्या बाँम्ब प्रकरणातले यादव पुन्हा तिथं भेटू लागले. जुन्या मठीवरही जाऊ लागलो. पोलिसांचा ससेमिरा थांबला होता भूमिगत कार्यकर्त्यांचा जोरही थोडा मावळला होता. हिंदुस्थानला मर्यादित स्वातंत्र्य देण्याच्या दृष्टीनं ब्रिटिश सरकारही काहीशा गांभीर्यानं विचार करू लागलं होतं. उच्च पातळीवरून म. गांधी, जवाहरलाल नेहरू, जीना, वल्लभभाई पटेल आदींच्या बरोबर सरकारची बोलणी सुरू झाली. दुसरं महायुद्ध सुरूच होतं. त्यात इंग्लंड चांगलं होरपळून गेलं होतं. जगभर पसरलेल्या आपल्या साम्राज्यातील

जनतेच्या पाठिंब्याविना या महायुद्धात आपल्याला विजय मिळविता येणार नाही, ही गोष्ट इंग्रजांना कळून चुकली होती. भारतीय जनतेचा पाठिंबा मिळवावा म्हणून इंग्रज सरकारनं क्रॉफर्ड योजनेचं आमिष दाखवून पाहिलं; पण भारतीय नेत्यांनी ती योजना फेटाळून लावली. संपूर्ण स्वातंत्र्याची घोषणा यापूर्वीच काँग्रेसनं केली होती; आणि त्यापासून एक पाऊलही मागं हटायला आपले नेते तयार नव्हते. अशातच मुंबई बंदरात नाविकांचं बंड झालं. प्रचंड बॉबस्फोट झाले. सबंध मुंबई शहर हादरून गेलं. तेलवाहू बोटींना आगी लागल्या. प्रचंड टोलेजंग इमारती ढासळल्या. संधिसाधूंनी लुटालूटही केली. जपाननंच बॉम्बहल्ला केला, असं समजून हजारो मुंबईकरांनी मुंबई कायमची सोडली. कोल्हापुरापर्यंत लोक आले. अशी स्थित्यंतरं चालू होती. नेव्हीच उलटल्यावर इंग्रजही हादरले. भारताच्या स्वातंत्र्याच्या दृष्टीनं पुढची पावलं पडू लागली. धरणीकंप होण्यापूर्वी भूमीच्या पोटात खोलवर काही हालचाली व्हाव्यात तशा हालचाली माझ्या मनात सुरू झाल्या. याच वेळी एक घटना घडली–

एक दिवस कोल्हापूरच्या मंगळवार पेठेतून मी घरी येत होतो. १९४४ मधील जूनचा दुसरा किंवा तिसरा आठवडा असावा. वाटेत एक लाकडाची वखार लागली. त्या वखारीच्या बाजूनं एक आवाज कानावर आला– "काय पाटील कसं काय आहे?" मी वळून बघितलं. जरा हादरलोच. लाकडाच्या त्या वखारीजवळ छपराच्या सावलीत एका ओंडक्यावर आमच्या बॉम्ब प्रकरणातील ड्रायव्हर बसला होता. तो पूर्वी आडवा-तिडवा सुटलेला ड्रायव्हर ओळखू येत नव्हता इतका बारीक झाला होता. अंगावरचं मांस झडून फक्त हाडं राहिली होती. त्याच्या चेहऱ्यावरून मी ओळखलं. अर्थात, त्याच्याशी न बोलता पुढं जाणं शक्यच नव्हतं. अचानक झालेल्या भेटीचा आनंद चेहऱ्यावर दाखवत मी त्याच्याजवळ गेलो. त्याचा एक हात कोपरापासून कापलेला दिसला. तो थोटा हात बघून मन कळवळलं. विचारपूस करावी म्हणून सहज विचारलं, "कसं काय चाललंय?" माझ्या डोळ्याला डोळा भिडवत तो म्हणाला, "तुमच्यासारखे चोर लोक भेटल्यावर काय चालणार? बेकार आहे बेकार. ओ साला मान्या टांगा छोडकर भाग गया. अभीतक आया भी नही." त्याचा राग, संताप, वैताग त्याच्या शब्दाशब्दांतून उसळत होता. मी कशीबशी सुटका करून घेतली आणि घरची वाट धरली. मला एकदम तो डोंगरावरचा प्रसंग आठवला– कानाजवळून गोळी गेल्याचा. मनात आलं– हा ड्रायव्हर जगला वाचला तरी; पण मला तळ्यात टाकून गेल्यावर काय झालं असतं? माझा देह कुणी कुणी तोडून खाल्ला असता. बगळ्यांनी माझ्या डोळ्यांवरसुद्धा चोचा मारल्या असत्या.

१९४२ आणि ४३ ही दोन वर्षं वाया गेलीच होती. अशीच आणखी काही वर्षं गेल्यावर मी पुढं काय करणार? शिकलो नाही तर जगणार कसा? मनात

आलं– नको त्यांची धोतरं बडवावी लागतील; नाहीतर आयुष्यभर शेतात खुरपं खेळवत बसावं लागेल. तेवढी जमीनही नव्हती. आम्ही एकूण चार भाऊ. पाटीलकीची इनाम जमीन थोरल्या भावाला गेली असती. उरलेल्या जमिनीत तुकडे पडल्यावर माझ्या वाटणीला कशीबशी दोन एकर जमीन आली असती. त्यावर माझ्या एकट्याचं तरी पोट भरेल? असे महान प्रश्न समोर उभे राहिले. मनात असंही आलं– देशाला लवकर स्वातंत्र्यही मिळेल; पण मला काय मिळणार? शिक्षण नसल्यामुळे नोकरीही मिळायची नाही; पण शिकणार तरी कसा? दोन वर्षांपूर्वीच इंग्रजी शिक्षणावर लाथ मारून बसलो होतो. पुन्हा हायस्कूलमध्ये नाव घालतो आणि शिक्षण घेतो असं सांगणार तरी कुणाला? तंबाखू भिजून झालेलं नुकसान अण्णा अजून भोगत होते. कोणातरी सावकाराचं कर्ज काढून ते शेती करत होते. सर्वांत थोरले बंधू राधानगरीला आनंदात होते; पण कोणाच्या कापल्या करंगळीकडं ते बघणारही नव्हते. त्यांच्याकडे आशेनं बघण्यात काही अर्थ नव्हता. राहता राहिला माझा तिसरा भाऊ– दादाच. तो नुकता बँकेत लागलेला. त्याच्या पगारातून चांगला तांदूळही आम्हांला घेता येत नव्हता. रेशनवर मिळणारा बंदरी, उकड्या तांदळाचा भात आम्ही खात होतो. त्याचा रंगही छान तांबूस होता; पण त्याचा घास मात्र तोंडातच घोळत राहायचा. खाली उतरायचा नाही. अन्न म्हणजे परब्रह्म म्हणतात; पण इतकं बेचव परब्रह्म त्यापूर्वी कधी अनुभवलं नव्हतं. तीच गोष्ट भाकरीची. रेशनवर ज्वारीऐवजी मिलो मिळायचा. त्या मिलोची भाकरीही अशीच बेचव लागायची. लहानपणी रोज बदाम, बेदाणे घातलेला शिरा खाणारा मी– दूध-दुभत्याला तर महाग झालोच; पण साधी ज्वारीची भाकरी आणि बऱ्यापैकी तांदळाचा भातही मिळेनासा झाला. घरची परिस्थिती अशी बिकट झाल्यामुळे शिक्षणाचा विचार मनात येऊनही त्यासाठी लागणारा पैसा मागायचा कुणाकडे हा प्रश्न पडला. कसाबसा घरी आलो. 'चोर' हा शब्द ऐकल्यापासून जेवायची इच्छा राहिलीच नव्हती. केवळ विचार करत बसून राहिलो. वळवाच्या दिवसात आभाळ भरून यावं, घोंऽऽ घोंऽऽ घोंऽऽ असा वारा सुटावा आणि ढग गडगडायला लागावेत तशी स्थिती माझ्या मनाची झाली. बघता बघता एका अंगानं फळी धरून पाऊस सुरू झाला. टपोरे थेंब पडू लागले.

माझ्या मनातल्या तंबाखूचा चाप पुरता भिजला. यातून आता तरायचं कसं? ह्या तुराळीनं जीव धरायचा कसा?

एकाला चार-आठ दिवस गेले. शिक्षणाचं स्वप्न तर रोज मनात फुलत होतं; रोज कोमेजत होतं. एक प्रकारची विचित्र अस्वस्थता मनाला आली. पूर्वी एका धुंदीत वावरत होतो. माने, यादव यांच्या संगतीत तर कैफ चढत होता. देशासाठी त्याग करावा, प्रसंगच आला तर प्राणाची कुर्बानी द्यावी असं वाटत होतं.

मिळमिळीत, अळणी जीवन जगण्यापेक्षा काहीतरी तेजस्वी कृत्य करावं असं वाटत असे. उल्केसारखं क्षणभरच पण तेजानं तळपून जावं ही मनाला आस होती. आता ती जाज्वल्य देशभक्ती, पराकोटीचा त्याग, डोळे दीपवणारा पराक्रम, ज्याच्यासाठी प्राणार्पण करावं असा ध्येयवाद या सगळ्या गोष्टी विसरून गेलो. समाजसेवा, देशसेवाही विसरून गेलो. या चळवळीत उडी घेणाऱ्यांची झालेली वाताहत मला दिसत होती. त्यापूर्वीच १९३८ सालची कोल्हापूर संस्थानातील प्रजा परिषदेची चळवळही मी पाहिली होती. अनेक नेते गजाआड झाले होते; आणि शेकडो लोकांच्या जमिनी जप्त झाल्या होत्या. कैक लोक भिकेला लागले होते. या ४२ च्या चळवळीत तर कार्यकर्त्यांची धडगतच नव्हती. संस्थानच्या राजवटीत जयसिंगपूर, शिरोळ आदी तालुक्यांच्या वा मोठ्या गावांच्या बाजाराच्या दिवशी पांढरी टोपी दिसली रे दिसली की, त्याला कार्यकर्ता समजून पोलीस पकडायचे. खाली पडेपर्यंत बुटाच्या लाथा घालायच्या. दंडुक्यानं ठोकायचे किंवा चामडी पट्ट्याने बेशुद्ध पडेपर्यंत फटके मारायचे. पोलिसांचा वचक आणि दरारा बसावा म्हणून हा अत्याचार मुद्दाम मोठ्या मोठ्या चौकांत करायचा. तुरुंगभरती तर चालूच होती. माझ्या ओळखीचे अनेक कार्यकर्ते गजाआड झाले होते. त्यांच्या नातेवाइकांची स्थिती दयनीय झाली होती. या यमयातना आपल्या वाट्याला येऊ नयेत आणि आपल्यामुळे आपल्या आईलाही तिच्या उतारवयात हे दुःख भोगायला लागू नये असा एक वेगळाच विचार मनात घोळू लागला. बेचाळीसच्या ऑगस्टपासून जवळजवळ पावणे तीन वर्षं मी केव्हाही रात्री अपरात्री घरात येत असे; त्यामुळं आधीच ती काळजीनं पार खचली होती. अनंत काळजीनं घेरली होती. रात्री रात्री जागून काढल्या होत्या. माझ्या मोठ्या बंधूंना माझी फारशी काळजी वाटत नव्हती. निदान मला तरी तसं कधी दिसलं नाही. एखादं जनावर देवाला सोडतात तसा आपला एक भाऊ देशकार्यासाठी सोडलाय अशी त्यांची भावना होती की काय कुणास ठाऊक?आईची काळजी मात्र मला दिसत होती; कारण ती आपल्या मनाबरोबर देहानंही खचली होती. यापुढं तिला काळजी आणि चिंता आपण लावू नये हा एक विचार मनात बळावला; आणि त्या थोट्या ड्रायव्हरच्या रूपानं एक कळून चुकलं की, या जगात कोणी कोणाचं नसतं! संकट कोसळलं की, जवळची वाटणारी माणसं लांब पळतात आणि तोंडही लपवितात; आणि म्हणून आपल्यालाच आपल्या पायांवर उभं राहिलं पाहिजे असा विचार मनात पक्का झाला.

रोज सकाळपासून विचार करू लागलो की, पायांवर उभं राहायचं म्हणजे काय करायचं? शिक्षण तर असं अपुरं... आपल्याला नोकरी-चाकरी तर कोण देणार? घरगडी म्हणून कोणीतरी ठेवून घेतलं असतं; पण मी स्वतःला इतकं कमी लेखत

नव्हतो. लहानपणापासूनचं माझं आयुष्य हे एका स्वप्नासारखं मला दिसत होतं. त्या स्वप्नात परी नव्हत्या; पण अनेक सुंदर गोष्टी होत्या. त्या साकार करायच्या तर शिक्षणाशिवाय पर्याय नव्हता. एव्हाना माझ्या वाचनात म. जोतिराव फुले वगैरेंचं साहित्य आलं होतं. शिक्षणानंच माणसाचं आणि समाजाचं परिवर्तन होऊ शकतं हे कळून चुकलं होतं. शिकायला हवं. आयुर्विम्याला जसा पर्याय नाही तसा शिक्षणालाही पर्याय नाही असं मला आता वाटतं, तसं तेव्हा वाटायचं. ठरलं, शिकायचं. कोणत्याही परिस्थितीत शिक्षण घ्यायचं. प्रश्न एकच होता– शिक्षणाला लाथ मारून बसलो होतो त्याचं काय करायचं? राष्ट्रभाषेच्या शिक्षणाचं निमित्त करून कोल्हापूरला आलो होतो. फार तर आणखी एक-दोन वर्षं त्यावर काढता आली असती; पण पुढं काय? इंग्रजी चौथीपासून आरंभ करायला पाहिजे होता. मॅट्रिक व्हायलाच चार वर्षं लागली असती. त्यापुढं महाविद्यालयात जाऊन पदवीधर व्हायचं तर आणखी चार वर्षे लागणार. माझं स्वप्न तर किमान एम.ए. होण्याचं. प्राध्यापक होऊन नव्या पिढीला घडवावं आणि आपल्याला जे जमलं नाही तो ध्येयवाद त्यांच्यात निर्माण करावा. चैतन्यानं या प्राणज्योती फुलवाव्यात असं वाटू लागलं. त्यासाठी आधी आपण शिकायला हवं हे निश्चित झालं.

मी मार्ग शोधायला लागलो. शिक्षण कसं घ्यायचं? त्यासाठी पैसा कोठून आणायचा? आणि मी पुन्हा इंग्रजी शिकणार हे घरी सांगायचं कसं? हा बिकट प्रश्न मला पडला. जोराची लाथ मारून मोकळा झालो होतो; त्यामुळं पुन्हा मी विद्येची उपासना करणार हे घरी सांगायची थोडी लाजही वाटत होती. नुसती लाजही नाही, त्यात काहीशी पश्चात्तापाचीही भावना होती. काहीशी खंत आणि खेदही होता; सर्वांत मनाला खाणारी गोष्ट म्हणजे पराभवही होता. अशा अनेक छटा त्यात होत्या. काहीसा गोंधळूनही गेलो होतो. मार्ग शोधत होतो. म्हणी बोलायला छान असतात. इंग्रजीत एक म्हण आहे– जिथं इच्छा असते तिथं मार्ग सापडतो; पण मला तरी काही मार्ग सापडत नव्हता. कोणाकडे जाऊन तो दिसेल असंही वाटत नव्हतं. राहून राहून ती जुनी कावळ्याची गोष्ट आठवली– तहानलेला एक कावळा असतो; पण पाणी कुठं दिसत नसतं. एवढ्यात शेतातल्या एका खोपीपुढं सावलीत त्याला एक मातीचा गेळा दिसतो. त्यात पाणी असेल म्हणून आशेनं तो त्या गेळ्यावर येऊन बसतो. चोच बुडवतो. पाणी तळाला गेलेलं असतं. ते चोचीला लागत नसतं. तो विचार करत राहतो, काय करावं बरं आता? पाणी तर प्यायचं आहे, पण चोच तर बुडत नाही; पण कावळा निराश होत नाही. तो खूप खूप विचार करतो. विचार करून युक्ती काढतो. त्याला वाटतं– खडे आणून जर यात टाकले तर पाणी वर येईल. एक एक खडा आणून तो गेळ्यात टाकू लागतो. असे खूप खडे टाकल्यावर पाणी वर येतं. त्याच्या चोचीला लागतं. मग तो पोटभर पाणी

पितो आणि पंख पसरून उडून जातो.

मीही खडे शोधू लागलो. दहा तिथं वीस ठिकाणी चौकशी करू लागलो. माझा हुरूप वाढावा अशी एक बातमी कळली– आत्ताचे शिक्षणतज्ज्ञ प्राचार्य एम. आर. देसाई यांनी त्या वेळी कोल्हापुरात एक नाईट हायस्कूल सुरू केलं होतं. संध्याकाळी सात ते रात्री अकरा अशी त्याची वेळ होती. त्याच रात्री मी त्यांना जाऊन भेटलो. श्री. किणीकर नावाचे एक मुख्याध्यापक होते. ते म्हणाले,''आम्ही विद्यार्थ्यांच्या शोधातच आहोत. इंग्रजी चौथीत फक्त पंधराच विद्यार्थी आहेत. तू दाखला आण आणि नाव घाल.''

दाखला आण! बेचाळीसच्या ऑगस्टला शाळा सोडलेली. किती महिन्यांची फी भर म्हणतात कुणास ठाऊक! धास्ती निर्माण झाली. जीवाचा धडा करून सिटी हायस्कूलच्या मुख्याध्यापकांना भेटलो. त्यांना सत्य कथन केलं. परिस्थितीची पूर्ण कल्पना दिली. ते कुलकर्णी सर अपेक्षेपेक्षा दयाळू भेटले. सगळी फी मला माफ करून त्यांनी दाखला दिला. मी 'आभारी आहे', 'धन्यवाद.' असं काहीच म्हणालो नाही. असं काही म्हणायचं असतं हेच मला त्या वेळी माहीत नव्हतं. त्यांनी दाखला दिला. मी खिशात घातला आणि घरी आलो. अजून माझ्या गेळ्यातलं पाणी वर आलं नव्हतं. नाव घालायचं तर पुन्हा फी भरावी लागणार. फीचे पैसे आणायचे कोठून? एकदम गडहिंग्लजची आठवण झाली– बाजार फुंकण्याची. मंडईत गेलो तर तिथला बाजार कायमच भरलेला असायचा. पायानं माती खालीवर करण्याची सोयच नव्हती. होती ती दुकानं. रात्री बंद. दिवसा उघडी. रविवारी बाजार भरायचा. आजूबाजूच्या खेड्यापाड्यांतून लोक माल घेऊन विकायला यायचे. बाजार फुटल्यावर माझे पाय नाणी शोधू लागले. बरीच माती वरखाली केली. काही नाणी सापडली. ती कपाळाला लावून खिशात ठेवली; पण असे किती रविवार घालवणार? विचारात पडलो.

✧

मी एक भूमिगत

या चळवळीत पडल्यामुळे नाना तऱ्हांची नाना माणसे भेटली. व्यासपीठावर सतरंज्या अंथरण्यापासून तारसुरात ध्वनिक्षेपकासमोर ओ-ओरडून तास तासभर भाषण ठोकणाऱ्या पुढाऱ्यांपर्यंत अनेकांच्या ओळखी झाल्या. पुढाऱ्यांची आज्ञा शिरसावंद्य मानून पडेल ते काम करणाऱ्या आणि प्रसंगी आपल्या जीवाचीही पर्वा न करणाऱ्या निष्ठावंत, प्रामाणिक कार्यकर्त्यांपासून लुच्चे, लबाड आणि संधिसाधू कार्यकर्त्यांपर्यंत अनेकांना मी ओळखू लागलो. कोल्हापुरातील श्रेष्ठी या वकिलांच्या घरी कार्यकर्त्यांचा राबताच होता. अनेक गरीब आणि भूमिगत कार्यकर्ते त्यांच्याकडे गुपचूप जेवायचे. श्रेष्ठी हे लिंगायत असल्यामुळे ताक-दही, दूध-तुपाला तोटा नव्हता. एखादा ब्राम्हण कार्यकर्ताही जेवायला बसल्यावर काही पदार्थ कन्नड भाषेत मागून घ्यायचा. काही निरोप द्यायला किंवा कोणाची गाठभेट घेण्यासाठी मी त्या वाड्यात अधूनमधून जायचो. एकदा-दोनदा मी संवाद ऐकले. पंक्तीत बसलेला कार्यकर्ता हा ब्राम्हण होता. आडनाव कुलकर्णी पण तो वाढप्याला म्हणायचा, "स्वल्पमजगी ता अप्पा.'' कधी म्हणायचा, "स्वल्प मसरू येतएन्री?''

याउलट ताराबाई पार्कातल्या एका सरदाराच्या घरातही वीस-पंचवीस भूमिगत कार्यकर्ते अधूनमधून जेवायला असायचे. तिथं ताक-दही, दूध-तूप याचं नावही नसायचं दानोळीचे जगदाळे म्हणून माझे एक कार्यकर्ते मित्र होते. त्यांच्याबरोबर काही वेळा त्या सरदार घराण्यात जाण्याचा मला योग आला. तिथला सगळा खाक्याच वेगळा. जेवणाचा हॉल बराच मोठा आणि प्रशस्त. श्रेष्ठींच्या घरी पोळी तर इकडं नळी! शिवाय जेवायला बसल्यावर प्रत्येकापुढं ग्लास ठेवलेले असायचे. वरण-भातावर पळीनं तूप वाढत जावं तसं इथं बाटलीनं मद्य टाकत जायचे. अर्थातच, तिथं नळीचा बेत असल्यामुळे मी उपाशी गेलो असलो तरी सांगायचो, "मी जेवून आलोय.'' मद्याची फेरीही एकदाच व्हायची. हे सरदार बरेच पेग रिचवून

आलेले असायचे. सगळ्या कार्यकर्त्यांच्याकडे बघून जड जिभेनं म्हणायचे, ''सावकाश होऊ द्या. आपल्याला घाई स्वातंत्र्याची आहे, जेवणाची नाही.'' माझ्या 'टारफुला' या कादंबरीतला नागू पैलवान मला या पंगतीतच भेटला.

ताराबाई पार्क म्हणजे सरदार, दरकदार, जहागीरदार यांची वस्ती असलेला भाग. एकेकाचे टोलेजंग वाडे. त्या वाड्यांभोवती खूप मोठं आवार. काही आवारात फुलझाडं असायची, काहीत फळझाडं आणि काही आवारात नुसतं गवतच माजलेलं असायचं. ही सर्व तालेवार मंडळी राजनिष्ठ आहेत, असा सरकार-दरबारी समज असल्यामुळे तिथं पोलिसांची कोणावरही नजर नसे. आम्हीही बिनधास्त वावरत असू. काही कार्यकर्ते तर गांधी टोप्या पँटच्या खिशात ठेवायचे; त्यामुळे संशयाला कारणच पडायचं नाही. हे सरदार-दरकदार आतल्या अंगानं भरघोस आर्थिक मदतही करत असत. ती मधल्यामधे लंपास करणारे कार्यकर्तेही भेटले. उडदामाझी काळेगोरे असायचेच.

मधल्या काळात शेती घरी करू लागल्यामुळे आमचं कोल्हापूरचं बिऱ्हाडही मोडलं. माझे दादा मॅट्रिकचा नाद सोडून गावी गेले आणि कोठे कोठे अर्ज करीत राहिले. मी कोल्हापुरातच राहण्यासाठी कारण शोधत होतो. एक दिवस एक चांगलं कारण मला मिळालं. इंग्रजी शिक्षणावर लाथ मारली असं घरी सांगितलं होतं आणि शिक्षणाला रामरामही ठोकला होता; पण एव्हाना मी कार्यकर्ता झाल्यामुळे आपल्या राष्ट्रभाषेवर माझं प्रेम जडलं. कोल्हापुरात हिंदीचे वर्ग जोरानं सुरू झाले होते. हिंदी शिकण्याचं निमित्त करून मी एकटाच कोल्हापूरला राहिलो. काही वशिले लावून लिंगायत बोर्डिंगमधे प्रवेश मिळवला. हे बोर्डिंग कोल्हापुरातील दसरा चौकात शाहूमहाराजांच्या पुतळ्यासमोर होतं. बोर्डिंगची इमारत स्वतंत्र नव्हती. चित्रदुर्ग मठात काही खोल्या होत्या. त्याच या बोर्डिंगसाठी वापरल्या जात. अशा एका खोलीत मी माझा बाडबिस्तारा घेऊन गेलो. एका अटीवर मला इथं राहण्याची परवानगी घरातून मिळाली होती. ती अट अशी– एक वेळच्या खानावळीचे जेवणाचे पैसे मिळतील. त्या वेळी खानावळीचे मासिक दर बारा रुपयांच्या आसपास होते. मी सहा रुपये देऊन दुपारी एक वेळ जेवायला जायचो. संध्याकाळी भूक लागू नये म्हणून दुपारी एक-दीडच्या सुमाराला खानावळ बंद होता होता मी जात असे. दोन्ही वेळचं एकदम खावं म्हणून डबल जेवायचो. एरव्ही तीन चपात्या किंवा दीड भाकरी खाणारा मी; पण पाच-सहा चपात्या आणि चपात्या नसतील तर तीन-चार भाकरी खायचा, शिवाय शेवटचा भात. एवढं सगळं एका वेळी खाल्ल्यावर पाटावरून लवकर उठता यायचं नाही. पोट तडीस लागायचं. कसाबसा बोर्डिंगमधल्या खोलीवर यायचो. खोलीत आलं की बसता यायचं नाही. पाठ टेकून पडायचोच. मग कुठली राष्ट्रभाषा आणि कुठला हिंदीचा वर्ग? भरल्या पोटावरून हात फिरवत

ते सलाम पडण्याची मी वाट बघत पडायचो. दोन-अडीच तासांनंतर ओढ्याचा पूर ओसरावा तसं पोट खाली खाली जायचं. मग हिंदीची जरा आठवण व्हायची. पुन्हा संध्याकाळ व्हायचीच. अंधार पडायचा आणि रात्र होईल तशी भूक वाढायला लागायची. शेवटी भूक मरावी म्हणून तांब्या तांब्या पाणी प्यायचो; पण पाण्यानं भूक काही मरायची नाही. पोट कलिंगडासारखं जड व्हायचं, नुसतं पाण्यानं भरलेलं असायचं. रात्री झोपतानाच दुसऱ्या दिवसाच्या जेवणाचे वेध मला लागायचे. असे दिवस चालले होते.

रामचंद्र माने यांनी त्या ड्रायव्हरला वाऱ्यावर सोडल्यानंतर मी त्या मठीकडं जाणं बंद केलं. त्यात निरगुडकर पाटलांचा जवळून परिचय झाल्यावर आणि त्यांच्या एकापेक्षा एक भानगडी कळू लागल्यावर मी तो फॉरवर्ड ब्लॉक सोडूनच दिला; पण त्या काळात या ना त्या मार्गानं स्वातंत्र्यलढ्यात काम करणारे अनेक कार्यकर्ते आपसूक भेटायचे. कुणी जगदाळे, कुणी गायकवाड, कुणी देसाई असे नवे तरुण भेटले. एक दिवस मी संध्याकाळी खोलीवर गेल्यावर माझा पार्टनर मला म्हणाला, "थोड्या वेळापूर्वीच तुझ्याकडे कुणीतरी येऊन गेलं. फार बारीक चौकशी करीत होते. बहुतेक साध्या वेषातला सी. आय. डी. असावा." हे ऐकून मी जरा चरकलो. बॉम्ब प्रकरण तर कळलं नसेल? मी बुलेटिन्स वाटतो वगैरे गोष्टींचा सुगावा तर लागला नसेल? शिवाय खासबागेतल्या एका प्रचंड सभेत मला भाषण करण्याची एकदा सुरसुरी आली होती. एकापेक्षा एक फर्डे वक्ते असूनही एक छोकरा भाषण करण्याची परवानगी मागतोय म्हणून मला आनंदानं 'बोल' म्हणाले. मी आनंदानं व्यासपीठावर चढलो. समोर बघतोय तर पंधरा-वीस हजारांचा जनसमुदाय! माझ्या विजारीतले पाय लटपटायला लागले. धड बंधू-भगिनींनोही म्हणता येईना; पण कसाबसा धीर गोळा केला आणि महात्मा गांधी, सुभाषचंद्र बोस, भारतमाता वगैरे शब्द बोलून दोन-तीन मिनिटांत घसा फोडून घेतला. एक आठवतं– देशासाठी प्राण दिला पाहिजे हे मी पुन्हा पुन्हा ठासून ठासून सांगत होतो. जोत्यावर डोकं आपटून द्यायचा का गळ्यात धोंडा बांधून विहिरीत पडून प्राण द्यायचा एवढं सांगितलं नव्हतं. फक्त प्राण द्या एवढं म्हणत होतो. ह्या माझ्या दोन-तीन मिनिटांच्या भाषणानं तर काही घोटाळा केला नसेल? कारण, त्या वेळच्या अशा सर्व सभांना सीआयडी पोलिस हजर असत आणि कोण काय बोले याचं टिपण घेत. त्या आधारे बोलणाऱ्यावर राजद्रोहाचे खटलेही भरत.

त्या दिवशी सावधगिरीचा उपाय म्हणून थोड्या वेळातच मी माझा बाडबिस्तारा त्या चित्रदुर्ग मठाच्या गच्चीवर नेऊन टाकला. गच्ची कसली? मठाच्या दोन्ही बाजूंना बांधकाम चालू होतं. वर स्लॅब पडून फक्त काही दिवस लोटले होते. त्या स्लॅबवरच सतरंजी टाकली आणि चार सहकारी कार्यकर्त्यांबरोबर आम्ही तिथंच रात्री

झोपलो. सकाळी उठून मी खोलीवर आलो. माझा पार्टनर घाबऱ्या घाबऱ्या मला म्हणाला, ''काल रात्री बाराच्या सुमाराला पोलिसांनी चित्रदुर्ग मठाला गराडा घातला होता. सगळ्या खोल्यांची दारं ठोठावून आम्हांला उठवलं. ते तुझीच चौकशी करत होते.''

मी घाईनं विचारलं, ''तुम्ही काय सांगितलं?'' तो म्हणाला, ''सबंध दिवसात आमची भेटच नाही. याच खोलीत तू राहतोस हे कळल्यावर खोलीची झडती घेतली. बॅगा उचकटल्या, आमच्या अभ्यासाच्या वह्याही तपासल्या. तू परत आल्यावर पोलिस ठाण्यावर कळवायला सांगितलंय.''

हे ऐकून मी भिऊन गाबागाब झालो. ताबडतोब कोल्हापूर सोडून गावी जायचा निर्णय घेतला. लगेच बाडबिस्तारा बांधला. मिळेल ती गाडी पकडली. गावात जाऊन पोचेपर्यंत माझ्या जीवात जीव नव्हता. कारण हे पोलिस मधेच गाडी अडवून कार्यकर्त्यांचा शोध घेत असत. मी खिडकीच्या तोंडाशी बसून वनश्री बघत न जाता पोलिस दिसतात का, हे बघत चाललो होतो. आमची पब्लिक मोटार गावच्या वेशीत येऊन थांबली आणि माझा जीव भांड्यात पडला. घरी गेलो. पोलिसांची धाड कशी आली होती, हे तपशीलवार घरात सगळ्यांना सांगितलं. ते ऐकून झाल्यावर धाकटेअण्णा म्हणाले, ''आता असं कर, काही दिवस तुझा मुक्काम मळ्यातच ठेव. यदाकदाचित पोलिस आलेच; तर उसाच्या फडात तुला दडता येईल.''

त्यांचा सल्ला ऐकून मी सुरुवातीला काही दिवस मळ्यात मुक्काम ठोकून बसलो. केलेल्या आणि न केलेल्या पराक्रमाच्या रोमहर्षक गोष्टी तिथं सांगत बसायचो. दिवसाची कामं झाली, बैल वगैरे दावणीला बांधले म्हणजे मग गडीमाणसं, नोकरचाकर माझ्याभोवती गोळा व्हायचे. दावणीची जनावरं निवांत कडबा खात राहायची आणि गडीमाणसं माझ्या गोष्टी ऐकत बसून राहायची. थोड्या वेळानं माझे भाऊबंदही गोळा व्हायचे. चुलते, चुलतभाऊ आणि बांधाला बांध लागून असलेले जमिनीचे मालकही. त्यांना स्वातंत्र्यलढ्याचा मागमूसही नसायचा. तो वाराच न लागलेले पुष्कळ लोक असायचे. माझे एक चुलते फार बेरकी होते. त्यांचे नाव अप्पारायाअण्णा. त्यांना वेळ घालवायला एक बरं साधन मिळालं होतं. मी काही गोष्टी सांगून गप्प बसलो, की हळूच ते फुणगी सोडायचे, ''बाळासाब, लई चावड्या जाळल्या न्हाई का?'' त्यांच्या या काडीनं आमची गंज पेटायची. मी म्हणायचो, ''चावड्या? एक का दोन? अण्णा, अहो अण्णा, कुठं आहे तुम्ही? गावोगावच्या चावड्या जाळल्या.'' अण्णा मधेच विचारायचे, ''मग सातबाऱ्याचं उतारंबी जळलं असतील– लोकांचं. मग त्यात इंग्रजांचं काय जळलं रं? आपल्या सायबी टोप्या काय ते चावडीत ठेवत्यात काय?'' या त्यांच्या प्रश्नाला उत्तर देणं जरा अवघडच जायचं; पण थोडं फार वाचन झालं होतं. पुढाऱ्यांची भाषणं ऐकून

काहीसं ज्ञान कानातून मेंदूत शिरलं होतं. त्या आधारे मी त्यांना सांगत असे, "अण्णा, आज लोकांचे कागदपत्रं जळतील, त्याची होळी झालीच पाहिजे; कारण आज आम्हांला सरकारी यंत्रणाच मोडून तोडून फेकून द्यायची आहे."

अण्णा म्हणायचे, "आरं पर, सातबाराचं उतारं जळल्यावर ही आपली जमीन हे लोकांनी कसं सांगायचं?" मी त्वेषानं सांगायचो, "अण्णा, स्वातंत्र्य मिळालं म्हणजे सुराज्य येईल. गावोगावी रामराज्याची स्थापना होईल आणि आज कुणा धनाढ्य माणसाची दीडशे एकर जमीन आहे आणि गरिबाला एक एकरही नाही, ही विषमता आम्हांला नष्ट करायची आहे. ("आम्हाला" हं!) जमिनीचं फेरवाटप होईल. सगळ्यांना समान जमीन मिळेल. हा श्रीमंत तो गरीब हा भेदभाव ठेवायचा नाही." हे ऐकून अण्णांचे डोळे माझ्यावर रोखले जायचे. ते बघायला लागले म्हणजे डोळ्यांत कवड्या बसवल्या आहेत असं वाटायचं. आमचा हा चुलता चार पैसे बाळगून होता. पैसा आला की गेळ्यात टाकायचा आणि फडक्यानं तोंड बंद करायचा. त्या गेळ्याचं तोंड पुन्हा उघडायचं ते पैसे टाकण्यासाठीच, त्यातनं घेण्यासाठी नव्हे. आर्थिक विषमता नष्ट करण्याचा विचार ऐकून बहुतेक त्यांना तो गेळा दिसत असावा. ते विचारायचे, "लोकांच्याकडचे पैसंबी काडून वाटणार का?" दाबून देतो ऐंसाजे अशा थाटात मी वाट्टेल ते सांगायचो! मी म्हणायचो, "पैसेच काय, सगळीच फेररचना. . . एकानं रेशमी कापड आणि दुसऱ्यानं मांजरपाट? चालणार नाही." मग अण्णा हा विषयच बदलायचे. अण्णा म्हणायचे, "या चावड्या जाळण्यात तू सोता हुतास?" मला स्फुरण चढायचं. मी म्हणायचो, "कधी ह्या हातानं रॉकेल ओतलंय, कधी काडी लावलीय आणि अण्णा, अहो अप्पारायाअण्णा, नुसत्या चावड्याच नाहीत रूळ उखडलेत, टेलिफोनच्या तारा तोडल्यात, टपालकचेऱ्यांना आगी लावल्यात, बॉम्ब ठेवले बॉम्ब!"

हे ऐकून अण्णा जरा सावरून बसायचे. हळू आवाजात मला विचारायचे, "हिकडं काय आणल्यात काय? न्हाई म्हंजे पोलिसबिलीस आलं तर टाकायचा इचार हाय काय?" मी म्हणायचो, "अण्णा, या गोष्टी सांगायच्या नसतात. कुठं बोलायच्या नसतात."

अण्णा मान हालवून कौतुकानं म्हणायचे, "काही म्हणा, बाबाजी पाटलाच्या पोटी सुपुत्र जन्माला आला बरं का. काय पराक्रम! चावड्या जाळल्या, टेलिफोनच्या तारा तोडल्या, रूळ उखडलं, टपाल कचेऱ्या लुटल्या, त्यांना आगी लावल्या. एक इचारू का? एकांदी बाई बाळंत होऊन मुलगा न्हाईतर मुलगी झालेली टपालानं कळवलं असलं तर तेबी जाळलं असंल? आणि मनीऑर्डरीचं काय केलं रं? का तुमीच खाल्ल्या?" मी त्यांना म्हणायचो, "अण्णा, या कार्याला पैसा नको का? शेकडो, हजारो कार्यकर्त्यांचे प्रपंच चालवावे लागतात. शिवाय बंदुका वगैरे काय

फुकट मिळतात काय?''

आम्ही विहिरीच्या धावेवर बसून अशा गप्पा मारत असू. एक दिवस माझ्या तोंडून हा सगळा पराक्रम ऐकून अण्णा बसलेल्यांच्याकडं बघत म्हणाले, ''कल्लू, ए चंदर, ए सोपाना, ऐकलं का? आपला बाळासाब कसा पराक्रमी निपजला. हाय का अशी तुमची कुणाची पावर? तोडता का तारा?'' कुणीतरी म्हणालं, ''आपुन काय तोडतोय? ईज खेळत असती अण्णा त्यात. ते काय कापाड कापायचं हाय काय? कात्री लावायला गेलो, की आमीच चिकटून बसू.''

''चावडी तर जाळता का?''

चंदर म्हणाला, ''चावडीतनं बलावणं आलं, की आधी आम्ही तांब्या घेऊन पळतो. मग आमी चावडी काय जाळणार?''

''मग आपण बाळासाबाला मानलं पायजे का नाय. एवढ्या वयात केवडा पराक्रम!'' चंदर तर म्हणाला, ''अण्णा, शिवाजीच्या काळात हे जन्माला आलं असतं तर शिवाजीमहाराजांना वाघनख्या घालाव्याच लागल्या नसत्या. हळूच अफजूल खानाच्या पुढं गेलं असतं आणि 'बगू सदरा रेशमी दिसतूय' असं म्हणून नख्या खुपसल्या असत्या. इंग्रजांबरोबर लढायचं म्हणजे काय साधा पराक्रम?''

यावर अण्णांनी मला विचारलं, ''बाळासाब, एक इचारू का? एवडा पराक्रमी हाईस तर मळ्यात असा दडून का बसलाईस?'' मी म्हणालो, ''ही आमची राजकीय पॉलिसी आहे. सध्या मी भूमिगत आहे.'' असं सांगून मी कशीबशी सुटका करून घेतली. माझ्या 'पाऊलवाटा' या पुस्तकातील चुलते ते हेच. 'स्वातंत्र्य मिळाल्यावर जर सोन्याचा धूर निघणार असेल; तर घराची शेकरणी यंदा न करता एकदम सोन्याचं पत्रं घालू की घरावर.' असं म्हणणारे ते हेच.

असा काही काळ मी भूमिगत झालो.

✧

करायला गेलो एक...

मॅट्रिकच्या आगंमागं माझ्या आयुष्यात आणखी एक घटना घडली. मी इंग्रजी सहावीत असतानाच हा प्रसंग घडला असावा. मिस क्लार्क होस्टेलचे माझे सर– श्री. बापूसाहेब कांबळे– हे बॅरिस्टर होण्यासाठी इंग्लंडला जाण्याच्या तयारीत आहेत असं कळलं. मला मोठा आनंद वाटला आणि एका गोष्टीचा अचंबाही! अचंबा यासाठी, की जवळ चार दिडक्या नसताना; आणि घरी अठराविश्व दारिद्र्य असताना हे इंग्लंडला जाणार कसे? परदेशी जायचं म्हणजे पैसा का थोडा लागणार? त्यासाठी यांनी काय सोय केली असेल याची मला कल्पनाच करवत नव्हती; पण ते इंग्लंडला निघालेत हे कळल्यावर मी आनंदानं त्यांना भेटायला गेलो. मला बघितल्यावर तेच मला म्हणाले, "बरं झालं भेटलात. दोन महिन्यांत मी इंग्लंडला जाणार आहे. बाकीची सगळी तयारी केली आहे, आता फक्त पैसे जमवायचे आहेत."

मी विचारलं, "एवढं पैसे कसे जमवणार?"

ते म्हणाले, "गावोगावच्या महारवाड्यात सभा घेणं चालू आहे. आमचे गरीब, दलित लोक पोट मारूनही जमेल तेवढे पैसे देतात. गावात श्रीमंत लोक पुष्कळ असतात; पण त्यांच्या कनवटीचा पैसा सुटत नाही. उलट म्हणतात, 'ह्या हरिजनाला पैसे देऊन आपला काय फायदा?' हा अनुभव आल्यावर मी फक्त महारवाड्यातच सभा घेऊ लागलो. तीन-चार कार्यकर्ते बरोबर असतात. तुमच्या गावी अजून सभा व्हायची आहे. तुम्ही आलं पाहिजे आणि बोललंही पाहिजे."

'बोललंही पाहिजे' हे ऐकून माझी शेपटी ताठ झाली. 'चले जाव' चळवळीपासून माझ्यात बोलण्याची हौस निर्माण झालीच होती. पाटणकर हायस्कूलमधे तर वादविवाद सभेत जोरदार भाषणं ठोकत होतो. आता 'फ्रेंच राज्यक्रांती'पासून ते इंग्लंडच्या 'ॲटली'पर्यंत कोणत्याही विषयांवर भाषणं करत होतो. बापूसाहेब

कांबळे इंग्लंडला निघाले आहेत, त्यांना मदत करणं हे आपलं कसं कर्तव्य आहे, यासंबंधीची वाक्यंच माझ्या मनात घोळू लागली. त्यांतली अजून आठवतात– दगडाच्या देवापुढं पैसे टाकता आणि माणसातला देव तुम्हांला दिसत नाही? न पावणाऱ्या देवाला नमस्कार करता, त्याच्यापुढं कोंबडी कापता, बोकड मारता, वशाट खाता, शे-दीडशे रुपये खर्च करता. देव काय तुम्हांला कुणाचा जीव घ्या म्हणतो? ज्यांना घरची एक पै मिळत नाही असे कांबळेसर इंग्लंडला चालले आहेत. तुम्ही सढळ हातांनी त्यांच्या शिक्षणासाठी मदत करायला पाहिजे. पैसे नसतील तर एखादा दागिना द्या. नाहीतर अंगावर घालून घालून तो झिजणारच. त्यापेक्षा त्याचा उपयोग शिक्षणासाठी होऊ द्या–

मी माझ्या कल्पनासृष्टीत रमून गेलो. माझ्याकडे बघून कांबळेसर म्हणाले, ''काय कसला विचार करताय? माझ्याबरोबर यायला घाबरता काय?'' मी म्हटलं, ''घाबरलो नाही, भाषण काय करायचं याचा विचार करीत होतो.'' ते म्हणाले, ''ती काळजी तुम्ही करू नका. मी तासभर सभेला खिळवून ठेवतो. तुम्ही फक्त माझा परिचय करून द्या. तोही थोडक्यात. त्यांच्या काळजाला कसा हात घालायचा, ते मला चांगलं कळतं. आमचे काही कार्यकर्ते तर उगीच चऱ्हाट लावतात; आणि लोक झोपायला लागले, की मला बोलायची पाळी येते.'' माझ्या मनात अनेकांगांनी गोळा होणारी वाक्यं जिथल्या तिथं थबकली. माझा थोडा हिरमोडच झाला. मग कोणत्या दिवशी जायचं, कसं जायचं वगैरे तपशील ठरवले.

ठरल्याप्रमाणे आम्ही एके संध्याकाळी, एका टॅक्सीनं आमच्या गावच्या दलित वस्तीत गेलो. टॅक्सीचं भाडं गावाकडूनच घ्यायचं होतं. येणार असल्याची पूर्वसूचना दिली असल्यामुळे महारवाड्यातल्या एका तक्क्यात पस्तीस चाळीस लोक आमची वाट बघतच बसले होते. टॅक्सीतून उतरल्या उतरल्या दोघा-तिघांनी कांबळेसरांना पांढऱ्या चाफ्याच्या फुलांचा हार घातला. मग आम्ही तक्क्यातल्या बैठकीवर जाऊन बसलो. मला बघून त्यांतल्या काही मंडळींना फार आश्चर्य वाटलं. एक जण तर म्हणाला, ''वा वा वा! आज कुणीकडे काय दिवस उगवला? तुमचं पाय आमच्या तक्याला लागलं!''

मी म्हणालो, ''कांबळेसर हे माझे शिक्षक आहेत. त्यांच्यामुळे एका वर्षात मी दोन इयत्ता केल्या. मग त्यांच्या प्रचाराला जायला नको?''

मुंडी हालवत तो वृद्ध म्हणाला, ''पर तुमच्या घरात हे कळलं, तर थोरल्या भावांना खपंल का?''

मला हा प्रश्न नीट कळलाच नाही. मी म्हणालो, '' यात न खपायला काय झालं? मी काय ह्यात कोणतं पाप केलं, का कोणतं वाईट कर्म केलं? '' माझ्या या बोलण्यानं त्याच्या डोळ्यांत आनंदाची झाक दिसली. त्यानंतर आमचं बोलणं

थांबलं आणि सभेबद्दल विचारपूस सुरू झाली. बापूसाहेबांनी विचारलं, "किती वाजता सभा सुरू करता येईल?" एक जण म्हणाला, "कामाधामाचं लोक, रोजगारावरनं येनार, काय शिळंपाकं तुकडं खानार म्हंजेऽऽऽ रातचं आठला सभा सुरू करता येईल"

"गॅसबत्तीची काय व्यवस्था?"

"दोन हातबत्त्या सांगितल्यात. त्याल घालूनच दे म्हनलंय. बहुतेक पैसे मागायचा न्हाई; आणि मागितलंच तर देतो. . . देतो. . . देतो म्हनायचं. देतंय कोन आनि घेतंय कोन."

"पण बत्त्या येणार ना?"

"येनार हे निच्चळ" बापूसाहेबांची एक काळजी दूर झाली. आधी त्यांचा वर्ण ठार काळा, त्यात सभा अंधारात. गॅसबत्ती नसली तर आपण दिसणार कसे, हा प्रश्न त्यांच्यापुढं पडलाच असणार. बत्त्या नक्की येणार हे कळल्यावर तिथल्या कंदिलाच्या उजेडातही त्यांच्या चेहऱ्यावर मला गॅसबत्तीचा प्रकाश पडल्यासारखा दिसला. त्यांनी पुढील चौकशी सुरू केली– प्रचार चांगला केला का नाही; दरडोई किती वर्गणी काढायची ठरवली, वगैरे प्रश्न विचारून त्यांनी सगळा तक्क्या आपल्या ताब्यात घेतला. मिळालेल्या माहितीच्या आधारे बापूसाहेब म्हणाले, "दरडोई पाच रुपयांनी काय होणार आहे? इंग्लंडला जायचं तर जायलाच दहा हजार खर्च येणार. पाच आणि तीन रुपये दिल्यावर मला परत येता येईल का? दरडोई दहा रुपये तरी मिळायला पाहिजेत. एक दोन महिने मांस खायचं सोडून द्या." बापूसाहेबांनी तिथल्या पुढाऱ्यांच्या मनाची तयारी सुरू केली. मग एकदम घड्याळात बघून म्हणाले, "आठ वाजायला आले. अजून बत्त्या नाहीत, सभेचा ठावठिकाणा नाही, सभा तर होणार आहे का?" तक्क्या कुजबुजू लागला. मग लहान लहान घोळक्यांनी लोक बाहेर पडू लागले. शेवटी तक्क्यात आम्हीच राहिलो. मघाशी तक्क्या कुजबुजत होता, आता आम्ही कुजबुजू लागलो.

रात्रीचे आठ वाजून गेल्यावर एक घोळका आणि दोन गॅसबत्त्या आल्या. सव्वाआठला दुसरा एक मोठा घोळका आला. त्यांतला एक जण म्हणाला, "चला सभेला." आम्ही निघालो. सभा एका पारावर होती. पारावरच बसलो. आमच्यासमोर एक टेबल ठेवलं. समोर फारसे श्रोते नव्हतेच. बापूसाहेबांची नाराजी बघून कार्यकर्त्यांनी लोकांना घराघरांतून उठवून आणलं. येऊन बसल्यावरही काही लोक आळस देत होते. या सगळ्यांचा आळस जावा म्हणून की काय एका कार्यकर्त्यानं टेबलाजवळ येऊन मोठ्या आवाजात घोषणा दिली, "डॉ. बाबासाहेब आंबेडकर कीऽऽऽ"

श्रोत्यांतून 'जय' असे काही आवाज आले. ही घोषणा तीनदा झाल्यावर सगळ्यांची झोप उडाली. डॉ. आंबेडकरांनी हरिजनांचं कोटकल्याण केलं; पण

एखाद्या सभेतसुद्धा त्यांचा असा उपयोग होईल हे मला प्रथमच कळलं. दोन्ही गुडघ्यांना मिठी घालून सभेला आलेले लोक आमच्याकडे बघतच बसले. मग एका हरिजन गुरुजींनी प्रास्ताविक केलं. त्यानंतर कांबळेसरांचा परिचय करून द्यायला मी उभा राहिलो. ते कुशल शिक्षक कसे आहेत, डॉ. आंबेडकरांचे ते अभिमानी आहेत. आपल्या जातबांधवांबद्दल त्यांना कसं अतीव प्रेम आहे, हे सांगत राहिलो. कुठं थांबावं याचं भानच राहिलं नाही. शेवटी सरांनी माझा मागून शर्ट ओढला; कारण एव्हाना श्रोते पुन्हा जांभई देऊ लागले होते. मग मी माझं भाषण कसंबसं गुंडाळलं. पारावरच्या दगडावर बसलो. सरांच्याकडे बघितलंच नाही. मला त्यांचा हात अजून माझा शर्ट ओढतोय असं वाटत होतं.

कांबळेसर चांगले वक्ते होते. त्यांनी भाषणाला सुरुवात केली. काही ठेवणीतली वाक्यं बोलून ते श्रोत्यांना गुंग करू लागले– माझ्या झोळीत तुम्ही पसाभर टाकलं तर मी बॅरिस्टर होऊन परत आल्यावर तुम्हांला कोणापुढं हात पसरावा लागणार नाही, एक की लकडी; दस का बोजा, अशी ठेवणीतली वाक्यं ते काढू लागले. श्रीमंतांच्या कनवटीचा पैसा सुटत नाही; पण माझे गरीब बांधव हे मनानं कसे श्रीमंत आहेत, हे तुम्ही आता कृतीनं दाखवून द्यायचं आहे. माझ्या वाडग्यात सढळ हातानं पैसे टाका. यातली एक पै खर्च करतानासुद्धा इंग्लंडमधे मला तुमची जाणीव झाली पाहिजे. तुमचं ऋण मी फेडल्याशिवाय राहणार नाही. समाज माऊलीनं मनात आणल्यावर काय होणार नाही?– अशा तऱ्हेनं त्यांनी श्रोत्यांच्या भावनेला हेलावल्यावर दोन-तीन कार्यकर्ते हातात थाळी घेऊन फिरू लागले. दोन-अडीच हजार रुपये जमले. कांबळेसरांनी रात्रीचा मुक्काम तक्क्यातच केला. मी त्यांना सकाळी माझ्याकडे चहाचं निमंत्रण देऊन घरी झोपायला आलो. यात मी काही सुरुंग पेरून ठेवलाय याची मला कल्पनाच नव्हती.

सकाळी लवकर उठल्यावर माझ्याकडे काही मंडळी चहाला येणार आहेत, हे मी वहिनींना सांगितलं. त्यात माझे इंग्रजी शिकवणारे शिक्षकही आहेत, असं मुद्दाम बोललो. इंग्रजी शिकवणारे शिक्षक म्हटल्यावर वहिनींनी विचारलं, ‘‘मग नुस्ता चहाच द्यायचा, का काय खायला करायचं?’’

मी म्हटलं, ‘‘दोन अडीच तासांत म्हणजे नऊला ते येतील. एवढ्या वेळात काय करणारं?’’ अंदाज घेण्यासाठी वहिनींनी चौकशी केली, ‘‘किती जण येतील?’’ मी म्हटलं, ‘‘सहा-सात जण येतील.’’ यावर त्या म्हणाल्या, ‘‘घरात बेसनाचे लाडू आहेतच. थोडा चिवडा करते. लाडू-चिवडा देऊन चहा दिला म्हणजे झालं.’’

असा बेत ठरला. बघता बघता चिवडा तयार झाला, मीही स्नान वगैरे करून कपडे घालून वाट बघत बसलो. आमचे धाकटे अण्णा त्या वेळी नोकरी करत नव्हते. शेती अजून घरातच होती. काही तातडीच्या कामासाठी ते लवकरच

मळ्यावर गेले. मी कांबळेसरांची आणि त्यांच्याबरोबर आलेल्या तीन-चार कार्यकर्त्यांची वाट पाहत बसलो. नऊ वाजले तरी ते अजून आले नाहीत; म्हणून थोडा अस्वस्थही झालो. सोप्यात येरझारा घालू लागलो. एवढ्यात सव्वानऊच्या सुमाराला दारात टॅक्सी येऊन उभी राहिली. टॅक्सीतली मंडळी उतरून घरात आली. तोवर कुसवाबाहेरच्या वस्तीतल्या लोकांचा आणखी एक घोळका पायी चालत घरी आला. एकूण येणाऱ्या पाहुण्यांची संख्या बरीच झाली. सहा-सात लोक येतील असा अंदाज होता, प्रत्यक्षात अकरा लोक आले. कांबळेसरांनी माझ्यावतीनं काहींना हक्कानं बोलवलेलं दिसलं. मी आत जाऊन वहिनींना म्हटलं, "मी धरून बारा जणं आहोत. एवढे लाडू आहेत का?" त्या म्हणाल्या, "नसायला काय झालं, कालच केल्यात." मी निश्चिंत मनानं बाहेर आलो. आमच्या दारात उभ्या असलेल्या टॅक्सीभोवती पंधरा-वीस पोरं गोळा झाली होती. काही म्हाताऱ्या स्त्रिया आपल्या दाढवाणाला पदर लावून टॅक्सीकडे बघत उभ्या होत्या. काही वृद्ध लोक काठी टेकत टेकत अंगणात येऊन उभे राहिले होते. मान हालवत एकदा आमच्या सोप्याकडे बघायचे आणि एकदा टॅक्सीकडे बघायचे.

मधल्या दाराच्या चौकटीतून मला वहिनींचे शब्द ऐकू आले, "पाण्याचा तांब्या आणि फराळाच्या बशा घेऊन जावा." मी एका वेळी दोन दोन बशा आणून हातात दिल्या; आणि सगळ्यात शेवटी पाण्याचा मोठा तांब्या आणून आणि काही पेले मध्यभागी आणून ठेवले. एवढ्यात एक म्हातारा दारात येऊन म्हणाला, "लक्ष्या, हितं रं कसा? पायरी वलांडून आत कसा गेलास?" मी घाईनं पुढं होऊन त्या म्हाताऱ्याला म्हणालो, "माळीबाबा, आज आमच्याकडे बडे पुढारी आले आहेत. राजकीय खलबत चाललंय. सगळ्या जाती-धर्मातले लोक बोलावले आहेत. तुम्ही आपलं गप निघून जा."

"अशी भालगाड हाय व्हय?" असं म्हणत एका हातानं काठी टेकत आणि दुसऱ्या हातानं चष्म्याचा दोरा कानाभोवती गुंडाळत खाली बघत तो निघून गेला. ड्रायव्हरची पोरांशी हुज्जत चालूच होती. धुळीनं माखलेल्या गाडीवर पोरं बोटांनी आपली नावं लिहीत होती. कोणी डिकीवर चढत होती, तर कोणी बॉनेटवर चढून बसली होती. ड्रायव्हर खेकसत होता, "उतरा खाली."

आमचं चहापाणी झालं. मंडळी निघून गेली. दुपारी बाराच्या सुमारास धाकटे अण्णा मळ्यातून घरी आले. आमच्या या चहापाण्याची वार्ता मळ्यापर्यंत गेली होती. त्यांच्या रागाचा पारा एकदम वर चढला होता. त्याच टॅक्सीनं परत न जाता एक-दोन दिवस घरीच राहावं; म्हणून मी घरीच थांबलो होतो. आल्या आल्या अण्णांनी आमची तासंपट्टी सुरू केली, "तुला काय अक्कलबिक्कल आहे का? गावातल्या हरिजनांना बोलावून तू त्यांना चहा पाजलास?" त्यांनी वहिनींवरही तोंड

सोडलं. ते म्हणाले, ''तुला तरी काय अक्कल?'' त्या म्हणाल्या, ''मला काय माहीत ते हरिजन हाईत ते; न्हाईतर बाहेर बसवून नारळाच्या करंवटीतनं चहा दिला असता. भाऊजी म्हणालं, माझं शिक्षक येणार हाईत. मला काय माहीत ते अशान असं हाईत.''

''वारे भाऊजी, भाऊजी का उंदीर खाऊजी? तो सांगणार आणि तू ऐकणार? कपबशा तर घरच्याच होत्या, का कुणाच्या मागून आणल्या होत्या? उद्या हे गावाला कळलं तर ते आपल्याला वाळीत टाकतील. न्हावी केस कापायला येणार नाही. मोटवान मोडलं तर सुतार फिरकणार नाही. काय उद्योग करून ठेवला ह्यो? माझ्या डोळ्यांदेखत फोडा त्या आधी कपबशा.'' काही आमच्या काकूकडून आणलेल्या कपबशा वहिनींनी चोरून ठेवल्या होत्या. बाकीच्यांचा चुराडा झाला.

ही गोष्ट घडली ती १९४४ ते ४५च्या सुमारास आणि १९०२ साली शाहूमहाराजांनी कायद्यानं अस्पृश्यता नष्ट केली होती; पण लोकांच्या मनात मात्र ती अशी अजून बळकट होती. मी मुक्काम न वाढवता त्याच दिवशी कोल्हापुरात परत आलो. करायला गेलो एक आणि झालं भलतंच.

✧

आंधळा मागतो एक डोळा...

राष्ट्रभाषेचे वर्ग चुकवून मी मिस क्लार्क हॉस्टेलमध्ये रोज दुपारी जाऊ लागलो. विद्यार्जनाची तीव्र इच्छा असल्यामुळे मी नकळत कांबळेसरांच्या पोटात शिरलो. केव्हा शिरलो हे त्यांना कळलंही नाही. आमचं गुरू-शिष्य हे नातं जाऊन ते माझे ज्येष्ठ स्नेही झाले. दंतमंजनाऐवजी साबणानं दात का घासू नयेत, अशा माझ्या अनेक शंका असायच्या. माझा हा शंकाखोर स्वभाव त्यांना फार आवडला. ते मराठी घेऊन एम. ए. करत असले, तरी अनेक विषयांत त्यांना गती होती. ते मराठी तर चांगले शिकवायचेच; पण त्यांचं इंग्रजीही चांगलं होतं आणि मुख्य म्हणजे या भाषा विषयांत गोडी असूनही बीजगणितदेखील छान शिकवायचे. हे बीजगणित म्हणजेच इंग्रजीतला अल्जिब्रा म्हणजे मला झेब्र्यासारखा दिसायचा. झेब्रा जसा एक विचित्र प्राणी तसा हा एक विचित्र विषय. त्या विषयाच्या वाटेला जावंसंच वाटायचं नाही. मुळात गणित अप्रिय, त्यात हा झेब्रा तर आणखी अप्रिय! पण या विषयातही कांबळेसरांनी मला गोडी लावली. एक रूक्ष विषय मला सुलभ वाटू लागला. या कांबळेसरांच्याबद्दल आणि ज्या हॉस्टेलचे ते रेक्टर होते; त्याबद्दलही थोडं सांगावंसं वाटतं.

ज्या हॉस्टेलमध्ये मी रोज दुपारी जात होतो ते गोरगरीब अशा दलितांचं होतं. मिस क्लार्क ही मुंबई प्रांताच्या एका गव्हर्नरची मुलगी होती. 'श्री छत्रपती शाहू महाराजांनी खेड्यापाड्यांतील मुलांना कोल्हापुरात येऊन उच्च शिक्षण घेता यावं; म्हणून समाजातील वेगवेगळ्या जाती-धर्मांच्या प्रतिष्ठित लोकांना आवाहन करून अनेक बोर्डिंग्ज स्थापन केली होती. ती कायम चालावीत म्हणून त्यांना आर्थिक मदतही केली होती. काहींना जमिनी देऊन त्यांच्या उत्पन्नाची सोय केली होती. दलित वर्गासाठीसुद्धा एक बोर्डिंग असावं, असं त्यांना वाटून त्या वर्गातील काही पुढाऱ्यांना त्यांनी हाताशी धरलं. त्यांना उत्तेजन दिलं; पण दलित वर्गात देणग्या

देणारे कोण भेटणार? सगळेच कंगाल. महाराज तरी किती मदत करणार? मग त्यांना एक युक्ती सुचली. त्या वेळच्या गर्व्हनरची कन्या गोरगरिबांच्या कल्याणासाठी झटणारी होती. सेवाभावी वृत्तीनं काही काम करीत होती. तिला नृत्याची हौस होती. ती कला तिला चांगली अवगत होती. दलितांच्या या बोर्डिंगसाठी तिचा एक नृत्याचा कार्यक्रम ठेवून निधी उभारावा, अशी कल्पना महाराजांच्या मनात आली. या भल्या कामासाठी त्यांनी तिला शब्द टाकला. तिनं आनंदानं होकार दिला. तिच्या नृत्याच्या कार्यक्रमातून बऱ्यापैकी निधी जमा झाला. त्यातूनच हे हॉस्टेल उभारलं.

पुढं खासदार झालेले श्री. कृष्णाजी लक्ष्मण मोरे इथं राहून शिकले. या हॉस्टेलमधे राहूनच आमचे हे बी. डी. कांबळे बॅरिस्टर व्हायला इंग्लंडला गेले. ज्या निधीतून हे हॉस्टेल उभारलं तो निधी जिच्यामुळं मिळाला, तिची स्मृती म्हणून तिचंच नाव दिलं गेलं.

इथं गरिबीचं फार जवळून दर्शन मला झालं. कॉलेजला जाणाऱ्या मुलांच्या अंगावर धड कपडे नसायचे. जे असायचे तेही फाटके असायचे. धुवायला पाणी असायचं; पण साबण नसायचा. वेळेवर केस कापायला पैसे नसल्यामुळे ते नेहमी कानांवर आलेले असायचे. तेलाअभावी ते सदैव कोरडे दिसायचे. मेसमधे भाकरी आणि आमटीशिवाय दुसरा पदार्थ नसायचा. त्यात महिनाअखेर आली म्हणजे चूलही पेटायची नाही. दोनदोन-तीनतीन दिवस मुलं उपाशी राहायची. तांब्या तांब्या पाणी पिऊन कॉलेजला जायची. बोर्डिंग चालवणाऱ्या पदाधिकाऱ्यांची धावपळ सुरू व्हायची. आमचे हे कांबळेसरही दहा ठिकाणी जाऊन कोठून तरी पैसे घेऊन यायचे. मग ज्वारी, डाळ, तिखट, मीठ, लसूण, मेसमधे यायचं. धान्य आलं तरी चुलीत घालायला लाकडं नसायची. मग दहा वखारी फिरायच्या. उधारीवर लाकडं आणायची. अशी मेसमधली चूल एकदा पेटली, की विद्यार्थी अभ्यास सोडून मेसच्या खिडकीजवळ यायचे आणि भाकरी केव्हा बडवल्या जातात याची वाट पाहायचे. तिथल्या त्या चुलीपेक्षा त्यांची भूकच अधिक वखवखलेली आणि पेटलेली असायची. त्यांच्या आतड्याला पडलेला हा पीळ मी अनेक वेळा बघितला.

हॉस्टेलपुढं एक बाग होती. हिरव्या चाफ्याचं एक झाड होतं. त्याखाली एक मोठं आळं केलं होतं. पांढऱ्या चुन्यानं रंगवलेल्या विटांत 'जय भीम' अशी ठळक अक्षरं दिसायची. जय भीम म्हणजे जय आंबेडकर, त्यातही मला त्या आतड्यातला पीळ दिसायचा. आपल्या दलितांच्या कल्याणासाठी झटणारा हा एकमेव माणूस आहे असं अभिमानानं सांगणारं ते जणू एक निशाणच होतं. त्या अक्षरांकडे बघितलं आणि ते नाव वाचलं, की मला ते निशाण डौलानं फडफडताना दिसायचं.

आमचे हे कांबळेसर डॉ. आंबेडकरांचे नुसते अभिमानीच नव्हते, तर ते त्यांचे भक्तच होते. शिडात वारा भरावा तसं 'आंबेडकर'या नुसत्या नावानं ते भारावून

जायचे. त्यांच्याबद्दल तासन्तास बोलायचे. त्यांच्या वाणीत जोशही होता. त्यांच्यासारखं आपण इंग्लंडला जाऊन बॅरिस्टर व्हावं असं त्यांचं स्वप्न होतं. ते दिवसा कॉलेज करायचे, रात्री नाईट हायस्कूलमध्ये शिकवायचे आणि बाकीच्या वेळात हे हॉस्टेल चालवायचे. मुलं अभ्यास करतात की नाही, मेसमधे आज ज्वारी आहे की नाही, असली तर दळणाची पाळी कुणाची, अशा एक ना शंभर कटकटी चालू असायच्या. मी त्यांच्याशी स्नेह वाढवला आणि खादाड माणसानं हादडावं तसं त्यांच्याकडून ज्ञान घेऊ लागलो; पण मी फुकट शिकत होतो ही चुटपुट मनाला लागली होती. त्यातून मी एक मार्ग काढला. शिकवणीला येणारे माझ्यासारखे चार विद्यार्थी तयार केले. त्यांना दिवसा नोकरी करता यावी म्हणून सकाळी शिकवणी ठेवली. त्या चारही विद्यार्थ्यांची फी मीच गोळा करायचो आणि कांबळेसरांना गुपचूप द्यायचो. त्या दिवशी मला ते रात्री परत घरी जाताना मसाले पान खायला द्यायचे. त्या विड्याला बाळंतविडा म्हणायचे. तो त्रिकोणी आकाराचा छान दिसायचा. मुख्य म्हणजे प्रसूतीविना मला तो असा खायला मिळायचा.

मी तसा मुळात हुशार विद्यार्थी नव्हे; पण हुशार नसतानाही हुशारी दाखविण्याची कला होती. स्कॉलर मुलांत मी मोडत नव्हतो; पण स्मार्ट म्हणायला हरकत नव्हती. तेवढा चलाखपणा अंगी होता. त्याचा फायदा असा झाला– अडीच-तीन महिने गेल्यावर हे कांबळेसरच मला म्हणाले, "पाटील, तुम्ही एका वर्षात दोन इयत्ता का करीत नाही?" मी विचारलं, "म्हणजे चौथी-पाचवी एकदम!" ते म्हणाले, "तुम्ही हुशार आहात, तुम्हांला जमेल." पडल्या फळाची आज्ञा समजून मी लगेच म्हणालो, "आपण शिकवा. मी करतो."

फी न देता आमची अशी स्पेशल शिकवणी सुरू झाली. एका वर्षात इंग्रजी चौथी आणि पाचवी एकदम. माझा ते रोज एक जादा तास घेऊ लागले. मी राष्ट्रभाषा शिकतो आणि त्यासाठीच वर्ग लावले आहेत हे दाखविण्यासाठी मी घरात बागवानी भाषेत बोलायचो– दादा, आज बँक नही क्या? क्या नौकरीपर जा रहे क्या? माझं हे हिंदी ऐकून ते वैतागायचे. आई मात्र कौतुकानं ऐकायची. कधी कधी धाकटे अण्णा गावाहून यायचे. मला हिंदीच्या शिक्षणासाठी इथं ठेवलंय याचं त्यांना सार्थक वाटावं म्हणून मी त्यांच्याशी बोलताना म्हणायचो, "आजकल खेतीमें कुछ राम नही. सबसे अच्छा नौकरी, यापार बिपार मध्यम और शेती सबसे कनिष्ठ हो गया है।"

हिंदीतली आमची प्रगती ही अशी चालू होती. त्या वर्गांना जातच नव्हतो. माने, यादव यांना तर विसरूनच गेलो. त्या मठीकडे पूर्ण पाठ फिरवली. सकाळी कांबळेसरांच्या शिकवणीला जायचं. दुपारी हातात पुस्तक घेऊन वाचन, मनन सुरू असायचं. आई अक्षरशत्रू असल्यामुळे मी काय वाचतोय हे तिला कळायचं नाही

आणि संध्याकाळी साडेसहालाच नाईट हायस्कूलला जायचं. ही आमची रात्रशाळा तेव्हा राजाराम महाविद्यालयात भरायची. ही इमारत म्हणजे कोल्हापूरचा जुना राजवाडाच होता. सुंदर, नक्षीकाम असलेले दगडी खांब, देखण्या कमानी, गोल जिने, रुंद व्हरांडे, शेजारी नगारखाना, समोर सुंदर बाग, आंब्याची डेरेदार झाडं, जाई-जुईचे मांडव, थुईथुई नाचणारा कारंजा- रात्री या महाविद्यालयात आल्यावर मनात यायचं– मॅट्रिकची परीक्षा उत्तीर्ण होऊन आपण इथं येऊ का? आपल्या नशिबात महाविद्यालयीन शिक्षण असेल का? ते आपल्याला घेता येईल का? अशी पुढची स्वप्नं बघत मी इंग्रजी चौथी आणि पाचवी यांचं अध्ययन सुरू केलं.

पहिल्या सहामाहीच्या परीक्षेतच इंग्रजी चौथीचा पूर्ण अभ्यास करून नववीचा बराचसा अभ्यासक्रम पूर्ण करीत आणला होता. श्री. बी. डी. कांबळे यांच्या शिकवणीमुळे मला ते विषय अवगत होऊ लागले आणि मुख्य म्हणजे बेचाळीसच्या चळवळीत जी दोन वर्षं माझी वाया गेली होती, ती भरून काढण्याची जिद्द मी मनी बाळगली होती. त्या वर्षीच्या वार्षिक परीक्षेला मला एकदम इंग्रजी नववीला बसता यावं; म्हणून मुख्याध्यापकांनीही माझी विशेष शिफारस करून तशी शिक्षण खात्याची खास मंजुरी मिळवली होती; त्यामुळे मी एकदम नववीच्या वार्षिक परीक्षेला बसलो. जीव तोडून अभ्यास केल्यामुळे मी इंग्रजी नववीत पास झालोच; पण ७६% गुण मिळाले! यातले तीन विषयांचे शिक्षक बी. डी. कांबळेच होते आणि त्यांनी बऱ्याच सढळ हातांनी मला 'गुणदान' केले असावे. मराठीच्या निबंधात तर वीस पैकी एकोणीस गुण दिल्याचं आठवतं. याचा उघड अर्थ एवढाच, की ते मराठी बोलत छान; पण लेखनातलं ऱ्हस्व-दीर्घ त्यांनाही बहुतेक तेव्हा कळत नसावं. चुका कळल्याच नाहीत तर गुण पडणारच.

एवढे ओंजळीनं गुण माझ्या पदरात पडल्यावर आजवर चोरून ठेवलेलं माझं गुपित घरात आनंदानं फोडलं. सहर्ष जाहीर केलं- मी इंग्रजी चौथी आणि पाचवी फर्स्टक्लासमधे पास झालो आहे. तेव्हा डिस्टिंक्शन माहीत नव्हतं. फर्स्टक्लासच मोठा वाटायचा. मी चळवळीत वाया गेलेली वर्षं अशा रीतीनं भरून काढली आणि इतके चांगले गुण मिळवले याचा घरात सगळ्यांना आनंद झाला. इतकंच नव्हे तर यापुढं रात्रीच्या शाळेला न जाता एखाद्या चांगल्या विद्यालयात नाव घालून मी दिवसा शाळेला जावं व इंग्रजी सहावी आणि मॅट्रिक करावी असा घरातूनही पाठिंबा मिळाला.

आंधळा मागतो एक डोळा आणि देव देतो दोन असं हे घडलं. त्या काळात राजाराम हायस्कूल, मॉडर्न हायस्कूल अशी काही चांगली विद्यालयं होती. यातल्या कुठल्या तरी एका विद्यालयात नाव घालावं म्हणून मी रात्रीच्या शाळेतला दाखला मागायला गेलो. मुख्याध्यापक म्हणाले, ''एम. आर. देसाई यांना भेटा.'' त्यातली गोम

मला कळली नाही. दोन दिवसांनी एम. आर. ना भेटलो. त्यांना सांगितले,"नाव काढायचं आहे, दाखला हवाय." हे ऐकून प्राचार्य देसाई माझ्याकडे थोडा वेळ बघत राहिले आणि मग म्हणाले,"पाटील आपली पहिली बॅच मॅट्रिकला बसणार त्यात तू आहेस. मला पास होणारे विद्यार्थी बाहेर सोडायचे नाहीत. दाखला देणार नाही."

दाखला न देण्याचा ठामपणा मला शब्दाशब्दांतून जाणवत होता. आता गोड बोलूनच दाखला मिळवणं आवश्यक होतं. एम. आर. देसाई तसे फार खमके. त्यांच्यापुढं भल्याभल्यांची डाळ शिजायची नाही. माझ्या गोड बोलण्यानं त्यांच्यावर कसली भुरळ पडणार? फीची बाकी न घेता फुकट दाखला देणारे सिटी हायस्कूलचे ते कुलकर्णी सर नव्हते. मग आता युक्तीनं तो मिळवण्याचा प्रयत्न केला. मी विनवणी करून म्हणालो, "सर, माझे एक मोठे बंधू मुंबईला राहतात. त्यांच्याकडे गेलो तरच माझं शिक्षण होईल." त्यांनी विचारलं, "ते मुंबईत काय करतात?"

"नोकरी."

"राहतात कुठे?"

आली का पंचाईत. मी पुन्हा म्हणालो, "मुंबईत."

"पण मुंबईत कुठं?" मला त्यांनी मूकच केलं. वर दम देत म्हणाले, "असं खोटं बोलून दाखला मिळणार नाही. तुला नाईट हायस्कूललाच यावं लागेल. पहिली बॅच मॅट्रिकला बसेल तेव्हा रिझल्ट चांगला लागला पाहिजे."

त्यांच्या रिझल्टसाठी माझा रिझल्ट असा वाईट लागला. हा अनुभव मी माझ्या काही मित्रांना सांगितला, तसाच तो कांबळेसरांनाही बोलून दाखवला. ते तर मला म्हणाले, "एकदा एम. आर. देसाई नाही म्हणाल्यावर ती काळ्या दगडावरची रेघ समजा. काही केलं तरी तुम्हांला दाखला मिळणार नाही. एकदा नाही म्हणजे नाही."

मी कोड्यात पडलो. गेळ्यात पाणी तर होतं; पण ते आणखी तळाकडे गेलं. त्यात खडे टाकून ते पाणी वर येईल आणि आपल्या चोचीला लागेल ही शक्यताही दिसेना. मी खडे शोधू लागलो; पण खडेही सापडेनात. तहान तर प्रचंड लागलेली. चोच तर पाण्यात बुडत नव्हती. कावळ्याच्या जुन्या गोष्टीतील कावळा जसा निराश होत नाही; तसा मीही निराश झालो नाही. काय उपाय करावा याचा मार्ग शोधत राहिलो. कोणा थोरामोठ्यांचा वशिला लावावा, तर असे मोठे लोक कोणी ओळखीचेही नव्हते. अशांच्या ओळखी होण्याइतका मी मोठाही झालो नव्हतो. हाफपँट जाऊन फूलपँट आली होती; पण त्या फूलपँटमुळं बड्यांची घसट थोडीच होणार? चळवळीत पडल्यामुळे कोल्हापूरच्या ताराबाई पार्कातले एक सरदार ओळखीचे झाले होते. माझ्या ओळखीची सर्वांत मोठी व्यक्ती तीच. तीनदा त्यांच्या बंगल्यावर गेलो. तिन्ही वेळा ते पिऊन तर्र झालेले दिसले. काहीबाहीच बोलले. शेवटी धीर

एकवटून मी माझ्या दाखल्याबद्दल बोललो. ते प्यायलेलेच होते. मला म्हणाले, ‘‘मायला या देसायाच्या, त्याला उद्या लावून दे माझ्याकडं. तुला दहा दाखले देतो. त्याला दाखले ओकायलाच लावतो.’’

त्यांना देसाई म्हणजे कोण वाटले कुणास ठाऊक, शिपाई वाटला का देवळातला गुरव देव जाणे! प्राचार्य देसाई म्हणजे नावाजलेले एक शिक्षणतज्ज्ञ. त्यांनी एक शिक्षणसंस्थाही काढलेली. पेठवडगाव, रायबाग आदी ठिकाणी त्यांनी विद्यालयंही काढली होती. आता नावारूपाला आलेलं गोखले महाविद्यालय त्यांचंच. वेंगुर्ल्यालाही त्यांनी एक महाविद्यालय काढलंय. प्राचार्य बाळासाहेब खर्डेकरांचे ते सहकारी. त्यांच्याबद्दल खरंतर स्वतंत्र लिहायला हवं. आध्यात्मिक क्षेत्रात लहान वयातच अनेकांना वेड लावणारे दत्ता बाळ हे त्यांचे चिरंजीव. इंग्लंडला जाऊन शिक्षणशास्त्र शिकून आलेले. इंग्रजी, संस्कृत, अर्धमागधी अशा अनेक भाषांवर त्यांचं चांगलं प्रभुत्व होतं. अशा या कर्तबगार व्यक्तीला त्या सरदाराकडे पाठवणारा मी कोण? हा सरदारी मार्ग सोडला. विचार करू लागलो– काय करावं बरं आता?

हताश न होता पंख पसरले. भरारी घेतली आणि खडे शोधू लागलो. मिळेल तो खडा चोचीत धरून गेळ्याकडे यायचं, तो गेळ्यात टाकायचा, पुन्हा भरारी घ्यायची. पंखांतील पिसं निखळू लागली; पण त्यांतली उभारी गेली नाही. मी खडे टाकत राहिलो. तळाला गेलेलं पाणी हळूहळू वर येऊ लागलं. माझ्या आशेला पालवी फुटली. उमेद बळावली. तो गेळा खड्यांनी बराचसा भरला. तळाचं पाणी खूप वर आलं. चोच बुडवून पाहिली. पाणी चोचीला लागलं. मन मोहरलं. तहानलेला होतोच. आधाशासारखा पाणी पिऊ लागलो. पोट मात्र कधीच भरलं नाही; कारण विद्यार्जनाची तहान कधी भागतच नसते. पोटभर जेवून ढेकर देता येतो; पण विद्या कितीही आत्मसात केली तरी पोट भरतच नसतं. ते कायम रिकामं राहण्यातच एक प्रकारचा आनंद आणि सुखही असतं.

थोडक्यात म्हणजे माझ्या प्रयत्नाला यश येऊन एका हायस्कूलमधे इंग्रजी सहावीला मला प्रवेश मिळाला. तो कसा? हीही एक सांगण्यासारखी गोष्ट आहे. त्यासाठी मला बरीच हिकमत लढवावी लागली.

✧

धन्य ते पोळसर

विद्यालय सोडण्याचा दाखला मिळणं शक्य नाही हे एकदा कळून चुकल्यावर दुसरा काही मार्ग चोखाळणं हे आवश्यकच झालं. मी खेड्यातून आलेला एक मुलगा. तसा कोल्हापुरात मी उपराच. ना कोणी नात्यातलं, ना गोत्यातलं. आम्ही चाळीत राहणारे लोक. बड्या लोकांच्या आणि आमच्या ओळखी तरी कोठून असणार? मिलोची भाकरी आणि उकड्या तांदळाचा भात खाऊन कशीबशी गुजराण करणारी आम्ही माणसं. आमचे शेजारीही आमच्यासारखेच. मदतीसाठी आम्ही बघणार तरी कोणाकडे? एक कळलं– पांगुळगाड्याविना उभं राहून चालता आलं पाहिजे. पाऊल टाकायचं ते कोणाच्याही आधाराविना. त्या खटपटीला लागलो.

बघता बघता मेचं ऊन संपून जून उगवला. सात जूनला पाऊस आणि शाळा एकदम सुरू झाल्या. मी रोज सकाळी कुठल्या तरी विद्यालयात जाऊन मुख्याध्यापकांना भेटायचो. पहिल्यांदा गेलो ते राजाराम हायस्कूलमध्ये. हे सरकारी हायस्कूल कोल्हापुरातलं मोठं प्रतिष्ठित होतं. अशा प्रतिष्ठित विद्यालयात मी गेलो खरा; पण माझी आणि मुख्याध्यापकांची तीन दिवस भेटच झाली नाही. विद्यार्थी आणि पालकांची तिथं कायम गर्दीच असायची. दारावरचा शिपाई तर आमच्याकडे बघून सारखा खेकसायचा. शेवटी एकदाचे चौथ्या दिवशी हेडमास्तर भेटले. मी माझी अडचण त्यांना सांगितली. बोलून चालून ते सरकारी नोकरच. दारावरच्या शिपायापेक्षा वस्कन माझ्या अंगावर खेकसून मला ते म्हणाले, ''दाखला नाही तर आलाच कशाला? लिव्हिंग सर्टिफिकेटशिवाय तुमचं नाव घालता कसं येईल? तुम्हाला किती टक्के गुण पडलेत, का गुण उधळलेत, तुमची वर्तणूक कशी आहे हे कळणार कसं? नाव घालणार कसं?'' थोडक्यात म्हणजे 'जा. चालता हो,' असंच म्हटल्यासारखं मला वाटलं. गांधीजींनी 'चले जाव' असं इंग्रजांना बजावलं होतं. त्या चळवळीत मी पडल्यामुळे जाईन त्या हायस्कूलमध्ये 'चले जाव' म्हणवून

घेण्याची पाळी माझ्यावर आली होती! माझे प्रयत्न चालूच होते. मनातला एक कावळा पंख पसरून भरारी घेतच होता. राजाराम हायस्कूल झालं, मॉडर्न हायस्कूल झालं, विद्यापीठ हायस्कूल झालं. पूर्वी जिथून दाखला काढला होता त्या सिटी हायस्कूलमध्येही गेलो.

माझा कळवळा येऊन ज्यांनी मला दाखला दिला होता ते कुलकर्णीसर आता सेवानिवृत्त झाले होते; आणि त्या खुर्चीवर जे हेडसर बसले होते त्यांचा चेहरा बघूनच भीती वाटत होती. एखाद्या सर्कशीतल्या शिकारखान्यात किंवा प्राणिसंग्रहालयात सहज खपून जावं असं एकूण त्यांचं रूप होतं. नुसतं रूपच नव्हे तर त्यांना भेटल्यावर हेही कळून चुकलं, की त्यांचं वागणंही तसंच होतं. विद्यार्थी समोर आला की, आधी त्यांच्या कपाळाला आठ्या पडायच्या. अर्धा इंच जाड असलेल्या भुवया एकदम वर चढायच्या. अस्वलासारखं तोंड लांबुडकं करून बघायचे. माझ्याकडेही असंच बघत मला म्हणाले, ''नो.'' ह्या 'नो'चा उच्चार एखाद्या गुरानं करावा तसा तो करून मला म्हणाले, ''दाखल्याशिवाय नाव घातलं जाणार नाही.'' एक एक शब्द ते असा सावकाश, विराम घेऊन उच्चारत होते की, मला वाटलं– त्या त्या शब्दाची हातात छडी घेऊनच ते मला मारत आहेत. असा मार खाऊन तिथून बाहेर पडलो. जाऊ तिथं पाणउतारा होतच होता. प्रत्येक ठिकाणी अपयश येत होतं. जूनचा तिसरा आठवडा उजाडला.

याही परिस्थितीत आशेचा एक किरण दिसला. कोणाकडून तरी कळलं की, रंकाळ्याच्या बाजूला 'नागोजीराव पाटणकर हायस्कूल' या नावाचं चालू वर्षीच नवीन विद्यालय सुरू झालंय. इतकंच नव्हे, तर कितीही कमी गुण मिळाले असले तरी अशा 'ढ' विद्यार्थ्यांनासुद्धा त्या हायस्कूलमध्ये प्रवेश मिळतो. याचा अर्थ हे विद्यालय विद्यार्थ्यांच्या शोधातच होतं. या हायस्कूलची मी माहिती घेऊ लागलो. कोल्हापुरातील एक प्रसिद्ध वकील आणि कार्यकर्ते श्री. व्ही.टी. पाटील हे त्या शिक्षणसंस्थेचे अध्यक्ष होते. पुढं काही काळानं याच पाटलांनी कोल्हापुरातील ताराराणी विद्यापीठाची स्थापना केली आणि उदंड कीर्तीचे शिक्षणतज्ज्ञ कै. जे. पी. नाईक यांच्या सहकार्यानं गारगोटीला मौनी विद्यापीठाची स्थापना केली. माझ्या माहितीप्रमाणं महाराष्ट्राच्या ग्रामीण भागातलं हे पहिलं विद्यापीठ. खेड्यापाड्यातील लोकांच्या गरजा लक्षात घेऊन त्यांचा विकास करण्याच्या दृष्टीनं या विद्यापीठाची स्थापना केली. विज्ञानाचा आणि ग्रामीण जीवनाचा मेळही घातला गेला. या संस्थेचे जे. पी. नाईक हे समर्थ मार्गदर्शक होते. भक्कम पायाभरणी करून या ग्रामीण विद्यापीठाचा डोलारा त्यांनी उभा केला; आणि मग भारत सरकारच्या शिक्षणविषयक धोरणाचे सल्लागार म्हणून पुढं ते दिल्लीला गेले.

या मौनी विद्यापीठाचे मूळ संस्थापक श्री. व्ही.टी. पाटील हेच या नव्या

विद्यालयाचे प्रमुख आहेत असं कळल्यावर माझ्या मनानं एक खूणगाठ बांधली– हे विद्यालय नवीन असलं तरी लवकरच भरभराटीला येणार.

हे पाटील कोल्हापुरातील एक वजनदार गृहस्थ होते. वकिलीत तर अमाप पैसा मिळत होताच; पण कोल्हापूरच्या लोकल बोर्डाचे ते अध्यक्षही होते. अनेक बँकांवर संचालकही असावेत. राजारामपुरीला लागून त्यांचा एक दोन-तीन मजली सुरेख बंगला होता. त्या बंगल्याभोवती देखणी बाग होती. जाता-येता कुणीही त्या बंगल्याकडे बघत राहावं अशी ती वास्तू सुंदर होती. जणू पाटलांचंच सामर्थ्य तीतून दिसायचं! अशा थोरामोठ्या व्यक्तींचे आजूबाजूला चमचे असतातच. असा कोणी चमचा त्या विद्यालयात आहे का, याचा मी शोध घेतला. 'मराठा गडी; यशाचा धनी' असा एक जाधव नावाचा कार्यकर्ता त्या विद्यालयात होता; आणि तो पाटलांचा माणूस आहे एवढं मला कळलं. एवढं सूत हाती आल्यावर त्या सुताला धरून मी स्वर्ग गाठायचा ठरवला. मी तडक जाऊन त्या जाधवांना भेटलो.

या नव्या विद्यालयात नाव घालायला कोणी जातच नव्हतं. मला पाहून शिकार आल्याचा आनंद त्यांना झाला. अंदाज न देता मी चाचपणी केली. काही गोष्टी कळल्या. विद्यालय सुरू झालं होतं; पण विद्यार्थी फार कमी होते. प्रवेश मिळायला ही गोष्ट मला अनुकूल वाटली. आणखी एक कळलं– पोळ नावाचे एक शिक्षक मुख्याध्यापक होते. ते अहमदनगरच्या मिशनरी संस्थेतून आले होते. इंग्रजीवर त्यांचं प्रभुत्व होतं. सगळे शिक्षक नवे असल्यामुळे हे पोळसर वर्ग सुरू झाल्यावर सगळ्या विद्यालयातून राऊंड घ्यायचे. प्रत्येक वर्गाजवळ जाऊन भिंतीला कान देऊन ऐकत राहायचे. कोण शिक्षक कसे शिकवितात हे पाहायचे. इंग्रजीच्या तासाला तर हे बाहेर राहून लक्षपूर्वक ऐकायचे. शिक्षकांच्या सर्व चुका डायरीत टिपून ठेवायचे. मग मधल्या सुटीत अशा शिक्षकांना बोलावून ते त्यांना थोडे शिकवायचे. वाक्यरचनेच्या व शब्दोच्चारांच्या कोणत्या चुका त्यांनी केल्यात हे सगळं त्यांना समजावून सांगायचे. आपल्या टेबलावरील इंग्रजीचा मोठा शब्दकोश दोन-तीनदा आपटून ते म्हणायचे, "यात उच्चार दिलेले आहेत त्यात बघा जरा. हेंगाडे उच्चार करू नका; आणि स्टाफरूममध्ये गप्पा छाटत बसण्यापेक्षा वाचनालयात बसत चला."

असे हे पोळसर. पाटणकर हायस्कूलचे हेडसर. त्यांना भेटायचं म्हणजे सिंहाच्या आयाळीशी खेळण्यासारखं होतं. मी त्यांना भेटलोच नाही. त्यांनीच मला भेटीला बोलवावं असा एक डाव मी रचला. कसा? कांबळेसरांच्यामुळं इंग्रजी बोलण्याचा बऱ्यापैकी सराव झाला होता. नाईट हायस्कूलमध्ये त्यांचा इंग्रजीचा तास असला; म्हणजे कोणाही विद्यार्थ्यानं मराठी बोलायचं नाही, असा दंडकच केला होता. त्यामुळे मी दडपून इंग्रजी बोलत होतो. एखादा नमुना सांगायचा म्हणून सांगतो–

दिवस पावसाळ्याचे होते. डांबरी रस्ते नव्हते. रस्ते चिखलानं भरले होते. माझ्याबरोबर कुणीतरी मित्र होता. मी त्याला इंग्रजीत म्हणालो, ''लुक माय फ्रेंड, वॉट इज धीस डर्टीनेश? लुक हिअर लुक देअर. लुक टू द बॅक. लुक टू द फ्रंट. वॉट डू यू सी?'' तो म्हणाला, ''वॉट यू मीन?''

मी म्हटलं, ''एव्हरी वेअर देअर इज रॅड. हिअर इज रॅड. देअर इज रॅड.'' इथं 'रॅड' म्हणजे मला म्हणायचं होतं राड. राड म्हणजे चिखल; पण चिखलाला इंग्रजीत काय म्हणतात हे मला माहीत नव्हतं. राडचं 'रॅड' करून टाकलं. बरं, आपलं काही चुकलं हेही त्या वेळी कळत नव्हतं. 'ठोकून देतो ऐसा जे' असं आमचं इंग्रजी! या बळावर वर्गात इंग्रजी बोलून हेडसरांच्या डोळ्यांत आपण भरू असं मला वाटलं.

दाखला देऊन नाव न घालताच मी सरळ इंग्रजी सहावीच्या वर्गात जाऊन बसू लागलो. तीन-चार दिवसांतच तो योग आला. इंग्रजी कच्चं असलेले भस्मे नावाचे एक सर तासावर आले आणि इंग्रजी निबंध शिकवू लागले. त्या निबंधातील मुख्य मुद्द्यांची चर्चा सुरू झाली. माझा एक डोळा वर्गाबाहेर होताच. पोळसर दाराच्या भिंतीला कान लावून उभे होते. मला स्फुरण आलं. मी इंग्रजीत मुद्दे मांडू लागलो, भस्मेसर मराठीत बोलू लागले. सुदैवानं माझ्या बोलण्यात त्या दिवशी कमीत कमी चुका झाल्या असाव्यात किंवा माझ्या फास्ट बोलण्यानं त्या कुणाच्या लक्षात आल्या नसाव्यात. मला अपेक्षित असा इष्ट तो परिणाम झाला. घंटा होऊन तास सुटला आणि हेडसरांचा सेवक माझ्याजवळ येऊन म्हणाला, ''तुम्हांला सरांनी बोलवलंय.'' मी मनात म्हटलं– आपण बाजी मारली!

मी मोठ्या आनंदानं त्यांच्या कार्यालयात गेलो. पोळसर माझीच वाट बघत बसले होते. नजरानजर होताच नमस्कार करीत मी म्हणालो, ''गुडमॉर्निंग सर.''

''गुडमॉर्निंग, गुडमॉर्निंग'' असं म्हणून त्यांनी मला विचारलं, ''डू यू कम फ्रॉम राजाराम हायस्कूल?''

''नो सर, आय कम फ्रॉम नाईट हायस्कूल.'' हे ऐकून ते थक्कच झाले. ''ओह माय गॉड.'' असं म्हणून ते मला म्हणाले, ''एवढा हुशार विद्यार्थी राजाराम हायस्कूलमधूनच आला असला पाहिजे असा माझा अंदाज होता; पण तुम्ही माझा पराभव केला. चला, एक चांगला विद्यार्थी मिळाला. काय नाव तुमचं?'' माझं नाव सांगून मी त्यांना माझी अडचण सांगितली. त्यावर ते हसून म्हणाले, ''दाखला देत नाहीत? मी खात्यामार्फत मागवून घेतो. तुम्ही रोज वर्गात येत चला. दाखल्याची काळजी करू नका. आम्हांला विद्यार्थी हवे आहेत आणि चांगले विद्यार्थी हवेच हवे आहेत.'' मला तिथल्या तिथं हवेत उड्या माराव्याशा वाटल्या.

या पोळसरांशी माझं मेतकूट लवकरच जमलं. हायस्कूल सुटलं की, आम्ही

दोघंही मिळून निम्मा अधिक रस्ता चालत जात होतो. माझं वाचनही चांगलं होतं. मी दप्तर घेऊन चालायचो आणि ते सायकल हातात धरून माझ्याबरोबर चालायचे. मग एखाद्या चांगल्या हॉटेलमध्ये मला ते घेऊन जायचे. कधी कधी हे नवे शिक्षक कसे कच्चे आहेत यावर ते तळमळीनं बोलायचे. एका हॉटेलमध्ये दार्जिलिंगचा चहा मोठा छान मिळायचा. त्याचा स्वाद अजून मला जाणवतो. वर्ष संपता संपता हा चहा घेत आम्ही बसलो असताना या पोळसरांना काय लहर आली कुणास ठाऊक? त्यांनी दोन सिगारेट्स मागवल्या, त्याही उंची. सिगारेट्स आल्या. त्यांतील एक आपण घेतली आणि दुसरी मला देत म्हणाले, "घ्या पाटील." मी फार संकोचलो. काहीसा गोंधळलोही. मला बोलू न देता ते म्हणाले, "घ्या हो. चोरून ओढण्यापेक्षा उघड ओढलेली बरी. खोटे शिष्टाचार हवेत कशाला? आणि हे पाहा, मोतीलाल नेहरूंनी आपल्या मुलालाच म्हणजे पंडितजींना सिगारेट ऑफर केली होती; आणि खरं सांगू? चोरून ओढल्यानं आकर्षण वाढतं. आज माझ्यासाठी ओढा. मला जरा काही बोलायचंय."

मी सिगारेट ओठात धरली आणि हेडसरांनीच काडी ओढली. मी एक झुरका घेऊन धूर सोडला. पोळसरांचे डोळे विस्फारले. एखाद्या सहकाऱ्याशी बोलावं तसे ते मला म्हणाले, "हे भस्मेसर, ठोंबरेसर आणखी काही सर यांचा ना अभ्यास, ना शिकवण्यात यांना आनंद. यांना एक महिन्याची नोटीस देऊन काढून टाकणार आहे. पुढल्या वर्षी स्वत: मुलाखत घेऊन गुणी शिक्षकांची नेमणूक करणार आहे. असल्या शिक्षकांनी शाळा भरभराटीला येणार कशी? पुढल्या वर्षी मॅट्रिकच्या परीक्षेचा नव्वद ते शंभर टक्के रिझल्ट लागायला पाहिजे. मी स्वत: लंगोट कसून मॅट्रिकला शिकविणार आहे. इंग्रजीचं पारितोषिक तुम्ही मिळवलं पाहिजे."

चार-पाच झुरक्यांतच माझं डोकं गरगरलं होतं. त्या दिवशी पाटणकर हायस्कूलच्या भवितव्याबद्दल ते खूप काही बोलले; पण मी झुरके आत घेत होतो. विचार आत शिरत नव्हते. त्यांची फक्त तळमळ मला जाणवत होती. अशा आमच्या बैठका अनेक वेळा झाल्या. कधी शिक्षकांबद्दल बोललो, कधी साहित्यावर बोललो. शाळा नावलौकिकाला येण्याच्या दृष्टीनं पुष्कळ वेळा चर्चा केली. ते मला आपल्या बरोबरीचा कसं मानायचे हेच मला कळत नव्हतं! मी त्यांचा विद्यार्थी, ते माझे हेडसर. त्यांनीच मला सिगारेट ऑफर करावी? सगळंच अजब!

यापेक्षा अजब असं की, वशिल्याच्या तट्टूंना यांनी नोटीस दिल्यावर वीस वर्षांचा अनुभव असलेले हे पोळसर, एका ध्येयवादानं प्रेरित होऊन नगर सोडून कोल्हापूरला आले होते; पण यांनी संस्थेनं पोसलेले हे तट्टू हाकलण्याचा बेत केल्यावर संस्थेनंच यांना नोटीस दिली. एक ध्येयवादी, अनुभवी, चांगला मुख्याध्यापक संस्थेनं एकाएकी काढून टाकला. त्यांचा निरोप समारंभही केला नाही. त्या दिवशी

मीच त्यांना हॉटेलमध्ये बसून चहा पाजला. सिगारेटही दिली. एक झुरका घेऊन पोळसर मला म्हणाले, ''पाटील, तुमचं काम मी केलं आहे. तुमचा दाखला खात्यामार्फत आला आहे.'' मला गदगदल्यासारखं झालं. मी कसाबसा म्हणालो, ''आपण निघालाय. आता मलाही दुसरीकडे नाव घालावंसं वाटतं.'' ते म्हणाले, ''तसं करू नका. पुढच्या वर्षी मॅट्रिकचा रिझल्ट चांगला लागला पाहिजे. विद्यालयाचा नावलौकिक वाढला पाहिजे.'' मी अवाक् होऊन बघत राहिलो.

मी कोंडीत सापडलो

'नाट्यकला क्रीडा नृत्य' मंडळाचं रीतसर उद्घाटन होऊन एक महिना लोटला. नाटकात भाग घेणाऱ्या काही पात्रांची प्राथमिक निवड करून त्यांना अभिनयाचे धडेही देऊ लागलो. दुःखी स्वर, हसरा स्वर बोलण्यात कसा यायला हवा आणि योग्य विरामांनुसार शब्दांचे चढउतार कसे करायला हवेत, अर्थ ध्यानी घेऊन व त्यातील भाव जाणून चेहऱ्यावरील अनुकूल असे भाव व्यक्त व्हायला हवेत. अंगविक्षेप आणि हातवारे त्याला साजेसेच व्हायला हवेत, हे सारं मी वेगवेगळ्या नाटकांतील प्रसंगांच्या अनुरोधानं नवोदित नट-नट्यांना शिकवत राहिलो; पण नाटक कोणतं बसवायचं हेच निश्चित झालं नव्हतं. सर्व भागीदारांच्या विचारानं हा निर्णय घ्यावा असं मी ठरवलं होतं; पण सगळे भागीदार एका वेळी एकत्र येऊच शकले नाहीत. अनेक निरोप दिल्यावर एखादा भागीदार नाइलाजानं तोंड दाखवायला यायचा आणि जो गुल व्हायचा तो परत सापडायचाच नाही. शेवटी विचार केला– आपण लिहिलेलं नाटकच का बसवू नये? हा विचार मी मॅनेजरला बोलून दाखवला. कुबड काढून प्रसन्न चेहऱ्यानं तो म्हणाला, ''बेस्ट!''

सूर्यवंशी ही वल्ली मला प्रायव्हेट हायस्कूलमध्ये भेटली. तो नेहमी छानछोकीत राहायचा. अंगात गॅबर्डिनचा कोट. गळ्यात सुंदर नक्षीचा रेशमी स्कार्फ. भांग नटासारखा पाडलेला. पायांत पंपशूज. अंगावर आज हे कपडे, तर उद्या आणखी निराळे. पाहणाऱ्याला वाटायचं की, सरदारपुत्र असावा! होता बुटकाच पण बोलताना किंवा हसताना कुबड काढायचा. हळूहळू मला कळून चुकलं की, हायस्कूलच्या आसपासच्या बऱ्याच हॉटेलांत त्याच्या उधाऱ्या होत्या. काही पानपट्टीच्या दुकानांतही उधाऱ्या असायच्याच. स्वारी तीनदा मॅट्रिकला बसली होती. खेळण्याचाही नाद नव्हता. प्रत्येक छान पोशाख करून पान-तंबाखू खात हिंडायचं आणि मध्ये मध्ये सिगारेटी फस्त करायच्या.

मधल्या काळात दादानं पुन्हा घर बदललं; आणि आम्ही रविवार पेठेत राहायला आलो. आमचं घर जरा प्रशस्त होतं. खाली आम्हांला लागून एक बिऱ्हाड होतं. ते मराठा सरदार घराण्यातले होते. घराण्याच्या काही खुणाच मागं राहिल्या होत्या. खाली ब्रिचीस, अंगात बंद गळ्याचा कोट आणि वरच्या ओठावर अक्कडबाज मिशा, तोंडात रांगडी भाषा. आमच्या समोरच्या एका चाळीत दोन खोल्यांमध्ये हा सूर्यवंशी राहत होता. मुलाला शिकवायचं म्हणून वडील आपली शेती सोडून कोल्हापूरला येऊन राहिले होते. त्या दोन खोल्यांत सूर्यवंशीचे वडील, आई आणि त्याची एक धाकटी बहीण एवढे जण असायचे. योगायोगानं समोरच राहत असल्यामुळं त्यांची आर्थिक परिस्थिती असावी तशी नव्हती, हे मला लगेच कळून चुकलं. त्याच्या उधारीचं कारणही समजलं. प्रश्न एकच पडला की, हा असे रोज भारी कपडे कसे वापरतो? मग माझ्या लक्षात आलं की, केवळ उंडगत राहणाऱ्या या माझ्या मित्राला बरेच मित्र आहेत. त्यांतल्या कोणाचीही पँट वापरायचा, कोट वापरायचा. या वयात मुलींच्या मागं मागं फिरणारी जी मुलं असतात अशा हुंगत राहणाऱ्या मुलांपैकीच तो एक होता. त्याला मुलींचा वास बरोबर यायचा. असा हा सूर्यवंशी.

या सूर्यवंशीला टाळायचं म्हटलं, तरी आता ते शक्य नव्हतं. तो नुसताच जवळ आला नव्हता तर कंपनीचा मॅनेजरही झाला होता. प्रसंगी चहा सांगायलाही जायचा. माझ्या आधी येऊन तालमीची सगळी व्यवस्था करायचा. तसा तो हरहुन्नरीही होता. एकदा त्याला मी म्हटलं, "नाटकासाठी गाणी तयार करून घेतली आहेत. त्यांना चाली लावायला एखादा संगीत दिग्दर्शक बघ; पण थोडक्यात मिळायला हवा." यातूनच माझी श्री. लक्ष्मणराव बेर्डेकर या गुणी संगीत दिग्दर्शकाची भेट झाली. तरुण संगीतकार श्री. बाळ जेमिनीस हेही माझ्या वर्तुळात आले. औंधकर नावाचे एक देखण्या चेहऱ्याचे कोल्हापूरच्या भेंडी गल्लीत एक सराफ होते. त्यांनी महाविद्यालयाच्या नाटकांत कामंही केली होती. शास्त्रीय संगीताचाही त्यांचा थोडा अभ्यास होता. माझ्या कंपनीचा सुगावा लागल्यावर तेही आमच्यात येऊन सामील झाले. मला गाणारा अभिनेता पाहिजेच होता. चित्रपटसृष्टीत ज्यांनी शेकडो भूमिका केल्या आणि आपला एक ठसा कायमचा उमटवला, अशा श्री. वसंत शिंदे यांच्यासारखा मला एक तरुण गायक नट पाहिजे होता. त्यासाठी सूर्यवंशीनं बरीच मुलं आणून मला दाखवली. त्यांतल्या एकाची मी निवड केली. तालमींना वेग आला आणि व्यवसायानं सराफ असलेला व्यवहारी औंधकर एक दिवस मला म्हणाला, "आमच्या नाईटचं काय?" हा प्रश्न मला नवीन होता. त्या काळात कोणाला किती नाईट द्यावी लागेल याचा अंदाज मी घेतलेला नव्हता. चार-सहा दिवसांत तो घेतला. औंधकर अव्वाच्या

सव्वा मागू लागला. मग सूर्यवंशीनं एक वेगळी चाल केली. चांगला गाणारा एक अभिनेता त्यानं एका तालमीला हजर ठेवला. नाईटला सव्वाशे मागणारे औंधकर दुसऱ्या दिवशी पाऊणशेपर्यंत खाली आले.

एक दिवस पठाण घरी येऊन गेल्याचं कळलं. वहिनींनी मला सांगितलं, "तो पठाण विचारत होता– एक छोटा पाटील है, ओ किधर रहता है. इधरच क्या? हमारा पैसा लिया है. दो महिने हो गए ओ फिरकता भी नही. हम उनको डंडेसे पिटुंगे. उनको बोलना आज आके मिलो." अशा मोडक्या तोडक्या भाषेत हा निरोप ऐकून माझ्या छातीत धस्स झालं! नको त्या अनेक गोष्टी मनात आल्या. आता ही गोष्ट दादांना कळणार. मग ती अनेकांना समजणार. माझ्या तोंडचं पाणी पळालं! मी सूर्यवंशीला हे सगळं सांगितलं. त्यानं हसून कुबड काढलं. तो म्हणाला, "त्यात भ्यायचं काय एवढं? चकरा मारून मारून जातील." मी त्याला म्हणालो, "तसं नाही. हा आपल्या अब्रूचा प्रश्न आहे. माझ्या वतीनं तुम्ही त्यांना भेटून एक महिन्याची मुदत घ्याल का? एक-दोन कॉन्ट्रॅक्टर भेटून गेलेत. थोडं मार्जिन मिळालं तरी आपण खेळ लावू आणि थोडे थोडे देत राहू.

सूर्यवंशी त्याच संध्याकाळी पठाणांच्याकडे जाऊन भेटून आला. "मी बिमार असून, मुंबईच्या एका रुग्णालयात उपचार घेत पडून आहे." अशा काहीतरी थापा मारून एक महिन्याची त्यानं मुदत मागून घेतली. माझा आणखी एक मित्र या सगळ्या प्रकरणाला जामीन होता. माझे सावकार त्याच्याही घरी गेल्यामुळे तो एक दिवस संतापून तालमीच्या जागेवरच भेटायला आला. आमची झाकली मूठ सगळ्यांदेखत उघडी झाली. त्या दिवशी तालमी घेऊन मी घरी गेलो; पण नट-नट्यांनी सभा घेऊन काही निर्णय घेतले. दुसऱ्या दिवशी तालमीच्या आरंभीच औंधकरांनी एक प्रस्ताव मांडला. ते म्हणाले, "किमान एका प्रयोगाची नाईट आम्हांला आधी द्या. प्रयोग झाला आणि तुम्ही काही दिलं नाही, तर आम्ही तुमचं काय घेणार?" एका बाजूला पठाणांचा तगादा आणि दुसऱ्या बाजूला नटांची अशी मागणी. मी पेचात पडलो. धीर मात्र सोडला नाही. दोन-तीनदा चहा मागवून त्यांना खूश ठेवलं; आणि नाटक चांगलं बसल्यावर एकेकाळी चित्रपटगृह असलेल्या एका जुन्या थिएटरमध्ये नाटकाची रंगीत तालीम ठेवली. भाडं नॉमिनल होतं. काही कॉन्ट्रॅक्टर्स, दादांच्या बँकेमधील कर्मचारी, नट-नट्या, मॅनेजर यांच्या घरची मंडळी यांनीच ते थिएटर भरून गेलं.

नाटकाच्या आरंभीच, पडदा ओपनिंग म्युझिक झाल्या झाल्या जवळपास बॉंबस्फोट होतो असं दाखवलं होतं. मॅनेजर एक मोठा फटाका लावायचे. सगळं थिएटर दणाणायचं. प्रेक्षक हादरायचे आणि त्या स्फोटानं पायांना इजा झालेली नाटकातील नायिका कोणाच्या तरी आधारानं, आपल्या बंगल्याच्या दिवाणखान्यात

लंगडत प्रवेश करायची. त्या काळात पँट आणि पिवळा टेनिसचा शर्ट अशी मी तिची वेशभूषा ठेवली होती. केशभूषा त्याला साजेशीच होती. तिचं विव्हळणं, चेह‍र्‍यावरचे वेदनादर्शक भाव आणि एकूण असहाय अवस्था पाहून प्रेक्षक अवाक व्हायचे! तिच्या पहिल्या प्रवेशालाच नाटकानं प्रेक्षकांची मनं जिंकली. मग मनोरंजन करणारी त्यात दोन द्वंद्वगीतं होती. बाकीचाही काही मालमसाला होताच. एकूण प्रयोग बरा झाला. आपल्या भावाचंच नाटक म्हणून दादांना विशेष आनंद वाटला. त्यांच्या बँकेच्या सर्व कर्मचा‍र्‍यांनी मिळून आमच्या नाटकाचा खेळ पॅलेस थिएटरला लावला.

रंगीत तालीम ज्या जुन्या थिएटरमध्ये झाली होती, त्यांचं भाडं न दिल्यामुळे त्यांनी आमचा तबला आणि पायपेटी जप्त करून ठेवली होती. ती कशी सोडवून आणायची या विवंचनेत मी असतानाच हुप्रीचा एक मनुष्य 'खेळ हुप्रीला करता का' असं विचारायला आमच्या तालमीच्या ठिकाणी आला. कसं कुणाला ठाऊक, आमच्या रंगीत तालमीला तो हजर होता; आणि ''हुप्रीला महालक्ष्मीच्या देवळात खेळ लावला, तर चार-पाच हजार लोक खेळ बघायला येतील,'' असं तो म्हणाला. मी विचारलं, ''कशावरून?'' तो लगेच म्हणाला, ''नाटकातील दोन स्त्रीभूमिका, दोन सुंदर मुली करतात हे कळल्यावर उड्याच पडतील. आदल्या बाजारी हँडबिलं वाटा आणि पाच-सहा दिवस देवळाजवळ नाटकाचा बोर्ड लावा. बघा कसे लोक पालथे पडतात.'' तोवर दादा आणि त्याच्या बँकेतील कर्मचा‍र्‍यांनी खेळाची मागणी केली; त्यामुळे तो पॅलेस थिएटरला लावायचा होता. सर्व खर्च जाता दोन-अडीचशे रु. शिल्लक राहतील असं त्यांच्याबरोबर काँट्रॅक्ट केलं; आणि विसार म्हणून त्यांनी दोनशे एक रु. दिले ते घेतले. त्यातून वाद्यं सोडवून घेतली. हँडबिलं छापली. स्त्रीपात्रांची नावं ठळक दिली. हुप्री हे माझ्या जन्मगावापासून दोन-अडीच मैलांवर. आजूबाजूच्या गावांतही जाहिराती वाटल्या. प्रयोगाच्या दिवशी संध्याकाळपासूनच प्रेक्षकांची गर्दी होऊ लागली. मॅनेजरनं कुबड काढून मला टाळी दिली. सहालाच तो तिकीट विक्रीला बसला. साडेआठच्या सुमाराला तोबा गर्दी झाली! हुप्री हे चांदी कारखान्यांचं गाव. हा हा म्हणता नऊपर्यंत तिकिटं खपली. बिनतिकिटांचं नुसतं आत उभं राहण्यासाठीही लोक पैसे देऊ लागले. चार हजारांपर्यंत तरी प्रेक्षक असावेत. मी मनात मांडे खाऊ लागलो. बारा-तेरा हजार तरी उत्पन्न झालं असेल. बिनतिकिटांचे उभे असलेले लोक पाचशेच्या वर होते. मॅनेजरनं सगळ्या नटांच्या नाईट्स भागवल्या. माझ्याकडे एक शंभर रु. दिले. मला म्हणाला, ''मला जरा थंडी वाजून आली. मी मिळेल त्या गाडीनं पुढं जातो. तुम्ही कंपनी घेऊन सकाळी या.''

मी सकाळी सगळ्यांना घेऊन कोल्हापुरात आलो. वेध लागले होते– पॅलेस

थिएटरच्या खेळाचे; पण माझी आणि मॅनेजरची एक आठवडाभर भेटच झाली नाही. त्याच्या घरी चौकशी केली, तर 'घरी नाही' एवढंच कळायचं. त्याच्याकडून मला सगळा हिशेब घ्यायचा होता. मुख्य म्हणजे त्यांतून मला पठाणांचं देणं भागवायचं होतं; पण हा आमचा मित्र कुठं गायब झाला होता हेच कळत नव्हतं.

पॅलेस थिएटरचा प्रयोग जाहीर झाला आणि आमची ही स्वारी नव्या कोऱ्या गॅबर्डिन सुटात कुबड काढून माझ्यापुढं उभी राहिली. मी विचारलं, ''कुठं होता हो!''

''जरा मौज करायला गेलो होतो.''

मी म्हटलं, ''अहो पण, हिशेब बिशेब. . . ''

''त्याची काळजी करू नका. चालू आहेत.'' आणि माझा खांदा दाबत म्हणाला, ''पठाणांचं सगळं देणं फेडलं. तालमीच्या हॉलचं भाडं दिलं. आता कुणाचं काही राहिलेलं नाही.'' मी म्हटलं, ''पण निर्माता मी आहे. बाकीचे पैसे कुठं आहेत?'' तो म्हणाला, ''आता कोल्हापुरातला खेळ झाला, की सगळं फायनल करून टाकू. तुम्हांला चांगले पैसे सुटतील.''

माझी छाती शर्टाला लागली. जाहिरात दणकून केली. पाहुणे म्हणून प्रा. ना. सी. फडके व कमला फडके यांना निमंत्रण दिलं. खेळाच्या दिवशी लाऊडस्पीकर आणि टॅक्सी भाड्यानं घेऊन मी सकाळपासून संध्याकाळपर्यंत सर्व शहरभर पुकारत हिंडलो– ग्रँड गॅला ओपनिंग नाटक : जग मूर्ख म्हणेल! लेखक शंकर पाटील. अभिनेते, स्वर कोकिळा. . .

नाटकाचा सेटही छान मांडला. माझे महाविद्यालयीन सहाध्यायी व सुप्रसिद्ध चित्रकार श्री. दिलीप जामदार यांनी स्वत:च फ्रेम केलेली, अतिशय सुंदर अशी बारा निसर्गचित्रं मला दिली. आम्ही ती नाटकातल्या दिवाणखान्यात काही लावली. मॅनेजरनी आपल्या पाटील नावाच्या एका मित्राकडून हिरॉईनला घालण्यासाठी काही खरे दागिने आणले. ते अनेक तोळ्यांचे असावेत. दादांचे एक डॉ. मित्र होते. त्यांच्याकडून मी ड्रेसिंगचे साहित्य, एक मोठा ट्रे, इतर काही उपकरणं असं सारं घेऊन आलो. कपडे कोणा-कोणाकडून मागून आणलेले होते. कुणाच्या घरचा शालू तर कुणाचे सूट. फडकेही नाटकाला वेळेवर आले. साडेसहालाच मॅनेजर तिकीटविक्रीला बसला; पण यात कोणीच नामवंत नट किंवा नटी नसल्यामुळे तिकीट काढून खेळ बघायला कोण येणार? फक्त पंचवीस-तीस तिकिटं खपली होती. मग नटांचे सगे-सोयरे आणि आमचे काही मित्र असे फुकट श्रोते तेवढे थोडेफार खेळाला बसले. श्रोतेच नसल्यामुळे खेळ साफ कोसळला. मॅनेजर साडेदहाच्या सुमारास विंगात आला. नाईटबद्दल नटांची त्यानं काही समजूत घातली. तिसऱ्या अंकालाच फडके कसलाही अभिप्राय न देता निघून गेले. माझ्या एका मित्राकडे ते एकदा म्हणाल्याचं नंतर कळलं. ते म्हणाले म्हणे– पाटलांनी

आत्महत्या केली!

मागून आणलेले खरे दागिने घेऊन मॅनेजर तिसरा अंक होताच पसार झाले. पाटलांनी लाखमोलाची आपली चित्रं ताब्यात घेतली. ते मला म्हणाले, ''दागिने आल्याशिवाय चित्रं देणार नाही.'' चित्रं जामदारांची. मॅनेजर दागिने घेऊन पसार झाला. मी कोंडीत सापडलो. आता पात्रांची नाईट द्यायची कशी? तोवर कळलं-शालू आणि सूटही नाहीत. मी आणखी पेचात सापडलो.

✧

एक जंगी स्वागत

निरगूडकर पाटलांच्यावर लिहावं तेवढं थोडं आहे. त्यांचे कितीतरी किस्से मला माहिती आहेत. त्या गाठोड्याच्या गाठी सोडल्या, तर किश्शांचा ढीगच्या ढीग बाहेर पडेल. पुढं-मागं त्यावर एखादी विनोदी कादंबरी मी लिहीनही; पण या ओघात त्यांच्या एक-दोन गोष्टी सांगण्याचा मोह मला अनावरच होतो. तो विषय निघालाच आहे, तेव्हा जाता जाता त्यांचे एक-दोन किस्से सांगून पुढं जावं म्हणतो.

या चले जाव चळवळीत पडलो आणि कुमारवयातच अनेक अनुभव वाट्याला आले. चावड्या जाळल्या, टाईमबॉम्ब ठेवला, आगगाडीचे रूळ उखडले. नाना तऱ्हेच्या व्यक्ती भेटल्या. निरगूडकर पाटीलही त्यांतलेच एक.

या पाटलांची दोन साप्ताहिकं निघत होती. एक 'धडाका' आणि दुसरं 'भानगडी', हे याआधी मी सांगितलं आहेच. 'या भानगडी' आणि 'धडाका'मधून अनेकांची खरी-खोटी कुलंगडी ते बाहेर काढत. विशेषत: कोल्हापूरच्या राजघराण्यावर त्यांचा रोख अधिक असायचा. असं आपल्यावर लिहून छापलं जाऊ नये म्हणून हजारोच काय; पण लाखो रुपये देऊन या पाटलांना गप बसविण्याचा प्रयत्न केला जाई. व अशा भडक बातम्या देऊन दोन-तीन पिढ्यांची तरी कमाई करता यावी, असा हेतू त्यांच्या मनात असावा. आपल्या बेताल, तिखट लेखणीनं त्यांनी काही कमाई केलीही. पाच-पन्नास हजार मिळाले, की तेवढ्यापुरता हा बदनामीकारक मजकूर बंद व्हायचा. साप्ताहिकं चालू ठेवली पाहिजेत म्हणून अधूनमधून ती प्रसिद्धही व्हायची; पण राजघराण्याची त्यात बदनामी नसल्यामुळे लोकांना ती अळणी वाटायची. ती साप्ताहिकं विकली जायची नाहीत. आपले लोकही मोठे विचित्रच म्हणायला हवेत. कोणाच्या तरी बदनामीत त्यांना फार आनंद वाटतो. राजघराण्यातील अमूक अमूक राणीसाहेबांचं अमक्या अमक्या फलाण्या माणसाशी लफडं आहे, अशी बातमी असली की लोकांच्या त्यावर उड्या पडायच्या.

एकदा तर या पाटलांनी राजघराण्यातील एका कुलीन स्त्रीचा घोड्याला खरारा मारणाऱ्याशी संबंध जोडून टाकला. असले अंक वारेमाप खपायचे. ब्रिटिश हद्दीतूनसुद्धा मागणी यायची. बेळगाव, गोवा, पुणे, मुंबई अशा लांबलांबच्या मागण्या यायच्या; आणि गंमत अशी होती, की अंक जेवढा शिळा होईल तेवढा त्याचा ब्लॅकचा दर अधिक वाढायचा. त्यासाठी हे अंक मुद्दाम गोडाऊनमध्ये काळजीपूर्वक जतन करून ठेवायचे. या गोडाउन्सचा शोध कोणाला लागायचा नाही. कोणाला जराही शंका येऊ नये अशा घरात हे अंक असायचे. पाटलांचे कोल्हापुरात जे काही पिंजरे होते, अशा काही पिंजऱ्यांत ते अंक सुरक्षित राहायचे. अंक प्रसिद्ध झाल्यावर त्याची मूळ किंमत चार आणे असायची; पण चार दिवसांनी मागणी आली, की चार रुपये व्हायचे. त्याच अंकाची किंमत आठवड्यानं आठ रुपये व्हायची. या अंकाचे विक्रेतेसुद्धा शूरच म्हणायला हवेत. ते 'धडाका, धडाका' म्हणून सायकलीवरून पळत सुटले, की राजनिष्ठ लोक त्यांचा पाठलाग करून त्यांना काठ्या-चपलांनी मारायचे. या गोंधळात काही लोक पैसे न देताच अंक घेऊन जायचे. लोकांचा स्वभाव हे एक मला नेहमी कोडंच वाटतं. लोक एका बाजूला असले अंक चवीनं वाचायचे. त्यावर मिटक्या मारत चर्चा करायचे आणि महाराजांची उघड्या टपाची गाडी गावातून निघाली, की हेच लोक रस्त्याच्या दुतर्फा उभं राहून, कमरेत वाकून तीन तीनदा सलाम करायचे. गाडी गेली रे गेली, की पुन्हा चर्चा सुरू, ''या वेळचा धडाका वाचला का? काय महाराजांना ठोकलंय!'' एकूण अशी ही 'जन्ता!'

राजघराण्याचे जे खरे कैवारी लोक होते ते साम, दाम. . . करून थकले आणि दंडावर येऊन धडकले. या पाटलाला चांगला ठोकायचा असा त्यांनी विचार केला. असं म्हणतात की कोल्हापूरच्या पोलीस खात्याचंही त्यात अंग होतं. पाटील तुरुंगातून सुटल्यावर त्यांनी त्यांच्या हालचालीवर बारीक लक्ष ठेवलं. ते रोज टांग्यात बसून कुठं कुठं जातात, कोणाला भेटतात, कुठं बसतात या सगळ्यावर त्यांनी पाळत ठेवली. यात काही दिवस गेले आणि एक दिवस मात्र पाटील त्यांच्या तावडीत सापडले.

कोल्हापूरच्या बाहेर कुठल्या तरी शेतावरून ते हुरडा खाऊन येत होते. गावाबाहेरच त्यांची गाडी अडवली. चार बलदंड लोकांनी पाटलांना आपल्या ताब्यात घेतलं. जबरदस्तीनं त्यांना एका कारमधे बसवलं. हे लोक बलदंड असले तरी पाटलांचा त्यांना एवढा धसका होता, की त्या गाडीचा नंबर त्यांना दिसू नये; म्हणून त्या नंबरच्या पाटीवर फडकं बांधलं होतं. तो नंबर दिसला असता तर पाताळातूनसुद्धा गाडी काढली असती आणि एकएकाला कोर्टाच्या पिंजऱ्यात उभं केलं असतं, असा त्यांचा दरारा! अशा गाडीत त्यांना घालून पंधरा-वीस मैल लांब नेलं. एरवी जिथं कोणी जाणार नाही अशा एका डोंगराच्या पायथ्याशी कोणाचातरी

मळा होता. त्या मळ्यात बरीच खोल अशी एक विहीर होती. गाडी त्या मळ्याजवळ गेली. पुढं रस्ता नसल्यामुळे मैल-दीड मैल मागंच थांबली. तोवर कुणीतरी पाटलांचे डोळे बांधले. त्यांना गाडीतून बाहेर काढले. त्यांच्या दोन्ही दंडांना घट्ट धरून त्या विहिरीपर्यंत नेलं. मग एक जण म्हणाला, "तुझ्या आयचा धडाका, चाळणीत पाणी घेऊन जीव देतोस का हिरीत पडून जीव देतोस?"

दुसरा बोलला, "आयला आवाज ध्यानात ठेवंल. बोलू नका. चुकून जगलं वाचलं तर सुळावर चढवंल." तिसरा म्हणाला, "बोलत बसू नका. पाय बांधा आणि द्या ढकलून हिरीत. खाऊ द्या गटांगळ्या." चौघे मिळून त्यांचे पाय बांधू लागले. येशू ख्रिस्ताच्या थाटात पाटील म्हणाले, "परमेश्वरा, त्यांना क्षमा कर. आपण काय करतोय हे त्यांना कळत नाही." पहिल्याला फार राग आला. तो पाटलांना म्हणाला, "आमाला चांगलं कळतं. घोड्याला खरारा मारणाऱ्याबरोबर संबंध हाय म्हंतोस काय? तुझ्या अंगावर कॅस असतं तर आम्ही चौघांनी तुला खरारा मारला असता."

दुसरा म्हणाला, "आवाज वळकंल, आवाज वळकंल, ढकलून मोकळं व्हा." घाईघाईनं त्यांनी पाटलांचे कासऱ्यानं पाय बांधले. गाठीवर गाठी, गाठीवर गाठी अशा अनेक गाठी मारल्या आणि एखादा गुंड दगड उचलून विहिरीत टाकावा तसं त्यांनी पाटलांना उचलून विहिरीत टाकलं. सबंध मोटवान मोडून विहिरीत पडावं तसे पाटील विहिरीत पडले. पाण्याचा मोठा आवाज होऊन पाणी एकदम उसळलं. पाण्याचे तुषार पुरुष दीड पुरुष उंच उडाले. पाय बांधल्यामुळे पाटलांना पाय मारता येत नव्हते; पण पाटील हात मारत राहिले. हिंदकळणारं पाणी स्थिर झालं. पाटील पाण्यातच वळले. पाठ पाण्याला लावून समाधी लावावी तसे पाठीवर पडून राहिले. चौघेही मजा बघायला विहिरीच्या काठावर उभे होते. त्यांच्याकडे बघून पाटील शांतपणे त्यांना म्हणाले, "तुम्ही काठाला उभे आहात; पण रक्षणकर्ता वर बसलाय. या विहिरीला पायऱ्या नाहीत; त्यामुळं वर येऊन तुम्हांला उपदेश करता येत नाही. खालूनच सांगतो नीट ऐका– दुष्टांच्या संगतीत माणूस दुष्टच बनतो. तुम्ही आज कुकर्म केलं आहे. परमेश्वराची प्रार्थना करा, तो तुम्हांला क्षमा करील. पापाची कबुली द्या." हे ऐकून त्या चौघांच्याही मनात जरा चलबिचल झाली. एक जण तर म्हणाला, "आयला, चांगलं बोलतंय." दुसरा म्हणाला, "आपुन एवडं हिरीत ढकललं; पण तोंडातनं एक वाईट सबूद न्हाई? काय कुटल्या जन्माचं साधुसंत हाय काय कुणास ठाऊक?" तिसरा म्हणाला, "ते बघा, समाधीत शिरलंय. चला बाबानू. काढा पळ." असे म्हणून तिघंही तिथून सटकतात. गाडीजवळ आल्यावर कोणी बघितलं नाही ना, याचा कानोसा घेऊन गाडी भरधाव सोडली.

पाय बांधलेल्या अवस्थेत पाटील तीन दिवस या विहिरीत तरंगत होते. कधी पाठीवर पडून ध्यानस्थ व्हायचे तर कधी जईच्या दगडाला धरून विश्रांती घ्यायचे. पायऱ्या असत्या तर हाताचे कोपरे टेकत ते वर आले असते; पण त्या विहिरीला पायऱ्याही नव्हत्या. ही हकिकत त्यांच्या तोंडून ऐकली तेव्हा ती सांगताना आम्हांला म्हणाले, ''सोबतीला काही बेडक्या होत्या आणि एक हिरवागार विरुळा होता. मी त्याला महाराज असं म्हणत असे; आणि बेडक्यांना बघून महाराणी म्हणायचो.'' मी पाटीलसाहेबांना विचारलं, ''आपण तीन दिवस आणि तीन रात्री विहिरीत काढल्या, आपल्याला भूक लागली नाही?'' मला ते म्हणाले, ''संकटात भूकबिक सगळी मरते. बळही एकवटतं. मी वाट बघत होतो कुणीतरी येईल. तसा त्या मळ्याचा मालक चौथ्या दिवशी आला. त्याला उसाला पाणी द्यायचं होतं त्यानं मोटेला बैल जोडले. मोट माझ्यासाठीच खाली सोडली. छान पालखीत बसावं तसा बसून वर गेलो. त्यानं दुपारची भाकरी बांधून आणलीच होती. दही होतं, खर्डा होता. घट्ट झुणका, हिरव्या पातीचा कांदा. काय जेवलो! पाणी प्यायला पोटात जागा नव्हती; शिवाय तीन दिवस पाणीच पीत होतो.'' अशा संकटातूनसुद्धा पाटील असे निभावले.

असे हे पाटील काही दिवस तुरुंगवास भोगून बाहेर आले; आणि थोड्याच दिवसांत कोल्हापूर कायमचं सोडण्याचा त्यांनी निर्णय घेतला. कुठं जाणार हे कोणालाच कळलं नाही. फक्त कोल्हापूर सोडून जाणार एवढंच कळलं. त्यांचं हेर खातंही जबरदस्त होतं. आठ-पंधरा दिवसांत सगळ्या कोल्हापुरात ही बातमी झाली. प्रत्यक्ष जायचा दिवस उगवला. पाटील आपल्या दोन्ही पत्नींसह आगगाडीनं निघाले. अर्थात, प्रथम वर्गाचा डबा सगळा रिझर्व्ह केलेला. मऊ गादीचा होल्ड ऑल पसरलेलाच होता. शुभ्र अभऱ्याच्या मऊ उशा पाठीशी आणि पायाखाली होत्याच. त्यांना निरोप द्यायला स्टेशनच्या फलाटावर जत्रा भरावी तसे लोक गोळा झाले होते. त्यात कोल्हापुरातले अनेक प्रतिष्ठित लोक होते. काही नामांकित वकील, राजकीय पुढारी, कामगार संघटनांचे नेते, काही व्यापारी हार-तुरे घेऊन आले होते. मी आणि मानेही गेलो होतो. गाडीनं शिटी दिल्यावर हारांनी भरल्या गळ्यानं ते हात जोडून आम्हांला म्हणाले, ''आम्ही जातो आमुच्या गावा रामराम घ्यावा.'' सगळ्यांचे हात आपोआप जुळले.

पाटलांचा रामराम घेऊन आम्ही परतलो. त्यानंतर बरीच वर्षं उलटली. ते कुठं आहेत आणि काय हे कोणालाच कळलं नाही. भाड्याचा बंगला अजून त्यांच्याच नावावर होता. कुलूप तोडून आत जाण्याची मालकांना धमक नव्हती. बंगल्याचे मालक अनेक वेळा बंगल्यावर जायचे. बंगल्याभोवती चक्कर मारायचे आणि आपल्याच बंगल्याकडे बघत बघत निघून जायचे.

अशी काही वर्षं उलटली. एक एक बातमी कोल्हापुरात येऊ लागली. त्या बातम्या कोण आणि कसं पसरवत होतं देव जाणे! पहिली बातमी आली– पाटीलसाहेब दिल्लीला आहेत. नंतर बातम्यांचं पेवच फुटलं. कुणी सांगू लागलं– पाटीलसाहेबांनी दिल्लीला इशिया खंडातली सर्वांत मोठी पेढी काढलिया. हळूहळू कानावर येऊ लागलं– पाटीलसाहेब सकाळी ब्रेकफास्टला नेहरूंच्याकडे जातात. कुणी म्हणू लागलं– पंधरा दिवसातनं एकदा तरी वल्लभभाईंकडं डीनरला जातात. हळूहळू ऐकू येऊ लागलं– अर्थमंत्री चिंतामणराव देशमुख यांच्याबरोबर टेनिस खेळतात आणि दुर्गाबाई देशमुखांना मराठी शिकवतात. त्यांचं हेर खातं असं कामालाच लागलं. हळूहळू कानी येऊ लागलं– पाटलांनी स्वत:चं विमान घेतलं असून, ते भारतातल्या सर्व प्रांतांतल्या मोठमोठ्या बँकांवर संचालक झालेत. आज दिल्लीला असतात तर उद्या लखनौला. लखनौची मीटिंग उरकून लगेच मुंबईला. ताजमहालमधे एक रात्र काढली, की लगेच दिल्लीला. कोल्हापुरात या बातम्यांचा सुळसुळाट झाला.

असे चार-पाच महिने गेले आणि एक दिवस कोल्हापुरात बातमी आली– पाटीलसाहेब पुढल्या महिन्यात कोल्हापूरला येणार असून, इथल्या सर्व बँकांना भेटी देणार आहेत. कोल्हापूरचा व्यापारही सुधारणार आहेत. विशेषत: कोल्हापुरी बूट आणि कोल्हापुरी चपला इंग्लंड, अमेरिका, रशिया, चीन, जपान इत्यादी देशांना रवाना करण्याची एक योजना त्यांनी आखली आहे. चपला, पायताण आणि रिंगाचे वेणी असलेले चढाव खास आगबोटीनं अमेरिका आणि रशियाला जाणार म्हटल्यावर कोल्हापुरातल्या मंडईजवळ असलेली चांभारगल्ली खूष झाली. तिथल्या दुकाना-दुकानांत हीच चर्चा सुरू झाली. पाटलांचे हेर पेवांचं झाकण उघडतच होते. बॉम्ब प्रकरणात ज्या चाचाच्या घरी आम्ही ड्रायव्हरला ठेवलं होतं, तो चाचाही पाटलांचा एक खास चमचा होता. हा दाढीवाला माणूस चांगला उंचापुरा होता; पण तृतीयपंथी जमातीचा होता. त्यामुळे पिंजऱ्यातल्या घरात तो जास्त वावरायचा आणि स्त्री समाजातही तो जास्त मिसळायचा. कोल्हापुरातली कर्तबगार महिला आघाडी तो सांभाळून होता. त्यांच्या संघटनेत जाऊन तो फुणग्या सोडू लागला. सांगायचा– परदेशच्या व्यापारासाठी पाटीलसाहेबांनी स्वत:च्या दहा आगबोटी घेतल्या आहेत.

हा चाचा महिला मंडळात वगैरे असं बोलत राहिला आणि स्त्री ही एक व्यक्ती अशी असते की, तिच्या पोटात काहीच राहत नसते. या वार्ता आपोआप घरोघर पसरल्या. घरातून पुन्हा गावात आल्या. सगळं कोल्हापूर पाटीलमय झालं. बँकांना भेटी देणार म्हणजे पाटीलसाहेब काही ठेवी ठेवणार हे गृहीत धरून त्यांच्या स्वागताची जंगी तयारी सुरू झाली. बँकांनी पुढाकार घेतला. चांभारगल्लीही

तयारीला लागली. शाहूपुरीतली गुळाची पेठ खडबडून जागी झाली. आपला गूळ रशियाचा स्टॅलीन खाणार म्हटल्यावर दिवसभराचा व्यापार संपला, की रात्री मीटिंगा सुरू झाल्या. गुळाच्या ढेपांचीच स्वागतासाठी कमान करायची ठरली. चांभारांची मात्र थोडी कुचंबणा झाली. चपला, पायताण, बूट यांची आपणही कमान करावी अशी कुणीतरी कल्पना काढली; पण त्याला मूर्खात काढून अनेकांनी ती फेटाळून लावली. महिला मंडळानं एक छान कल्पना काढली– नऊवारी साडी नेसून व सर्व सौभाग्यअलंकार अंगावर घालून अकरा सुवासिनींनी ओवाळायचं ठरवलं. मग हा आकडा एकवीस झाला; आणि वाढत वाढत जाऊन एकशे एक सुवासिनींपर्यंत गेला. त्यात काही सुंदर सुवासिनींवर मात्र नको ते संकट आलं. त्या सुंदर होत्या; पण नाकाला भोक नव्हतं; त्यामुळे नथ घालता येत नव्हती. त्यांचा चान्स गरीब स्त्रियांना मिळाला. तालीम संघही मागं नव्हता. प्रत्येक तालमीनं फेटा बांधायचा ठरवलं. मंडईतले बागवानही जागे झाले. त्यांनी द्राक्षांची कमान करायची ठरवली. चांदीच्या तबकातून हापूस आंबे द्यायचे ठरले. बघता बघता आगमनाची तारीख येऊन ठेपली.

प्रत्यक्ष आगमनाच्या दिवशी नगरात प्रवेश करण्याच्या ठिकाणी कोल्हापूर महानगरपालिकेनं सुंदर कमान उभारली. दिवसा लामण दिवे लावले. त्याच्या पाठोपाठ शाहूपुरी पेठनं गुळाच्या ढेपांची कमान बांधली. तिसऱ्या कमानीला द्राक्षांचे घोस लटकू लागले. अशा कमानीच कमानी उभारल्या. कोल्हापूरच्या सरदारांनी ढाल-तलवारीची एक कमान केली. बघावं तिकडं भगवे फेटे दिसत होते. मुख्य प्रवेशद्वारावर नथ घातलेल्या, शालू-पैठणीतल्या एकशे एक सुवासिनी पंचारती घेऊन उभ्या होत्या. धनगरी ढोल होते. लेझीम खेळणाऱ्यांचा एक ताफा होता. शिंग घेऊन अकरा लोक कमानीतच उभे होते. पंचवीस-तीस लोक झांजा घेऊन उभे होते. पाटलांच्या गाड्यांचा ताफा आला रे आला की, तूऽऽऽ तूऽऽऽ तूऽऽऽ तूऽऽऽ असं शिंग वाजवायचं आणि ढोल आणि झांजांचा दणका उडवायचा अशी आखणीच केली होती. हार आणि तुरे घेऊन लोक उभेच होते. पाटील वेळेवर येतील कशाला? आगमनाची वेळ सकाळी नऊची होती; पण रामजन्म व्हावा तसे पाटील भरदुपारी बारा वाजता आले. निरांजनात तेल घालून घालून सुवासिनी दमल्या होत्या, त्यांनी एकदाचा सुटकेचा निःश्वास सोडला. पहिल्या गाडीतून चाचा आला. दाढी कुरवाळत बाजूला उभा राहिला. शिंग वगैरे फुंकण्याची एक तालीम फुकट गेली.

काही गाड्या येऊन बाजूला उभ्या राहिल्या आणि मग पाटीलसाहेबांची गाडी येऊन उभी राहिली. गाडीत पुढं बसलेल्या अंगरक्षकानं मागचं दार उघडलं. लगेच एक छत्रीधारी माणूस पुढं आला. हिटलरछाप मिशा असलेले पाटीलसाहेब हात

जोडूनच खाली उतरले. शिंग, ढोल, झांजा आणि बँड यांचा दणका उडाला. लोकल बोर्डाचे अध्यक्ष वगैरे हार-तुरे घेऊन पुढं झाले. काही लोक म्हणाले, ''आधी सुवासिनींना ओवाळू द्या, ओवाळू द्या.'' पंचारतीनं ओवाळणी झाली. पुढं येणाऱ्या तबकात पाटलांनी मुठींनी नाणी टाकली. मागच्या सुवासिनी हळहळल्या. त्या लांबूनच पंचारती ओवाळत होत्या. फळांनी भरलेले चांदीचे तबक पुढं आले. पाटलांनी हात लावला की, तबकासह फळं गाडीत जायची. चमचे, तबक काही परत करायचे नाहीत. त्यांच्या बंगल्याचा मालकही एक मोठा हार आणि फुलांचा एक गोटा घेऊन गेला होता. करवीर नगरीनं असं जंगी स्वागत केलं. एका पुढाऱ्याकडेच ते उतरले. दुसऱ्या दिवशी सकाळी आठपासून कार्यक्रम ठरलेले होते. सगळं कसं नियोजनबद्ध. प्रत्येक बँकेला अर्धा तास वेळ दिला होता. स्वागत, हार-तुरे, भाषणं आणि निघताना पाटीलसाहेब कुणाला पंचवीस हजार, कुणाला पन्नास हजार, कुणाला एक लाख अशा रकमेचे चेक देत गेले. हे सगळे चेक दिल्ली, लखनौ, कलकत्ता वगैरे बँकांचे होते.

बँका खूश झाल्या. शाहूपुरी पेठेतले व्यापारी हुरळून गेले. चांभारांनी कापशी चपला भेट दिल्या. कागदासारख्या पातळ. शे-दीडशे फेटे आले होते. तीन दिवस पाहुणचार झोडून पाटीलसाहेब आले तसे निघून गेले.

एकही चेक वटला नाही. स्टॅलीनला गूळ खायला मिळाला नाही. अमेरिकेला जाणाऱ्या चपला मुंबईच्या बंदरापर्यंत गेल्या नाहीत. लोकांनी पाटलांच्या चमच्यांना घेरलं. चाचा दाढी कुरवाळत सांगू लागला, ''भाई, जरा ठैरो. काय आहे, साहेब जरा गडबडीत आहेत. सध्या अर्थमंत्र्यांचे ते सल्लागार झाले आहेत. फुरसतच नाही. त्यांच्याविना सी. डी. देशमुखांचं पान हालत नाही.'' त्यानंतर पाटीलसाहेब पुन्हा कधीही कोल्हापूरला आले नाहीत. चांदीची ताटं आणि तबकं घेऊन गेले ते गेलेच. त्यांचं पुढं काय झालं आणि काय नाही हे मला अजूनपर्यंत कळलेलं नाही!

✧

माझा एक नको तो उद्योग

जगातली सगळी गणितं सुटतील; पण माणसाचं गणित सुटण्यासारखं नाही.
तो केव्हा काय करील हे सांगता येण्यासारखं नाही. त्याच्या मनात कशाचं बीज
पडेल आणि त्यातून काय निर्माण होईल हे एक कोडंच आहे. माझ्या बाबतीतही
असंच घडलं. मी मॅट्रिक झाल्यावर कोल्हापूरच्या राजाराम महाविद्यालयात कला
शाखेत नाव घातलं. एफ. वाय.च्या वर्गात जाऊन बसू लागलो. पहिल्या वर्षाची
परीक्षा महाविद्यालयच घेत असे. विद्यापीठाची परीक्षा असली म्हणजे मनावर थोडं
दडपण असतं, तसं दडपण या वर्षी नव्हतं. अभ्यासही फारसा नव्हता. एफ. वाय.
पास होणं म्हणजे फार सोपी गोष्ट वाटली. पहिला बुजरेपणा गेल्यावर महाविद्यालयात
चांगलाच रमलो. रमलो म्हणजे तासाला दांडी मारून हॉटेलात चहा पीत बसू
लागलो. नवे नवे मित्र जोडू लागलो. अर्थातच, अभ्यास सोडून इतर गोष्टी सुरू
झाल्या.

माझ्या डोक्यात काय आलं कुणास ठाऊक, एक दिवस तीनशे पानांची एक
भली मोठी वही विकत आणली; आणि कॉलेजला दांडी मारून कादंबरीच लिहीत
बसलो. माझ्या स्वत:च्या त्या अपत्याचं नाव मला आता आठवत नाही; पण तीनशे
पानांची ती वही मी शब्दांनी भरून टाकली. तीही पाठपोट! म्हणजे जवळजवळ
सहाशे पानं खरडली. ती लिहून होताच मला फार आनंद झाला. मनात आलं–
फडके काय, वर्षाला एखादी कादंबरी लिहितात. खांडेकर तर न लिहिताच आगामी
कादंबऱ्यांची नावं प्रसिद्ध करतात. मी वर्षाला अशा दहा तरी कादंबऱ्या लिहीन!

मी कादंबरी लिहिली हे वर्गमित्रांना कळल्यावर एक एक टोळकं मला गाठायचं
आणि ते म्हणायचे, ''लेका, कादंबरी लिहिलीयस. चहा तरी पाज ना.'' माझा
महिन्याचा पॉकेटमनी पहिल्या आठवड्यातच संपला; पण म्हटलं कादंबरी छापून
आल्यावर पैसे मिळतील. एखाद्या विद्वान प्राध्यापकांची प्रस्तावना घ्यावी. हा विचार

मनात आल्या आल्या कादंबरीची वही काखेला मारून मराठीचे प्रसिद्ध प्राध्यापक श्री. द. सी. पंगू यांच्या घरी गेलो. वेळ संध्याकाळची होती. पंगू गॅलरीतच उभे होते. ते सारखी सुपारी खात असल्यामुळे त्यांच्या ओठांच्या दोन्ही कडा ओल्या असायच्या आणि त्यात बारीक सुपारीचे कण असायचे. मला बघून सुपारी चावतच ते म्हणाले, ''या, कोण आपण?''

मी दाबून सांगितलं, ''मी एक कादंबरीकार आहे.''

''बसा. काय काम घेऊन आलाय?''

''मला आपली प्रस्तावना हवी आहे!''

''त्यासाठी तुमची कादंबरी मला वाचावी लागेल.''

''हो, ती देण्यासाठीच मी आलोय.'' असं म्हणून मी वही त्यांच्या हाती दिली. ती थोडी चाळून झाल्यावर ते मला म्हणाले, ''तुमचं हे बाड बरंच मोठं दिसतंय.''

''अर्थात, ती कादंबरीच आहे; म्हणजे मोठी असणारच.''

''मला वाचायला वेळ लागेल. चार महिने थांबाल?''

''पाच महिने थांबेन; पण तुम्ही ती वाचावी आणि प्रस्तावना लिहावी अशी माझी इच्छा आहे.'' त्यांच्या गळ्यात कादंबरी मारून मी घरी आलो. डोक्यात आलं. कादंबरी तर लिहिली, आता नाटक लिहावं. कशावर लिहावं याचा विचार करू लागलो. आचार्य अत्रे यांचं एक नाटक रंगभूमीवर आलं होतं. त्यांनी नाव ठेवलं होतं– 'जग काय म्हणेल?' त्या काळात प्राध्यापक ना. सी. फडके यांचा चाहता होतो. फडके आणि आचार्य अत्रे यांचं १९४० सालीच वाजलं होतं. दोघे एकमेकांना पाण्यात बघत होते. नाटकाचा विषय सुचण्याआधी मला नाटकाचं नाव सुचलं– जग काय म्हणेल काय? मी नव्या वहीवर नाव लिहिलं– 'जग मूर्ख म्हणेल!' त्याच रात्री पहिला अंक लिहूनसुद्धा झाला. मी कोणत्या उद्योगात दंग आहे हे घरी कोणाला कळत नव्हतं. चांगला अभ्यास करता यावा म्हणून कोल्हापूरच्या रेसकोर्सजवळ एका टोकाला एक 'शेरीबाग' नावाचा बंगला होता. हा बंगला म्हणजे लिंगायत समाजातील मुलांचं कोल्हापुरातलं हे दुसरं बोर्डिंग. घरात जेवणापुरतं यायचं आणि हा शेरीबाग बंगला गाठायचा. दिमतीला सायकल होतीच. तिच्यावर टांग टाकून खोलीवर यायचं आणि लिहायला बसायचो. दादाला वाटायचं– पहिल्या वर्षापासून मी नेटानं अभ्यासाला लागलोय. कॉलेज राहिलं बाजूला, अभ्यासाचं तर नाव नव्हतं आणि 'जग मूर्ख म्हणेल!' हे नाटक एका आठवड्यात एकटाकी लिहून काढलं. एकांकिकाही नाही. असलं फुटकळ काम कधी केलंच नाही. चांगलं तीन अंकी नाटक बडवलं! शाब्दिक विनोद भरपूर पेरले. द्व्यर्थी संवादांची उधळपट्टी केली. अत्रे विनोद करतात काय? आम्हालासुद्धा विनोदबुद्धी आहे हे दाखवून द्यायचं होतं. त्यातला एक संवाद मला अजून आठवतो– आपल्या

बायकोवर डोळा ठेवणाऱ्या पात्राला उद्देशून तिचा नवरा त्याला म्हणतो, ''अरे वा वा! तिला कोण धनी नाही का? पैशाएवढं कुकू लावती की कपाळाला माझ्या नावानं! तुला काय वाटलं कोण विचारणार नाही? माळावरच्या शेंगा धर की उपट गा!''

ह्या नाटकाचं माझ्या खोलीत रोज वाचन सुरू झालं. काही वर्गबंधू त्यावर खूषही झाले. कोल्हापुरात नाटक कंपनी आली, की 'जग मूर्ख म्हणेल!' हे माझं नाटक बसवता का, हे विचारायला आम्ही त्यांच्याकडे जाऊ लागलो. ह्या नादात मला भान न राहता खुद्द अत्र्यांच्याच कंपनीत गेलो. जोशी नावाच्या मॅनेजरचे डोळे बघूनच मी गांगरलो. तिथं आचार्य अत्र्यांचा उल्लेख सगळे 'साहेब साहेब' असा करायचे. आताच्या केशवराव भोसले नाट्यगृहात म्हणजेच पूर्वीच्या 'पॅलेस थिएटरवर' आम्ही तिघं-चौघं गेलो होतो. प्रथम दर्शन झालं ते कंपनीच्या मॅनेजरचं. डोळे वटारून त्यानं विचारलं, ''कोण तुम्ही? का आलाय?''

मी माझ्या नाटकाचा विषय काढलाच नाही. ती वहीही दिसणार नाही, याची काळजी घेतली आणि म्हणालो, ''परवाचा आपला 'लग्नाची बेडी'चा खेळ फार आवडला. म्हटलं प्रत्यक्ष भेटून सांगावं. विशेषतः त्यातल्या रश्मीची भूमिका फार आवडली. ते काम करणाऱ्या बापूराव माने यांना भेटता येईल का? आम्ही कॉलेज विद्यार्थी आहोत.'' चेहरा गंभीर ठेवूनच ते म्हणाले, ''बरं बरं. ते मागल्या दारी ऊन खात बसले आहेत. जाऊन भेटा त्यांना.'' भेटायला परवानगी मिळाली याचाच आनंद झाला. या मॅनेजरना टाळून आम्ही लगेच मागील दारी गेलो.

बापूराव माने हे मागील दारात उन्हाला बसले होते; आणि आपल्या हातांच्या नखांना लावलेला रंग हलकेच काढत होते. त्यांनी आमचं सस्मित स्वागत केलं. आम्ही त्यांच्याभोवतीनं बसलो. त्यांचा चेहरा काहीसा गोल, आकर्षक. नाक सरळ, भुवया कोरलेल्या, काहीशा धनुष्याकृती दिसणाऱ्या आणि दात तर कुंदकळ्यांसारखे दिसणारे. त्या काळात स्त्री भूमिकाही पुरुषपात्रंच करायचे. आजच्यासारखा रंगभूमीवर स्त्रियांचा एवढा संचार नव्हता. 'कुलवधू'सारख्या नाटकातील एखादी जोत्स्ना भोळे धाडसानं रंगभूमीवर पाऊल ठेवताना दिसू लागली होती; पण पुरुषांच्या काळजाचे तुकडे तुकडे करणारे ॲटमबॉम्ब अजून रंगभूमीवर आले नव्हते; शिवाय बापूराव मान्यांसारखे नट, साजशृंगार करून रंगभूमीवर आले, की हुबेहूब ते स्त्रियांसारखे दिसायचे. आपले हावभाव, अंगविक्षेप, बोलण्याची लकब यात ते कुठंही कमी पडायचे नाहीत.

बापूराव नखावरचा रंग काढण्यात दंग झाले होते. काहीतरी विषय काढायचा म्हणून विचारलं, ''हा लावलेला रंग का काढता?'' गोड हसून ते म्हणाले, ''परवा रश्मीची भूमिका केली होती. ती नखरेल असल्यामुळे नखांना नेलपॉलिश लावलं

होतं. आज रात्रीच्या खेळात मला एका साध्या स्त्रीची भूमिका करायची आहे. मग हे नेलपॉलिश त्या भूमिकेला विसंगत दिसेल.''

ही मंडळी इतक्या बारकाईनं विचार करतात याचं मला आश्चर्य वाटलं. हा बारकावासुद्धा विचारात घेऊन ते आपल्या भूमिकेशी एकरूप होतात. हे कळल्यावर त्यांच्याशी आणखी बोलत राहावं असं वाटलं. आम्ही फक्त चावी देत होतो आणि ते बोलत होते. त्यांच्या बोलण्यात फार आत्मीयता होती. एकूण मराठी रंगभूमीची वाटचाल, त्यातील त्यांच्या साहेबांचं कर्तृत्व. मग नागेश जोशी वगैरे यांची नवी हलकी फुलकी नाटकं इत्यादी अनेक विषयांवर आणि त्या अनुषंगानं अनेक नाटकांवर आणि अनेक नाटकांतील अनेक भूमिकांवर ते खूप काही बोलले. काय बोलले हे आता आठवत नाही; पण त्यांच्या बोलण्याचा आमच्यावर एक मोठा प्रभाव पडला. आमच्या नाटकांच्या यशात, आमच्या कंपनीच्या मॅनेजरचा वाटाही मोठा आहे, हेही त्यांनी सांगितले आणि त्यांच्या मॅनेजरनं लांबून डरकाळी फोडली, ''उठा बापूराव, बास झालं.'' बिचारे बापूराव माने आज्ञाधारकपणे उठले. तालमी चालू झाल्या होत्या. ते त्यात सामील झाले. आम्ही आपापल्या घरी आलो. एका गुणी नटाची आज भेट झाली, त्यांच्याशी पोटभरून बोलता आलं, या तृप्तीनंच मन भरून गेलं होतं.

घरी आलो आणि मनात आलं– आपणही कंपनी काढायची! माझ्यासारखे काही नाट्यवेडे माझ्या वर्गात होते. त्यांतील श्री. माधव भोईटे नावाचे एक मित्र मला सामील झाले. हे भोईटे पुढं चित्रपटसृष्टीत गेले. सहायक दिग्दर्शक म्हणून बरीच वर्षं काम केलं आणि 'छंद प्रीतीचा' हा चित्रपट त्यांनी माझ्याकडून लिहून घेतला. त्याचं दिग्दर्शनही त्यांनी स्वत:च केलं. माझा तो चित्रपटही पडला आणि या भोईट्यांनी पुन्हा आपलं डोकं काही वर काढलं नाही.

पण हे माधवराव भोईटे आमच्या या नव्या नाटक कंपनीत भागीदार झाले. त्यांनी आणखी दोन भागीदार आणले. त्यांच्या भरवशावर मी नाटक सरकारकडून पास करून घेतलं. कंपनीचं नाव काय द्यावं यावर आमच्या चौघांत बरीच चर्चा झाली. मी लेखक असल्यामुळे नाव ठेवण्याचा हक्क मला मिळाला. 'नाट्यकला नर्तन मंडळ' असं नाव ठेवलं आणि पाटी रंगवून घेतली. 'नृत्य'ऐवजी 'नर्तन' का लिहिलं हे काही माझ्या डोक्यात आलं नाही.

आता नाटक बसवायचं म्हणजे तालीम घ्यायला जागा पाहिजे. कोल्हापूरच्या देवल क्लबजवळ एका मोठ्या वाड्यातील एक वरचा मजला अख्खा भाड्यानं घेतला. मुलाचं बारसं करतात तसं उद्‌घाटन करायचं मनात आलं. आम्ही एकाला चार भागीदार होतो; पण कोणीच भागीदार भांडवल देत नव्हतो. शेवटी मी माझी सायकल फक्त चाळीस रुपयांना विकली. शिंदे नावाचे इंग्रजीचे प्राध्यापक उद्‌घाटनाला

बोलावले. त्यांच्या येण्या-जाण्याचा टांग्याचा खर्च मीच केला. पाटीला घालण्यासाठी हारही मीच आणला. भाषण झाल्यावर तोच हार पाहुण्यांच्या गळ्यात घालावा का, असा एक चोरटा विचार मनात येऊन गेला; पण तो माझ्या मनाला पटला नाही. आणखी एक-दोन रुपये जाऊ देत; पण पाहुण्यांसाठी नवा हार आणला. लहान आकाराचे अर्धा किलो पेढे आणले. 'नव्या नाटकासाठी नवे चेहरे पाहिजेत' म्हणून छोटी जाहिरात दिली. उद्‌घाटन करून टाकलं.

आम्ही काही भागीदार रोज जाऊन त्या माडीवर बसू लागलो. चहापाणी आलंच. सायकल विकून आलेले चाळीस रुपये बघता बघता खलास झाले. हळूहळू भोईटे यायचेच थांबले. पुढं चित्रपटात जाणार हे तेव्हाच मला कळायला हवं होतं. त्यांचे पाय मला पाळण्यात दिसू लागले. बाकीचे दोन निर्मातेही थोड्याच दिवसांत गायब झाले. वाड्यावरची पाटी बघून नवे चेहरे भेटायला येण्याऐवजी जुने म्हातारे नटच भेटायला येऊ लागले. जिना चढून कसेबसे वर यायचे आणि अजिजीनं बोलायचे, ''मी बालगंधर्वांच्या 'एकच प्याला'मध्ये काम करीत होतो. 'भावबंधन'मधली माझी भूमिका गाजली होती.'' काही जण तर स्वगतच म्हणून दाखवायचे. खड्या आवाजात. छपरावरच्या खापऱ्या हादरायच्या. यांना मार्गी लावता लावता माझी पुरेवाट व्हायची.

जिद्द तर दांडगी. 'जग मूर्ख म्हणेल!' हे बसवायचंच हे माझ्या मनानं घेतलं; पण पैशांचं काय करायचं? याच वेळी सूर्यवंशी नावाचा एक थोराड अंगाचा विद्यार्थी मला भेटला. तो बरीच वर्षं मॅट्रिकला बसत होता. परिचय वाढला. तो म्हणाला, ''मॅनेजमेंट माझ्याकडे द्या. मी भांडवल मिळवून देतो.'' मला वाटलं देव पावला! मी म्हटलं, ''हरकत नाही, तू मॅनेजर. पैसा मिळवून दे.'' तो म्हणाला, ''व्याजाचा दर बराच पडेल. एका महिन्याला एक रुपयाला दोन आणे व्याज.'' मी म्हणालो, ''व्याजाची ऐसी जैसी. नाटक चालू द्या.''

त्याच रात्री बिंदू चौकातील एका बोळात मला तो घेऊन गेला. तिथं एका बैठ्या घरात काही पठाण राहत होते. ज्यांना आगगाडीत बघून लहानपणी मी भ्यालो होतो तसे दिसणारे. आम्हाला बघून एक जण म्हणाला, ''आओ बैठो.''

बैठो काय? पाचावर धारण बसली. त्यांच्यासमोर एक मोठी परात होती. त्यात सोललेली बरीच मोसंबी होती. तीन-चार डझनतर असावीत. सूर्यवंशी म्हणाला, ''यांना पाचशे रुपये पाहिजेत.''

''एक रुपया को दोन आणे व्याज देना पडेगा.'' मी होकारार्थी मान हालवली. माझा घरचा पत्ता वगैरे त्यांनी लिहून घेतला. दहा मिनिटांत पाचशे रुपये त्यानं माझ्या हातावर ठेवले. अर्थात, एक महिन्याचं व्याजही त्यानं कापून घेतलं. मी म्हणालो, ''चला, एक महिना तर गेला.''

दुसऱ्या दिवसापासून कामाला लागलो. आता लेखक मीच. दिग्दर्शक मीच. निर्माता मीच. एकूण माझा आत्मविश्वास दांडगा. कोणताही कोर्स न करता मला सगळं यायचं. त्या काळात डॉक्टर न होता इंजेक्शनसुद्धा दिलं असतं.

मॅनेजरनं नाईटवर काम करणाऱ्या दोन नट्या आणल्या. नट कॉलेजमध्ये होतेच. मी त्यांना अभिनय शिकवायला लागलो. एक भुवई वर कशी करायची. डोळ्यांतनं पाणी कसं काढायचं. याचा पहिला प्रयोग आणि पुढची कहाणी एकूण सांगण्यासारखी आहे...

साहित्यादी कलांचा पाया

नागोजीराव पाटणकर हायस्कूलमध्ये पोळसरांच्यामुळे १९४४-४५ साली मी इंग्रजी सहावीत बसू लागलो. पुढं खात्यामार्फत दाखलाही मिळाला; आणि रीतसर हजेरीपटावर माझं नाव दाखलही झालं. हे सर्व पोळसरांच्यामुळे झालं. पुढं त्यांचा माझा स्नेहही जुळला. त्यांच्या परसात फळांची काही झाडं होती. या झाडांना फळं लागली की, मला ते आग्रहानं घरी बोलवायचे आणि ती फळं खायला लावायचे. जांभळं खाऊन तर जीभ निळीभोर व्हायची. मग 'मिठाच्या पाण्याच्या गुळण्या कर' असं ते म्हणायचे. अशा काही गुळण्या केल्या की, जीभ काही प्रमाणात पूर्ववत व्हायची. या सरांचा एक मुलगा चांगला चित्रकार होता. 'रूपमती आणि बाजबहाद्दर' या रणजित देसाई यांच्या कथासंग्रहाचं मुखपृष्ठ त्यांनीच केलं होतं. हा गुणी चित्रकार मुलगा पुढं चित्रपट क्षेत्रात गेला आणि स्टील फोटोग्राफर म्हणून त्यानं बरंच नाव मिळवलं. त्यानं खूप शिकावं ही वडलांची अपेक्षा मात्र त्यानं पुरी केली नाही. चंदेरी दुनियेत त्याला नको ती व्यसनं बरीच लागली; आणि तो अकालीच हे जग सोडून निघून गेला. पोळसरांच्या कुटुंबाची तशी थोडी वाताहतच झाली.

पोळसरांचं प्रेम जसं मला लाभलं; तसंच इंग्रजी सहावीला असताना एक रसिक शिक्षक भेटले. त्यांचं नाव- के.बी. महाडिक. त्यांचंही भरपूर प्रेम माझ्या वाट्याला आलं. ते आम्हांला मराठी शिकवत. पुस्तकातील धडे तर चांगले शिकवायचेच; पण त्या अनुषंगानं मराठी साहित्य, त्यातील वाङ्मय प्रकार, त्यांच्या विकासाची वाटचाल आणि साहित्यातील वेगवेगळ्या प्रवृत्ती, वेगवेगळे दृष्टिकोन, त्यांतील वादस्थळं यांचाही आवर्जून उल्लेख करायचे. त्यांना बोलण्याची कलाही अवगत होती. त्यांच्या तासाला मी मन लावून आवडीनं ते सगळं ऐकत असे; आणि त्यांच्या बोलण्यातून ज्या संदर्भ ग्रंथांची नावं मला कळत असत ते ग्रंथ मी आधाशासारखा वाचतही असे. मला वाङ्मयाची विशेष गोडी या महाडिक

सरांनीच लावली. त्या लहान वयातही मला ललित साहित्याची समज इतर मुलांहून अधिक होती; आणि वाचनानं माझ्या लेखनाची भाषाही बरीच विकसित झाली असावी असं वाटतं; कारण माझ्या निबंधावर महाडिकसरांचे शेरे मला फार उत्तेजन देणारे असायचे. ते कधी लिहायचे– 'छान! सुंदर!' असा शेरा वाचला, की माझ्या अंगावर मूठभर मांस चढायचं. मी आणखी आधाशी बनून ग्रंथालयातील पुस्तकांचा फडशा पाडत असे. त्या वेळचे नामवंत लेखक फडके – खांडेकर यांचं साहित्य तर मी सगळं वाचलंच; पण माडखोलकरांच्या बहुतेक सगळ्या कादंबऱ्याही वाचल्या. 'प्रतिभा साधन' हा फडक्यांचा ग्रंथही चांगला अभ्यासला. त्यात दिलेल्या तंत्रानुसार मी काही कथाही लिहिल्या. त्यांतील काही विद्यालयातील हस्तमासिकांतून प्रसिद्ध झाल्या आणि काही जिल्हा पातळीवरच्या साप्ताहिकांतून छापून आल्या. लिहिण्याची आवडही मी सहावीत असताना म्हणजे १९४५ सालीच निर्माण झाली; पण त्यात फारसं समाधान वाटत नसे. मी कोणाची तरी नक्कल करतो, अनुकरण करतो याची जाण मला फार लवकर आली; आणि असलं काहीतरी लिहिण्यापेक्षा वाचनाचा सपाटा लावला. केवळ कथा-कादंबऱ्या न वाचता मी समीक्षात्मक ग्रंथांकडेही वळलो. मला आजही आठवतं– पु.ग. सहस्रबुद्धे यांनी पीएच. डी.साठी लिहिलेल्या शोधप्रबंधाचा ग्रंथ – व्यक्तिरेखा – हा त्या काळात मी आवडीनं वाचला होता. एकूण मराठी साहित्याची जाण यायला महाडिकसरांच्या उत्तेजनाचा मला फार उपयोग झाला. माझ्या वाङ्मयीन व्यक्तिमत्त्वाची जडणघडणही इथंच सुरू झाली.

एकूण हे १९४४-४५ साल तसं लक्षात राहण्यासारखं गेलं. याच वर्षी बऱ्याच घडामोडी झाल्या. इंग्रजी सहावीसाठी मी या विद्यालयात प्रवेश केला. तिथलं वातावरण मोठं गमतीदार होतं. आमचं हे विद्यालय कोल्हापूरच्या एका टोकाला-'रंकाळा' तलावाजवळ होतं. विद्यालयाची इमारत म्हणजे एक मोठा वाडा होता. मागं थोडं मोकळं पटांगण होतं, तेच आमचं क्रीडांगण. या क्रीडांगणावर म्हशीही चरायला यायच्या. मग क्रिकेट, फुटबॉल हे खेळ तिथं खेळणं शक्यच नव्हतं. थोड्या मोकळ्या जागेत फक्त रिंगटेनिस आम्ही खेळू शकत होतो. मधल्या सुटीत किंवा शाळा सुटल्यावर इनडोअर गेम्स खेळायला मिळायचे– कॅरम वगैरे.

या विद्यालयातील विद्यार्थ्यांचं एक वैशिष्ट्य होतं. बहुतेक सगळे विद्यार्थी पाटील, भोसले, घोरपडे असे बहुजन समाजातील होते. ते बहुतेक सगळे थोराड अंगाचे दिसायचे. आमच्या सहावीच्या वर्गातील काही मुलं तर चाकरीच्या गड्यासारखे वाटायचे. सगळ्यांना मिशा फुटलेल्या; आणि बहुतेकांचे केस हे डोक्याबरोबरच असायचे. कोल्हापुरात त्याला 'पैलवानी कट' म्हणतात. असे हे विद्यार्थी शाळेत

आले, की पहिले दोन तास केव्हा संपतात याकडेच त्यांचं लक्ष असायचं. दुसरा तास संपल्याचा गजर होऊन दहा मिनिटांची सुटी झाली रे झाली, की विद्यालयातील थोराड पोरं पाण्याच्या हौदाकडे पळायची.

शाळेच्या मधोमध एक मोठा चौक होता आणि त्या चौकातल्या एका कोपऱ्यात एक मोठा हौद होता. त्याला चार नळ होते. ही पोरं हौदाजवळ गेली, की आपल्या खिशातून तंबाखू भाजून केलेली मिश्रीपुडी काढायची. त्यातील काही मिश्री डाव्या हाताच्या तळहातावर घेऊन उजव्या हाताच्या एका बोटानं ती चांगली चोळून दाताला लावायची. दाताला लावायची म्हणजे दातांच्या हिरड्या बोटानं घासतच बसायची. तिसरा तास सुरू होण्याच्या आधी दोन-तीन मिनिटांत सगळ्यांचीच चुळा भरण्यासाठी घाई व्हायची. काही मुरब्बी मिश्रीवाले तर चूळ न भरताच वर्गात बसत; आणि जशी लाळ सुटेल तशी ती तोंडात साठवायचे. शिक्षकांनी त्यांना बोलतं केलंच, तर नाइलाजानं लाळेचा घोट कसाबसा गिळून जेवढ्यास तेवढं मोजकं बोलून पुन्हा लाळ साठवायला सुरुवात करायचे. मिश्री लावण्याचा हा प्रकार पुन्हा मी कोणत्याही विद्यालयात पाहू शकलो नाही; पण अशा विद्यालयातूनही कोणी भोसले, कोणी घोरपडे, कोणी पाटील हे पुढं आयुष्यात मोठ्या नावारूपाला आले.

याच विद्यालयातील श्री. राजाभाऊ भोसले हे विज्ञानशाखेत नाव मिळवून अहमदाबादला सायंटिस्ट म्हणून मोठ्या पदावर एक अधिकाराची जागा भूषवून निवृत्तीनंतर स्वगृही– कोल्हापूर येथे येऊन स्थायिक झाले आहेत. इथल्या माझ्या वर्गातील श्री. माधवराव घोरपडे हे मुंबईतल्या एका नामांकित महाविद्यालयात मानसशास्त्राचे प्राध्यापक झाले आहेत. त्यांनी काही पाठ्यपुस्तकंही लिहिली. आता ते पुण्यात स्थायिक झाले आहेत. मराठी, हिंदी चित्रपटांतील एक अभिनेते श्री. रमेश देव हे याच हायस्कूलमध्ये माझ्याच वर्गात होते. स्नेहसंमेलनातील नाटकात ते कामही करायचे. तेव्हा त्यांच्या अभिनयात नाट्यात्मकतेपेक्षा नाटकीपणा अधिक होता; आणि ज्याला ओव्हरॲक्टिंग म्हणतात ते तेव्हा फार जाणवायचं. तरीही हे नाट्य व चित्रपट क्षेत्रात नाव मिळवणार हे तेव्हाच मला जाणवलं होतं. मी स्वत:ही साहित्य क्षेत्रात बऱ्यापैकी नाव मिळवलं. आमच्या या वर्गातील काही विद्यार्थी पुढं राजकीय पुढारीही झाले.

शेवटी यातून एक गोष्ट मला जाणवते – ज्याच्याजवळ ऊर्मी आहे तो काही ना काही करू शकतो. वातावरण अनुकूल असल्यास उत्तमच; तसं ते अनुकूल नसल्यास त्यावर तो मातही करू शकतो. आमच्या या पाटणकर हायस्कूलमध्ये वातावरण म्हणाल तर अनुकूल असं फार थोडं होतं. मधल्या सुटीत तर जवळजवळ पंच्याहत्तर टक्के विद्यार्थी मिश्री लावायचे. ज्यांना दहा मिनिटांच्या सुटीत हे काम

जमायचं नाही ते मधल्या सुटीत त्याचा वचपा काढायचे. अर्धा अर्धा तास दात चोळत बसायचे. मी काहींना विचारलं, ''कशासाठी मिश्री लावता?'' बहुतेकांच्याकडून एकच उत्तर यायचं, ''दात सळसळतात.''

सळसळतात म्हणजे काय होतं हे मला त्या वेळीही कळलं नाही; आणि अजूनही कळत नाही. असंच आणखी एका गोष्टीचं ज्ञान मला तेव्हाही झालं नाही आणि आजही होत नाही. मधली सुटी ही डबा खाण्यासाठी असते; पण डबा कोणी आणतच नसे. मीही नेत नव्हतो. ज्यांच्या खिशात थोडे पैसे खुळखुळायचे ती मुलं या सुटीत जवळपासच्या हॉटेलात जायची आणि भजी वगैरे खाऊन चहा प्यायची. त्यांतील काही थोडी मुलं त्यानंतर सिगारेटही ओढायची. कोणी चहा पाजणारा भेटला तर मी हॉटेलात जायचो; आणि चहा पिता पिता सिगारेटच्या धुराची ही वलयं बघत बसायचो. सिगारेट ती मुलं ओढायची आणि चढायची मला!

माझ्या मनात प्रश्न निर्माण होऊ लागायचे– कलेसाठी कला का जीवनासाठी कला? खांडेकरांची 'उल्का' श्रेष्ठ का फडक्यांची 'आशा' श्रेष्ठ इत्यादी इत्यादी. मी या वेगळ्याच जगात रममाण झालो होतो.

साहित्याचा माझ्यावर इतका परिणाम झाला होता, की एखादा पाठ मला महाडिकसरांनी वाचायला सांगितला, की तो मी इतका साभिनय वाचत असे, की वर्गातील काही मुलं आणि मुली लक्ष देऊन पाठ ऐकण्याऐवजी माझ्याकडे नजर रोखून बघत बसायचे. प्राध्यापक फडके यांच्या 'दौलत' कादंबरीत धनुष्याकृती भुवयांचं वर्णन केलेलं आहे; आणि त्यातील नायिका, नायकाशी बोलताना आपल्या पायाच्या अंगठ्यानं पायाखालची जमीन टोकरते असं वर्णन आहे. या बारीक-सारीक तपशिलांचा माझ्यावर इतका परिणाम झाला होता, की पाठाचं मुखवाचन करताना आवश्यक तिथं मी माझी डावी भुवई वर चढवत असे; आणि पाठात संभाषणाच्या वेळी स्त्रीचं पात्र बोलताना उजव्या पायाच्या अंगठ्यानं भुई टोकरत असे. वाचनात आरोहारोह, चढउतार, आवश्यक तिथं विराम आणि जरूर पडल्यास मी श्वासानंही बोलत असे. माझ्या उत्तर आयुष्यात माझ्या तोंडून चित्रपटकथा ऐकल्यानंतर निर्माते, दिग्दर्शक, अभिनेते, अभिनेत्री हे भारावून जायचे. माझा 'वावटळ' हा पहिला चित्रपट. त्यातल्या नायिकेची भूमिका आशा पोतदार करणार होती. माझं वाचन ऐकण्यासाठी आणि तसं बोलता यावं हे तिला समजावं म्हणून त्या चित्रपटाचे निर्माते श्री. ना. बा. कामत हे तिला पुण्याला घेऊन आले. एका बैठकीत माझं वाचन झालं; आणि आशा पोतदार मला म्हणाली, ''तुम्ही बोलता तसं मला बोलता यायचं नाही. माझा रोल तुम्हीच का करीत नाही?''

या वाचनाचा परिणाम असा झाला, की बऱ्याच चित्रपटांच्या चित्रीकरणाच्या वेळी मी स्पॉटवर हजर राहत असे. मग काही दिग्दर्शक माझे संवाद ध्वनिमुद्रित

करून घेऊ लागले. ही ध्वनिफीत ऐकून माझे शब्दोच्चार, बोलण्याची ढब, शब्दांची फेक आदी गोष्टी नटनट्या आत्मसात करू लागल्या. 'पिंजरा' चित्रपटाचं वाचन झाल्यावरही व्ही. शांताराम बापूंनी पहिल्या दृश्यापासून ते शेवटच्या दृश्यापर्यंतचे सर्व संवाद त्या वेळचे भारतीय कीर्तीचे रेकॉर्डिस्ट मंगेश देसाई यांच्या मदतीनं माझ्या तोंडून ध्वनिमुद्रित केले; आणि त्याप्रमाणं चित्रपटातील सर्व पात्रांकडून ते वदवून घेतले. हे ध्वनिमुद्रण करताना मी एक चुकीचं वाक्य बोलून गेलो होतो. ते वाक्य चित्रपटाचे नायक श्री. लागू यांच्या तोंडी आहे. त्यांनी चित्रीकरणाच्या वेळी त्या वाक्यासंबंधी आपली शंकाही बोलून दाखवली; पण शांतारामबापूंनी दुरुस्तीला ठाम नकार दिला. 'शंकरराव बोलले तसंच बोलायला हवं,' हे त्यांनी निक्षून सांगितलं. हा चित्रपट पुण्यातल्या प्रभात टॉकीजमधे सलग पन्नास आठवडे चालला. इतरत्रही चालला. लाखो लोकांनी तो पाहिला. हजारोंनी तो पुन्हा पुन्हा पाहिला; पण एकाही पुणेकराला व मराठी प्रेक्षकाला ही चूक दिसून आली नाही. 'तेरी चूप मेरी चूप' अशी ही स्थिती आजवर चालू आहे. चित्रपटांचं वाचन काय किंवा कथाकथन काय यात तुमच्या वाणीला आणि बोलण्याला महत्त्व आहे. कथाकथनातली शब्दांची फेक थोडी जरी चुकली तर ती जागा पडते, उठत नाही. यात बेअरिंगला आणि टायमिंगला फार महत्त्व आहे. या सगळ्याचा पाया मी इंग्रजी सहावीत असतानाच घातला गेला असं मला वाटतं.

याच वर्षी माझं सपाटून वाचन चालू होतं. वाचनानं झपाटलो होतो. चले जावची चळवळ, ते माने, यादव, टाईमबॉंब, चिठ्या पोचवणं हे सगळं मी विसरलो होतो. एक वेळचं जेवणही संपलं होतं. करून घालायला आई होती. एकदा ती आजारी पडली. शिळ्या भाकरीलाच फोडणी दिली तरी ती गोड लागायची. तिला बरं वाटावं म्हणून मी म्हणायचो, "रोज एवढं केलंस तरी चालेल. तुझ्या हातालाच गोडी आहे बघ." आणि एक दिवस मलाच ताप भरला. तापानं फणफणू लागलो. पुढं तो टॉयफाईडवर गेला. मला टॉयफाईड झालाय हे कळल्यावर आई खडखडीत बरी झाली. मला मात्र औषध घेत तीन आठवडे पडून राहावं लागलं. गमतीनं म्हणायचं तर असं म्हणता येईल, की काट्यानं काटा काढायचा असतो. मी माझ्या तापानं आईचा ताप नाहीसा केला!

इथं आईबद्दल एक गोष्ट आवर्जून सांगितली पाहिजे- मी पुस्तकांच्या जगात रमलो होतो. नाटक, सिनेमांची मला आठवणही व्हायची नाही. माझ्या वयाची अनेक मुलं सिनेमावेडी होती. मला ते वेड नव्हतं; पण दोन-एक महिने झाले, की आईच मला म्हणायची, "बाळासाब, आरं सिनेमालाबिनेमाला जात जा की रं. कुटला एक चांगला सिनेमा लागलाय म्हणं बघ." मग मी तिच्या आग्रहासाठी

तयार झालो, की चक्क माझ्या हातावर रुपया ठेवून म्हणायची, ''ते दोन आणे, चार आणे असलं खालचं तिकीट काढू नको. जिथं चांगलं लोक बसत्यात ते तिकीट काढ.'' मग मी फर्स्टक्लासचं तिकीट काढून चांगल्या लोकांत बसायचो. त्या वेळी थर्डक्लासला दोन आणे पडायचे. सेकंड किंवा इंटर म्हणून एक वर्ग होता त्याला चार आणे पडायचे. फर्स्टक्लासला आठ आणे! मी चांगल्या लोकांत बसून चित्रपट बघावा ही जाण आईला कशी आली होती व का, हे मला कळत नाही. आपल्या सर्व मुलांत मी कोणी वेगळा आहे असं तर तिला वाटत नसावं?

याच वर्षी आमच्या वर्गात काहीसा नकटा, काळा आणि हाडकुळा असा एक मुलगा होता. त्याचं नाव शिंदे. त्याचे वडील कोल्हापूर सरकारांचे कारभारी होते. राजवाड्यावर त्यांना घेऊन जायला बग्गी यायची. घरातल्या एका कपाटात दारूच्या बाटल्या असायच्या. त्यांच्यावर उसाचं चित्र असायचं. वडलांनी रात्री बाटली फोडली, की त्यातले काही पेग तो दुसऱ्या बाटलीत ओतून घ्यायचा. सिगारेट वगैरे हलक्या गोष्टींचा नाद तर होताच. आमच्या वर्गात चार-पाच मुली होत्या. त्यांत आशा नावाची एक मुलगी होती. ती मूळची खानदानी. गौर रंग. चेहरा काहीसा उभट. नाकी डोळी छान. देखणेपण बघताक्षणीच डोळ्यांत भरावं असं. हा शिंदे तिच्यावर फिदा झाला. तिचं आडनाव आता मला आठवत नाही पण आशा नाव आठवतं; कारण शिंदे जिथं तिथं आशाच लिहायचा. गृहपाठाच्या वह्यांची पानं आशा या नावानंच भरली होती. पुस्तकाच्या प्रत्येक पानांवर आशा. घरातल्या भिंतीवरही आशा. ती कुलीन, शालीन, देखणी मुलगी खालमानेनं यायची आणि खालमानेनं जायची. एका शब्दानं कधी याच्याशी बोलली नाही. पाण्यातून काढून वाळूत टाकलेल्या माशासारखा हा तडफडत राहिला. मृगजळामागं धावून उरी फुटला. आमची सहावीची परीक्षा चालू असतानाच एक दिवस बातमी आली- गळफास लावून शिंद्यानं आत्महत्या केली. त्याच्या खिशात एक कागद सापडला. आशा. . . आशा. . . असं हजारो वेळा लिहिलं होतं. मी फार सुन्न सुन्न झालो.

◆

मी : आईची एक लेक

नाईट हायस्कूलला असताना एका वर्षात इंग्रजी चौथी-पाचवी या दोन इयत्तांचा अभ्यास मन लावून केला होता. त्यासाठी खूप परिश्रमही घेतले होते; त्यामुळे इंग्रजी सहावीत असताना ते वर्ष तसं एका अर्थानं खेळूनच काढलं होतं. माझ्याबद्दल पोळसर, महाडिकसर आदींच्या बऱ्याच अपेक्षा होत्या; पण त्या मी तशा पूर्ण केल्या नाहीत. एक तर बीजगणित हे मला आवडत नव्हतं; आणि पास होण्यासाठी शेवटचे काही दिवस मी त्याच एका विषयात गुंतून राहिलो. पहिल्या तीन क्रमांकांत येईन अशी शिक्षकांची अपेक्षा होती; पण मला फक्त पास होऊन वरच्या वर्गात जायचं होतं. त्याप्रमाणं मी पास झालो. आता मॅट्रिकचं वर्ष. खूप अभ्यास करायचा ठरवलं; पण आपण ठरवतो एक आणि घडतं निराळंच!

याच वर्षाच्या चार जूनला माझ्या मोठ्या भावाचं- दादाचं लग्न झालं. हा लग्नसमारंभ आमच्या गावी तीन दिवस चालू होता. घरी पाहुणे-रावळे आलेले. पंगती पडत होत्या, उठत होत्या. आमची आई एका वेळी अनेकांशी बोलत होती. शेवटी तिचा घसा धरला. आवाज खोल गेला. तो ओळखूही येईना झाला. दिवस-रात्र ती कष्ट उपसत होती. खूप थकल्यासारखी दिसत होती.

दादाचं लग्न झाल्यावर माझं मॅट्रिकचं महत्त्वाचं वर्ष म्हणून मी हायस्कूल सुरू होण्यापूर्वी एक दिवस आधीच कोल्हापूरला गेलो. काही धार्मिक विधी उरकून दादा-वहिनी मागून येणार होत्या; आणि लग्नकार्याची सगळी वास्तपुस्त झाल्यावर आई दहा-बारा दिवसांनी येणार होती.

सात जूनला हायस्कूल सुरू झालं. मी नव्या उमेदीनं शाळेला जाऊ लागलो. वर्गात बसून शिक्षकांच्या बोलण्याकडे एकाग्रतेनं लक्ष देऊ लागलो. बारीक सारीक शंका विचारून त्या निरसनही करून घेऊ लागलो; पण माझा उत्साह बराच मावळला होता. चांगलं इंग्रजी शिकवणारे पोळसर नव्हते. मराठी साहित्याबद्दल

अगत्यानं प्रेम असणारे महाडिकसरही नव्हते. शिक्षकांची नवीच भरती झाली होती; आणि त्यांत एकापेक्षा एक इरसाल नमुने होते! कुलकर्णी नावाचे एक शिक्षक मराठी आणि अवांतर इंग्रजी शिकवायला होते. ते आपले घारे डोळे विस्फारूनच वर्गात यायचे. टेबलाशी उभं राहून बराच वेळ मान रोखून बघायचे. त्यांच्या डोक्यावर शिंगं नव्हती, एवढीच एक उणीव होती. वर्गात आपला दबाव पडावा म्हणून शिकवायला सुरुवात करण्यापूर्वीच ते वर्गात कुठंतरी आणि कुणाकडे तरी बघून एकदम खेकसायचे. तास मराठीचा असला तरी इंग्रजीत खेकसायचे, "यू, गेट अप." बिचारं पोरगं कोकरासारखं घाबरून उभं राहायचं. मग ते त्याला दम देत विचारायचे, "काय कुजबूज चालू आहे? शिक्षक वर्गात आल्यावर बोलणं बंद." मला त्यांच्या या अशा वागण्याबद्दल फार चीड होती. ती व्यक्त करायला संधी मिळत नव्हती. एक दिवस ती मिळाली.

एक दिवस हे कुलकर्णीसर आमच्या वर्गात आले. ते आत येण्यापूर्वीच विद्यार्थी पटापट आपापल्या जागेवर बसले. मीही माझ्या बेंचवर बसलो. माझ्या शेजारी मिठारी नावाचा एक गरीब मुलगा होता. कधी खो खो हसायचाही नाही. कशामुळे तरी हसू आलंच; तर तो आपल्या तोंडावर हात ठेवून ते आतल्या आत दाबून टाकायचा. मग मोठ्यानं बोलणं तर सोडाच. कोणी शिक्षक रागावले तर ते रागावणं निमूट गिळायचा. कोणालाही उलट उत्तर देणं त्याला माहीतच नव्हतं. हे कुलकर्णीसर वर्गात आले आणि माझ्या शेजारच्या या मिठारीकडे बघून ते एकदम खेकसले, "यू, गेट अप." बिचारा मिठारी घाबरला. त्याचे हातपाय लडबडू लागले. कसाबसा तो उठू लागला; पण त्याच्या खांद्यावर हात ठेवून त्याला खाली बसवत मीच ताडकन उभा राहिलो. सर जरा चमकले. त्यांच्या घाऱ्या डोळ्यांत थोडी चकमक झडली. मला असं उभं राहिलेलं बघून ते काहीसे खालच्या आवाजात म्हणाले, "तुम्ही नव्हे, तो." मी शांतपणे म्हणालो, "तो नव्हे, मीच." आणि असं सांगून मी विचारलं, "सर, काय गुन्हा झालाय?"

सर म्हणाले, "काय कुजबूज चालू होती?" मी म्हणालो, "हे बेंच लहान आहेत. तो मला फार चिकटून बसला होता. त्याला थोडं सरक म्हणालो. यात शिक्षण खात्याच्या कुठल्या नियमांचा मी भंग केलाय असं मला वाटत नाही. तसं असेल तर तो नियम मला दाखवा आणि त्याबद्दल जी शिक्षा असेल ती मला करा." आमच्यावर रोखलेली त्यांची नजर खाली त्यांच्या पायांकडे गेली. फडक्यांच्या 'दौलत' कादंबरीतील नायिकेप्रमाणं त्यांच्या एका पायाचा अंगठा, पायातली चप्पलच कुरतडत होता. त्याचा फायदा घेऊन मी म्हणालो, "सर, तुमची ही नेहमीची ट्रिक दिसते. अशानं दबाव टाकण्याऐवजी कुशल अध्यापनानं आपण मन जिंका." यावर ते पुटपुटल्यासारखे बोलले, "बसा बसा."

या कुलकर्णीसरांना मी जी एवढी सगळी दमबाजी केली, त्याला काही कारणं होती. एकतर त्या लहान वयातच मी मराठीचं विपुल वाचन केलं होतं; आणि माझं व्यक्तिमत्त्व काहीसं प्रगल्भ झालं होतं. शिवाय गेल्या वर्षी अभ्यासात अधिक रमण्यापेक्षा वादविवाद स्पर्धा वगैरे बौद्धिक उपक्रमांत मी सदैव आघाडीवर असे. व्यासपीठावरून बोलताना फ्रेंच क्रांती, रशियन क्रांती, चले जावची चळवळ आदी अनेक राजकीय गोष्टींचे संदर्भ मी देत असे; त्यामुळे मी विद्यार्थीप्रिय तर होतोच; पण शिक्षकवर्गातही माझा दबदबा होता. पोळसरांनी आपणहून मला सिगारेट ऑफर केली होती, त्याचं कारण हेच. आचार्य जावडेकर, तरुणांचे लाडके नेते जयप्रकाश, अरुणा असफअली, अशोक मेहता, अच्युत पटवर्धन आदी कितीं तरी विभूतीच्या लेखनातील उतारेच्या उतारे मी बोलण्याच्या ओघात फेकत असे. वयानं लहान असूनही माझ्यातील विचारांची ही खोली शिक्षकांना जाणवायची. वागणं अतिशय सभ्य आणि नम्र होतं. वर्गात शक्यतो मी पुढं बसत असे. माझा हा प्रभाव शिक्षकवर्गात बोलला जात असल्यामुळे कुलकर्णीसर माझ्या बोलण्यानं काहीसे टरकले; पण नकळत त्यांनी माझ्यावर डूख धरला. मला तो कळायला फार उशीर लागला. असो.

मी मॅट्रिकच्या अभ्यासाला जोरानं सुरुवात केली; पण याच वर्षी काही अडचणी आल्या. आमची राहण्याची जागा म्हणजे चाळीतल्या दोन खोल्या. माझ्या पाठोपाठ दादा आणि वहिनी आले. रात्री झोपायचं कुठं हा प्रश्न आला. त्यांचं नवीनच लग्न झालेलं. आपण रात्रीचा मुक्काम कुठंतरी हालवावा असं मनानं घेतलं. खेड्यात एक बरं असतं- रात्री कुठल्याही देवळात जाऊन बाडबिस्तारा टाकता येतो. तसं इथं देऊळही नव्हतं. एकदम एक शोध लागला- माझ्याच वर्गातील मिरजकर नावाचा मुलगा आमच्या जवळच राहतो. त्यांचा मोठा वाडा होता. त्या वाड्यात बिऱ्हाड ठेवण्याऐवजी ते कोंड्याची पोती भाड्यानं ठेवायचे. त्याच गल्लीत रविवारी बाजार भरायचा. त्यांतली काही पोती विकली जायची, काही नवीन यायची. एक आठवड्याला एका पोत्याला एक रुपया भाडं असावं. बिऱ्हाड ठेवलं तर पोरांचा आरडाओरडा, नळ बंद न करता वाहतच राहिला, कपडे वाळत घालायला जागाच नाही, अशा तक्रारी नाहीत किंवा काही नाही. रात्री त्याच्याकडे अभ्यासाला जाऊन तिथंच झोपावं, असा विचार मी त्या मित्राला बोलून दाखवला. त्याच्या वडलांनी परवानगी दिली.

दादानं मला एक गादी घेऊन दिली. गादी कसली? त्यात कापूस नावाला भरलेला. दुपदरी चादरीएवढी जाड होती. मग एक पलंगपोस, एक सोलापुरी चादर, गादीला शोभेल अशीच एक पातळ उशी. तिची वळकट केल्यावर ती फारच बारीक दिसू लागली; म्हणून त्यात बरीचशी पुस्तकं भरली आणि एक दिवस

जेवण करून मिरजकरांच्या वाड्यावर गेलो. त्यांच्या माडीवर बराच मोठा सोफा होता. तिथं वळकट पसरून दिली.

ह्या मित्राचे वडील महाचिकू होते! खर्च नको म्हणून घरात लाईट घेतलाच नव्हता. या दुमजली वाड्यात प्रकाश म्हणजे फक्त रॉकेलच्या दोन चिमण्या. खालच्या सोफ्याला त्याचे वडील त्या चिमणीच्या प्रकाशात हिशेब मांडत बसलेले दिसायचे; आणि आम्ही वर माडीवर धूर ओकणारी चिमणी मधे घेऊन अभ्यासाला लागायचो. हिशेब झाला, की वडलांची एक वर चक्कर असायची. आम्हांला म्हणायचे, ''शक्यतो दिवसाच्या प्रकाशात अभ्यास करावा. आता झोपा लवकर. रॉकेल महाग झालंय.'' मित्र चिमणीवर फुंकर घालून बिछान्यावर आडवा व्हायचा. मीही तोंडावर पांघरूण ओढायचो. मुळात मला झोप लवकर लागायची नाही. मित्राला लगेच लागायची; पण तो सारखा अंग खाजवायचा. रात्रभर हे त्याचं अंग खाजवणं चालू असायचं. बारीक नजरेनं बघितल्यावर माझ्या लक्षात आलं, की त्याला खूप खरूज झाली होती. बोटांच्या बेळक्यांत, जांघेत, पाठीवर, पायांवर. एवढी खरूज होऊनही त्याचे वडील काही इलाज करत नव्हते. आणखी काही दिवस तिथं राहिलो, तर त्याचा संसर्ग मलाही होईल याची भीती वाटू लागली; पण हा प्रश्न लवकरच सुटला; आणि मीही सुटलो.

थोड्याच दिवसांत आई येणार होती. दादा मोठ्या जागेच्या शोधात होताच. शनिवार पेठेत अशी एक जागा मिळाली. बाहेर सोपा, मधे माजघर, त्याला लागून मागं स्वयंपाकघर, मागं परसू. एवढं ऐसपैस घर असून शिवाय वर माडी! जूनच्या वीस तारखेच्या सुमारासच आम्ही गृहप्रवेश केला. चाळ सोडून जरा प्रशस्त जागेत राहायला आलो. माझा उत्साह अनेक पटींनं वाढला. बीजगणितात मी कच्चा होतो; म्हणून सकाळी सातचाच क्लास लावला. गजर लावून पहाटे चारला उठू लागलो. अशा अवेळी उठून नवी वहिनी मला चहाही करून देऊ लागली. दोन तास त्या प्रसन्न वेळी अभ्यास कसा छान व्हायचा. मग स्नान वगैरे उरकून लागूसरांच्या क्लासला जाऊन बसायचो. क्लास संपला, की सायकलीवर टांग टाकून घर गाठायचं. मग पुन्हा अभ्यास, की जेवण करून शाळा. कसं छान चाललं होतं!

पण जूनच्या अखेरीस आई गावाहून आली. तिला बघून मी हादरलोच. आईचं अंग सगळं झडलं होतं. दादाच्या लग्नात तिचा जो घसा बसला होता तो अजून सुटला नव्हता. लग्नात अनेकांशी बोलून काही वेळा काही दिवस घसा बसतो, काही खाण्यानंही बसतो; पण चार-आठ दिवसांत तो पूर्ववत होतो. हिचा घसा असा का बसावा, हे एक कोडंच पडलं. मी विचारलं, ''आई, तू इतकी खराब कशानं झालीस?'' ती म्हणाली, ''बाबा, अन्नच जात न्हाई.'' दादालाही शंका आली. त्याच्या ओळखीचे एक चांगले डॉक्टर होते. ते घरी येऊन तिला तपासून गेले.

तिच्या पाठीची एक बाजू कायम रग लागावी तशी दुखत होती. पोट तपासताना ते म्हणाले, ''लीव्हरला सूजही दिसते. आपण काही दिवस औषध देऊन बघू; नाही तर मग एक्स-रे वगैरे काढून बघू.''

डॉक्टर टांग्यानं आले होते, ते टांग्यानं गेले. मी त्यांच्या पाठोपाठ सायकलनं जाऊन औषध घेऊन आलो. जुलै उजाडला. पंधरा दिवस औषध घेऊनही तिचं प्रकृतिमान सुधारेना.

माझा सगळा उत्साह मावळला. मी तिच्यासाठी रात्री बराच वेळ जागू लागलो. मी बाहेर सोप्याला टेबल-खुर्चीशी बसून अभ्यास करीत असे. आई माजघरात झोपायची. दादा-वहिनी वर माडीवर जायची. माझं अभ्यासात लक्ष लागायचं नाही. दर अर्ध्या-पाऊण तासानं मी आत जाऊन आईची विचारपूस करायचो. ती विव्हळून सांगायची, ''पाठ दुखती रं बाबा!'' मग मी तिची पाठ दाबत बसायचो. अंग दाबून देणं हीसुद्धा एक कला आहे. काहीशी मला ती अवगत आहे. काही जण तर अंग असं दाबतात की आपल्या दोन्ही हातांनी ते आपल्याला ढकलतात असं वाटतं. त्यापेक्षा दाबून न घेतलेलं बरं वाटतं. मी तिचं अंग असं दाबायचो, की माझ्या दोन्ही तळहातांत हलकेच तिच्या पाठीचा मांसल भाग गोळा करायचा, तो काहीसा सोसेल एवढा दाबायचा आणि असं अंग दाबत कमरेपर्यंत जाऊन परत खांद्यापर्यंत यायचं. अंग दाबल्यावर सुख वाटायला हवं. ते तिला देता येईल तेवढं मी देत असे. अर्धा-पाऊण तास अंग दाबत बसत असे. तिला 'चहा करून देऊ का' असंही विचारत असे. कधी एखाद्या फळाच्या काही फोडी प्रेमानं भरवत असे.

आईच्या या सेवेमुळे माझ्या अभ्यासात मधे मधे खंड पडू लागला. प्रकृती तर सुधारत नव्हती. ती खालावतच चालली. डॉक्टरांनी दादाकडे नको ती शंका बोलून दाखवली. त्यांना लीव्हरच्या कॅन्सरची शंका आली होती. मग पोटाचा फोटो काढून घेतला. शंका बरोबर ठरली. मला प्रचंड हादरा बसला!

आईला कॅन्सर झालाय हे कळल्यावरही, का कुणास ठाऊक इतर काही तपासण्यांसाठी सरकारी इस्पितळात दाखल केलं. त्या वेळी सीमेन्स नावाचे प्रमुख डॉक्टर होते. ते सर्व रोग्यांना मूठभर कच्चे शेंगदाणे खायला द्यायचे. तिथं दाखल केल्यावर तुरुंगातल्या कैद्यासारखा, एक जाडाभरडा डगला तिच्या अंगावर आला. पेट्रोलच्या वासानं उलट्या होणारी माझी आई, त्या उलट्या टाळण्यासाठी मोटारीत न बसता चालत कोल्हापूरला यायची. इथल्या इस्पितळातले वास तर तिला सहनच व्हायचे नाहीत. तिचा यंत्रांशी कधीच संबंध आला नव्हता; पण भल्या मोठ्या यंत्रापुढं उभं राहून ती बेरिअम प्यायली. प्रचंड मोठं यंत्र पोटाजवळ येऊन फोटो काढून गेलं. धाकटे अण्णा गावाहून आले होते. दुसऱ्या दिवशी आम्ही सगळे भाऊ (थोरले अण्णा सोडून) प्रमुख डॉक्टरांना भेटलो. डॉक्टरांनी शांतपणे फोटो पाहून

आम्हांला सांगितलं, ''कॅन्सर असाध्य रोग आहे. त्यांच्या लीव्हरला तो झालाय. इथं ठेवून काही उपयोग नाही. घरी घेऊन जा. आहेत तोवर सेवा करा.''

आईला घरी आणलं. माझे तारदाळचे मित्र भेटायला आले. एकानं रामफळ खायला दिलं, तर थोडंसं खाल्लं आणि तिला रक्ताची मोठी उलटी झाली. आई जगणार नाही हे कळून चुकलं होतं. एका दुपारी मी माडीवर जाऊन एकटाच रडत बसलो. हुंदक्यांनी दाटून गेलो होतो. त्या दिवशी हमसून खमसून रडलो. कुठंच इलाज होत नाही; हा निरुपाय मला सोसवतच नव्हता. त्या दिवसापासून मी जास्तीत जास्त सेवेला लागलो. रात्री अपरात्री मी तिचं अंग दाबताना ती मला म्हणायची, ''बाळा, किती सेवा करतोस रं माझी! तू माझा मुलगा न्हाईस, माझी लेकच हाईस.''

लेकीसारखी मी वर्षभर आईची सेवा केली.

मनोहारी विश्व!

चौथी पास झाल्यानंतर आपलं घर, गोतावळा, सवंगडी आणि गाव सोडून पुढील शिक्षणासाठी थोरल्या भावाकडे म्हणजेच तारदाळपासून जवळजवळ पाऊणशे मैल दूर जायचं, या कल्पनेनंच मी हादरलो. यापेक्षा शिक्षण न घेता घरातच राहावं असं वाटायचं; पण हा निर्णय मी घेऊ शकत नव्हतो. त्याचा अधिकार वडीलधाऱ्यांना होता. मला गडहिंग्लजला पाठवण्याचा निर्णय त्यांनी घेतला. भूगोलाच्या जुन्या पुस्तकातील नकाशा मी काढून बघितला. कोल्हापूरपासून एक फाटा गडहिंग्लजला गेला होता. कागल, निपाणी, संकेश्वर, मुतनाळ आणि मग गडहिंग्लज. मी स्वत:शीच उद्गारलो, "आई ग! आयला, कुठं कोल्हापूर आणि कुठं हे गडहिंग्लज!"

जायचं अगदी जीवावर आलं. त्यात मोठे भाऊ आणि मोठी वहिनी हे सरकारी नोकरीनिमित्त सदैव बाहेर राहायचे, त्यामुळे ते घरचे वाटायचेच नाहीत. का कुणास ठाऊक, माझे सख्खे बंधू असूनही ते मला परकेच वाटायचे. त्यांच्याकडे राहायला गेल्यावर आपल्याला ते कसं वागवतील, ही चिंता मनाला लागली आणि एवढ्यात अण्णांनी चवथी पास झाल्याचा शाळेतून दाखलापण काढला. लग्न ठरल्यावर निमंत्रण पत्रिका छापाव्यात तसं वाटलं. म्हणजे आता जाण्याशिवाय सुटका नव्हती. पळाऊ बैलगाडीचं तारदाळला वेडच होतं. त्यामुळे काही काम नसताना बाजाराच्या दिवशी म्हणजे शुक्रवारी दहा-पंधरा बैलगाड्या तरी तारदाळहून इचलकरंजीला जायच्या. त्यांत आमचीही बैलगाडी असायची. आमच्या गाडीवर भाया सुतार बसायचा. तो गाडीचा सारथी होता. पळवताना बैलगाडी हाकावी ती भाया सुतारानं! त्याचं ओरडणं, बैलांच्या शेपटींना हात लावणं, वाकून दोन्ही बैलांच्या पाठीवर पालथं पडणं, हे त्याच्यासारखं कुणाला जमायचं नाही. त्याच्या अंगात ही उपजत कला होती. तो गाडीवर बसला आणि नुसतं 'हा की. . .' म्हणाला, की बैल चौक पडायचे. इचलकरंजीला आमचं काही काम नसायचं. जायचं ते बाजाराला म्हणून

नाही. जाताना वाटेत बैलगाड्या लागायच्या आणि एकमेकांच्यापुढं गाड्या काढायची चुरस लागायची. अशा वेळी चाकांचा होणारा खडखडाट कानांत घुमला जायचा. काही वेळा घनचक्कर उडायची. झणापण व्हायची; त्यामुळे बैलगाडीचं चाक दिसलं की मला ईर्षा दिसते आणि ईर्षा म्हटली, की मला चाक दिसतं. बैलगाडीचं चाक हे माझ्या लेखी ईर्षेचं एक प्रतीकच आहे! माझ्या लहान वयात या बैलगाडीचा नाद मला फार लागला होता. आपल्या मोठेपणी कुणाला मोटारगाडी, बंगला असावा असं वाटतं. कोणाला ट्रक ड्रायव्हर व्हावंसं वाटतं. मला भाया सुतार व्हावं असं वाटत होतं. हक्काची पळाऊ बैलगाडी असावी आणि आपण गाडीवान व्हावं. एड्रावला, चिपरीला होणाऱ्या शर्यतीत भाग घ्यावा, पंधरा रुपयांचं झकास बक्षीस मिळावावं आणि शे-दीडशे रुपयांचे पेढे वाटावेत. बँड लावावा; पण आमचं विधिलिखित असं, की यातलं काही वाट्याला आलं नाही.

माझ्या या नादामुळे घरची गाडी कुठं निघाली की आम्ही गाडीत चढून बसायचंच. इचलकरंजीला तर अण्णांच्या बरोबर उगंच जनावरांच्या बाजारात हिंडायचं. ना घेणं ना देणं. तेही बाजारात का हिंडायचे कुणास ठाऊक? असं बरंच हिंडून झाल्यावर चहाची वेळ व्हायची. मग एका ठरलेल्या हॉटेलात आम्ही जायचो. अण्णांची ऑर्डर ठरलेली असायची – 'मिक्स भजी'. मग भज्यांच्या प्लेटी यायच्या. त्यात कांदा भजी, बटाटा भजी आणि मिरचीची भजी असायची. टीचटीचभर लांब आख्खी मिरची त्यात घातलेली असायची. हा, हू करत ती मिरचीची भजी खाल्ली की मग चहाला खरी लज्जत यायची!

जसं आम्ही उगीचच इचलकरंजीला जात होतो; तसंच आळत्याला भरणाऱ्या 'रांडावपुनवे'च्या यात्रेलाही जायचो. ही यात्रा फक्त रात्री भरायची. त्या रात्री अनेक गावचे हिजडे तिथं आलेले असायचे. त्यांतल्या काही हिजड्यांची लग्नं ही देवीबरोबर लागायची; त्यामुळे लग्नातल्या नवरीसारखे काही हिजडे सजलेले असायचे. हातात हिरवा चुडा भरायचे, गळ्यात दागिने घालायचे. कपाळाला कुंकू आणि डोळ्यांत काजळ घालून देवळात मिरवायला लागायचे. आम्हाला त्यांच्या या विधीशी काही घेणं-देणं नसायचं. देवळात जाऊन देवीच्या पाया पडल्याचंही मला आठवत नाही. आम्ही या यात्रेला जात असू ते गाडी पळवायला मिळावी म्हणून.

हातकणंगल्यापासून काही मैलांवर हे आळतं गाव होतं. अनेक गावच्या गाड्या यात्रेला निघायच्या. हातकणंगलं सोडून गाड्या आळत्याला निघाल्यावर त्यांचा तांडाच लागायचा. मग पळाऊ गाड्या मागं-पुढं होऊ लागायच्या. आमचा भाया सुतारही हळूच गाडी बाजूला काढायचा आणि एकेका दमात पाच-सहा गाड्या ओलांडून पुढं जायचा. भरगच्च रात्र होऊनही मला झोप यायची नाही; आणि रात्रीची थंडी असूनही ती वाजायची नाही. रात्रीच्या वेळी मी मागं लागून असं गाडीत

बसलेलं अण्णांना आवडायचं नाही. काही नादी लोक गाडीत असायचेच. त्यांच्याकडे बघून ते म्हणायचे, "काय करावं या पोराला. . . उगंच मागं लागतंय. ह्याला काय आनंद मिळत असेल?"

बैलगाडीच्या या नादापायीच आम्ही नरसिंहवाडीला जात असू. विशेषत: महाशिवरात्र तर चुकायची नाही. महाशिवरात्रीला भल्या सकाळी आमची बैलगाडी निघायचीच. घरात दत्ताचा फोटोही नव्हता. कुणी दत्तभक्तही नव्हतं; पण दत्तदर्शन हे निमित्त असायचं. पंधरा-सोळा मैलांचा रस्ता असायचा. तीस-चाळीस गावच्या गाड्या रस्त्याला भेटायच्या. गाड्यांचा तांडा दिसला की मनात आनंदाच्या उकळ्या फुटायच्या. आता भाया केव्हा बैलगाडी पुढं काढतोय असं मला वाटायचं. गाडीत बायामाणसं असली की त्यांचे हाल विचारू नका! अंगाचा खुर्दा उडायचा. खाड-खाड-खाड-खाड चाकं वाजायला लागायची. बायांनी सूरच धरायचा, "बाबा हळू, बाबा हळू." मी मनात म्हणायचो, "हळू कुठलं, आता पळू पळू." कित्येक मैल बैलगाडी पळत राहायची. भिंगरीगत चाकं फिरत राहायची!

तारदाळला हा असा बैलगाडींचा नाद असल्यामुळे घरोघर दिसणाऱ्या सगळ्या गाड्या या हलक्या, पळाऊ दिसायच्या. त्यांचे पाळणे लहानखोर, बावकडे ताशीव, बसायच्या जागी फळ्यांचं ओझं नाही. बांबूच्याच फाकी करून त्या खाली ठोकलेल्या असायच्या. गाडी कशी लहान टांग्यासारखी दिसायची. त्यात जेमतेम चार-पाच लोक बसायचे. मग एखाद्याच्या उकिरड्यातलं खत विकत घ्यायचं झालं की त्यासाठी रुई, चंदूर अशा गावच्या गाड्या आणायच्या. त्या गाड्या म्हणजे मालगाड्याच. चंदूरची एक गाडी म्हणजे तारदाळच्या तिप्पट असायची. बाहेरगावांहून अशा गाड्या आणायचं कारणही असं, की खताचं मोजमाप गाड्यांवर असायचं. म्हणजे एका गाडीला इतके रुपये असा भाव असायचा. त्यासाठी गाडीत जास्तीत जास्त खत भरायचं; आणि गाडी जास्तीत जास्त मोठी आणायची. ती शिगोशीग भरायची. वरून खत खाली पडायला लागलं, तरी आणि एक पाटी टाकायचीच. जाताना सगळा रस्ताभर ती खत सांडत जायची. त्या सांडणाऱ्या खताकडे बघून उकिरड्याचा मालक मनातल्या मनात चरफडायचा. आम्ही मुलंही काही साधी नव्हतो. एकमेकांना चिमटे काढून खत भरणाऱ्याला म्हणायचं, "अजून थोडं खत बसतंय आणि दोन पाट्या आण." तेही खुळं लगेच उकिरडा गाठायचं.

या खतावरून आठवलं– लहानपणी मी फार भित्रा होतो. त्यामुळे काही गोष्टी आयुष्यात जमल्याच नाहीत. झाडावर चढताना मी पडेन असंच वाटायचं. बुंधा धरून मी वर चढू लागलो की माझे पाय खाली घसरू लागायचे. यामुळे जांभळं काढायची असोत वा आंबे काढायचे असोत, मी आपला सदऱ्याचा ओटा पसरून खाली उभा! पोहायला शिकायलासुद्धा किती दिवस लागावेत? कंबरेला बिंडा बांधून

पाण्यात पडलो तरी नाका-तोंडात पाणी जायचं. चांगल्या तीन वर्षांच्या चिकाटीनं पोहायला शिकलो! तेही जईवरून किंवा पायरीवरून पाण्यात पडायचं. मोटेच्या चाकपटावरून उडी मारणं वगैरे हे फक्त मी स्वप्नात करायचो. एकदा चवथ्या पायरीवरून मुटका मारायला गेलो आणि जो पाण्याचा फटका तोंडावर बसला तो मला अजून आठवतो. मग कुसवावर चढणं. कुसवावरून तुटलेल्या पतंगासाठी घरावर उडी मारणं हे तर दूरच राहिलं, असा मी; पण एकदा खतासाठी आमच्या दारात एक गाडी येऊन उभी राहिली. बैल न सोडता दांड्याचा घोडा लावून गाडी उभी केली होती. मी ती बघितली. मला एकाएकी काय सुरसुरी आली कुणास ठाऊक? गाडीवान उकिरड्याकडे गेलेला बघितला आणि मी गाडीत चढून कासरे हातात घेतले व बैलांना उसकलं. बैल जहाल होते. भाया सुताराप्रमाणं त्यांच्या शेपटीला हात लावला. त्यांनी उड्डाणच मारलं. कुणी पोर आडवं आलं नाही हे माझं नशीब! गाडी पळवतच मी गावाबाहेर काढली. ओढ्यात काय झालं मला कळलं नाही. गाडी उलटली. बैल एकीकडं, गाडी दुसरीकडे आणि मी तिसरीकडे अशा अवस्थेत पडून राहिलो. कुणीतरी धावत येऊन माझी काळजी घेतली. पोचवायला येतो म्हणाले. मी गयावया करून 'नको नको' म्हणालो.

खताची पाटी घेऊन गाडीत टाकायला आलेला माणूस काय बघत राहिला असेल कुणास ठाऊक? त्याला गाडी नाही हे बघून काय वाटलं असेल देव जाणे! मी संध्याकाळपर्यंत बेपत्ता होतो. रानारानांत भटकत होतो. अंधार पडल्यावर भीती वाटायला लागली. मग हळूच वाड्याजवळ आलो. कोण बघणार नाही अशा बेतानं घरात शिरलो आणि चोरपावलांनी पोत्यांच्या थप्पीत, दोन पोत्यांच्या सांदीत लपून बसलो. अण्णा भडकले होते. आमचा उदो उदो चालला होता. आई काळजीत पडली होती. सगळ्यांना एकच प्रश्न पडला होता– पोरगं गेलं कुठं? रात्री नऊपर्यंत मी कशीबशी कळ काढली. भूक असह्य झाल्यावर मी हळूच बाहेर आलो आणि वहिनींना म्हणालो, "मला वाढा." वहिनी म्हणाल्या, "कुठं हो गेलता भाऊजी?" मी म्हणालो, "भाऊजी का उंदीर खाऊजी? आधी वाढा."

असं हे तारदाळ. तिथलं असं हे माझं मनोहारी विश्व. अशा ह्या आठवणी आणि हे सगळं सोडून कुठं एवढ्या लांब गडहिंग्लजला जायचं? शाळेतला दाखला काढल्यावर माझा जीव कातर कातर झाला! जाणं भाग होतं. पुढं अनेक गोष्टी वाढून ठेवल्या होत्या. पाट मांडलेला होता. त्यावर जाऊन बसावंच लागलं. जे नशिबी भोगायचं आलं, त्याची आठवणसुद्धा आता नको वाटते!

❖

वाट चुकली

सात जून उजाडला. पुस्तकं व वह्या घेऊन मी अण्णांच्या बरोबर नव्या शाळेकडे निघालो. या विद्यालयाचं नाव होतं – एम. आर. हायस्कूल. या विद्यालयाकडे जाताना अण्णा मला खाणाखुणा दाखवत चालले. घर ते विद्यालय हे अंतर तसं फार दूर नव्हतं. रस्ता चुकावा अशी काही फारशी वळणंही नव्हती. दोनच ठिकाणी वळायचं होतं. तेवढी वळणं ओलांडून पुढं गेलं, की हे एम. आर. हायस्कूल समोर दिसायचंच. दीड-एक फर्लांग गेल्यावर विद्यालयाच्या नावाची एक मोठी कमान दिसायची. हे त्या विद्यालयाचं प्रवेशद्वार. मग उजव्या हाताला खुरट्या गवताचं एक सुरेख विस्तीर्ण क्रीडांगण होतं. प्रवेशद्वारातून वीस-पंचवीस पावलं चालून गेल्यावर डाव्या हाताला इंग्रजी 'ई'च्या आकाराची एक छान बैठी इमारत होती. माझ्या कोवळ्या नजरेला तिनं दीपवून टाकलं. इमारत नवी होती. छतावर मंगलोरी कौलं होती. त्या लांबलचक इमारतीचा व्हरांडा चांगला रुंद होता. खाली सुरेख फरशी होती. भिंतींचा रंगही चांगला टवटवीत दिसत होता. प्रत्येक वर्गात बसायला लाकडी डेस्क होते. भिंतींना लांब-रुंद खिडक्या होत्या. त्याला काचेची सुरेख तावदानं होती. मला भोंडल्यातल्या गाण्यासारख्या ओळीही सुचल्या–

अशी इमारत सुरेख बाई
डोळ्यांनीऽऽ बघावी.
असे डेस्क सुरेख बाई
बसूनीऽऽ रहावे. . .

खरं तर हे सगळं बघून मी भांबावूनच गेलो. यापूर्वी आमच्या शाळा म्हणजे पडक्या इमारतींच्या पडवीला भरायच्या किंवा जीर्णोद्धाराची वाट बघत असलेल्या

देवळात आम्ही बसत असू. तिथं फरशी कुठली? शेणानं ती जमीन आम्हीच सारवायचो. बसायला पोतं न्यायचं. ते जरा झटकलं तर वर्ग सारा धुळीनं माखायचा. इथं कसं सगळं आरशागत लखलखीत दिसलं. मी एका सेवकाबरोबर वर्ग बघून विद्यालयाच्या कार्यालयात आलो. माझं नाव घालून, फी वगैरे देऊन अण्णा जायला निघाले. जाता जाता म्हणाले, ''तुला येताना वाट दाखवलीय, त्याच वाटेनं नीट ये हं.'' मी मान हलवून होकार दिला; कारण सुरुवातीच्या त्या काळात कोणाशीही काहीही बोलताना माझ्या डोळ्यांत पाणीच यायचं. तोंड असून मुका झालो. दप्तर सावरीत इंग्रजीच्या पहिलीच्या वर्गात जाऊन बसलो.

वर्गातील प्रत्येक डेस्कवर तीन-तीन मुलं बसायची; पण मी सगळ्यांत शेवटी एका रिकाम्या डेस्कवर एकटाच बसून राहिलो. कोणा मुलांत मिसळावं, त्यांच्याशी बोलावं, त्यांच्या शेजारी बसावं, जमल्यास कोणाशी तरी सलगी करावी असं मनात येत नव्हतं. इथलं घर, ही शाळा, ही मुलं ही कोणी आपली नाहीत असंच वाटायचं. या नव्या विद्यालयात सगळं अजबच होतं. कुणी दौतच आणत नव्हतं. तीन मुली होत्या. त्या एका बाजूला आडव्या डेस्कवर बसायच्या. जुन्या काळातील घरातल्या स्त्रीनं महिन्यातले तीन दिवस बाजूला बसावं असं ते वाटायचं. इथं दर तासाला घंटा व्हायची. टोल पडला की सगळी शाळा घुमायची. मग एक मास्तर जाऊन दुसरे मास्तर वर्गात यायचे. विषयही बदलायचे. आधीच्या तासाला गणित झालं असेल तर पुढच्या तासाला मराठी विषय सुरू व्हायचा. मग इतिहास, भूगोल. शेवटच्या दोन तासांत ड्रिल. सोंडीमाळावर पळावं तसं क्रीडांगणावर धावायचं आणि गंमत म्हणजे इथं मास्तरांना मास्तर म्हणायचं नाही, शिक्षक म्हणायचं नाही, त्यांना 'सर' म्हणायचं. इथला फळाही कोपऱ्यातल्या तीन पायांच्या घोड्यावर नसायचा. समोरच्या भिंतीतच फळा असायचा. केवढा लांब-रुंद! आणि विशेष म्हणजे तो कधी निखळायचाच नाही. वर्गातल्या एका मुलाला कॅप्टन म्हणायचे. तो सदैव आमच्या आधी यायचा. फळ्याच्या एका कोपऱ्यात रंगीत खडूंनी वेलबुट्टी आणि फुलं काढून तो त्यात तारीख लिहायचा. मास्तर म्हणजे 'सर' हे अजागळ नसायचे. धोतर नेसणारे दोघे-तिघेच होते; बाकीचे सगळे कोट, पँट, बूट घालायचे आणि मुख्य म्हणजे ते बोडक्यानं शिकवायचे. टोपी न घालता भांग पाडायचे.

असं हे आमचं एम. आर. हायस्कूल. पहिला दिवस मी प्रदर्शन बघावं तसा घालवला. त्या काळात सात जून म्हणजे बरोबर सात जूनला शाळा सुरू व्हायची; आणि पाऊसही सुरू व्हायचा. दुपारपासूनच अंधारून आलं आणि आभाळाला मोठं भोक पडावं तसा पाऊस गळायला लागला. बोर्डाकडे बघावं, तर त्यावर मला तारदाळच दिसायचं. भरून येणारे आभाळातले ढग मला खिडकीतून दिसत होते.

डोळ्यांतले मात्र फक्त गालावरून खाली ओघळत होते. शिक्षकांना भ्यावं असे कोणीही शिक्षक वर्गात छडी घेऊन येत नव्हते. कोणाला घाबरावं असा कळ काढणारा एकही मुलगा वर्गात नव्हता. कुणी चिमटा घेत नव्हतं. मास्तरांचा डोळा चुकवून एकदम हुक्क भरावी अशी कोणी पाठीत बुक्कीही घालत नव्हतं. मग माझे डोळे गळत का होते? सशानं झुडपातून दडून बसावं तसा मी वर्गात उंच मुलांच्या मागं लपून का बसत होतो? सरांना दिसेल असं पुढं का बसत नव्हतो? खरं सांगायचं तर माझं मलाच कळत नव्हतं. आपलं पुढं कसं होईल, इथले दिवस कसे जातील ही चिंता मनाला लागून राहिली होती. राहू-केतू यांनी गिळून ग्रहण लागावं तसं झालं होतं.

एक-एक तासाला शिक्षक येत होते. जात होते; पण माझा दिवसच सरत नव्हता. मधल्या सुट्टीत वर्गातली सर्व मुलं कुठंतरी गुल झाली, तरीही मी वर्गाच्या बाहेर पडलो नाही. माझ्या डेस्कवर मी एकटाच बसून राहिलो. डस्टरनं पुसलेल्या समोरच्या स्वच्छ फळ्याकडे भरल्या डोळ्यांनी बघत होतो. ती कोपऱ्यातली वेलबुट्टीही दिसत नव्हती. तारीखही दिसत नव्हती. एवढ्यात धोतर नेसलेले एक प्रेमळ शिक्षक माझ्याकडे आले. म्हणाले, "बाळ, काहीतरी खायला तू मधल्या सुट्टीत घरी गेला नाहीस? मग डबा घेऊन आला आहेस?"

मला एकदम हुंदकेच आले. तोंडातून शब्द फुटत नव्हता. अश्रू फक्त गळत होते. माझ्या पाठीवर प्रेमानं हात फिरवून शिक्षक वर्गातून बाहेर पडले. मी तसाच बसून राहिलो.

काही वेळानं घंटा झाली. संध्याकाळी पाखरं झाडावर यावीत, तशी कोलाहल करत मुलं एकदम वर्गात आली. मधली सुट्टी संपून शाळा पुन्हा सुरू झाली. साडेपाचच्या सुमारास शाळा सुटली. कोंडवाड्याचं फाटक उघडल्यावर पाळीव जनावरांनी हुंदडत एकदम बाहेर पडावं, तशी मुलं पळतच बाहेर पडली. सगळ्यांत शेवटी मीही बाहेर पडलो. पावसाची रिपरिप चालूच होती. खाली रस्त्यावर तांबड्या मातीचा गाळ झाला होता. छत्री उघडून मी घरी निघालो. कितीही चाललं तरी मला घरच सापडेना. छत्रीतर भिजलीच; पण छत्रीतून पाणी गळून मीही चिंब झालो. रस्त्यावर तांबडं पाणी वाहत होतं. त्या वाहत्या पाण्यातून मी कसाबसा चालत होतो. शेवटी दिवस मावळून अंधार पडला. दिवस मावळताना दिसला नाही; पण अंधार पडू लागल्यामुळे दिवस मावळला हे मी ताडलं. घरी जायच्या ऐवजी मी चुकून त्या तालुक्याच्या पेठेतच गेलो. मनाशी म्हटलं, रस्ता चुकला. परत मागं फिरावं, सकाळी अण्णांनी दाखवलेलं वळण दिसतं का बघावं. ते वळण शोधत निघालो; आणि थोड्या वेळानं धनगर गल्लीत पोचलो. ही धनगर गल्ली पाटीवरून ओळखली नाही. त्या आळीत दोन्ही बाजूंच्या घरांतल्या सोप्यात

घोंगडी विणली जाताना दिसली. प्रत्येकाच्या घराबाहेर जोत्याजवळ शेळ्या-मेंढ्या तर होत्याच; पण खळीचं एक भलंमोठं भगुलं दिसत होतं. विचार केला – इथून परत आता शाळेत जावं. एखाद्या वेळेस अण्णा घ्यायला आले असतील तर ते सुखरूप घरी नेतील आणि ते नसलेच तर त्यांनी सकाळी दाखवलेली वळणं बघत बघत परत घरी यावं.

मी पाऊल उचललं, पण आमची ती बैठी शाळा कुठं दिसेचना. एवढी लांबलचक इमारत; पण कुठं गडप झाली होती देव जाणे! कोणाला पत्ता विचारावा, तर त्या पावसात रस्त्यालाही कोणी दिसत नव्हतं. चुकून कुणी दिसलं, की तो इतका परका वाटायचा की त्याच्याशी बोलण्याचा धीरच होत नव्हता; आणि बोलणार तरी कसा? तोंडातनं शब्दच फुटत नव्हता. अंगावरचे कपडे भिजून चिंब झाले होते. हुडहुडी भरल्यासारखी वाटत होती. मध्येच दातांवर दात बडवायचे. वरावरा हिंडत राहिलो. घर काही सापडत नव्हतं. आज या वयात या घटनेचा विचार करताना मनात येतं – ते माझं घरच नव्हतं, तर ते सापडेल कसं?

शेवटी हिंडून हिंडून दमल्यावर मी निराश झालो; पण आजवरच्या आयुष्यात एक दैवी अनुभव मला नेहमी आलाय– मला अगदी उंच कड्यापर्यंत घेऊन गेल्यावर तिथून मला कुणीतरी ढकलून देतं. मी खोल दरीत पडून माझा आता शेवट होणार, असं वाटून जीवाचा थरकाप होत असतानाच मला अलगद झेलणारे कुणाचे तरी हात पुढं येतात! मग मी आर्थिक संकटात असो, जीवावरचं दुखणं असो किंवा आणखी काही असो. कोठून ना कोठून तरी मला एक दैवी आधार मिळत राहतो. हात टेकायला दरड सापडते. आयुष्यभर हा अनुभव मी घेत आलो आहे. त्या दिवशीही असंच कुणीतरी भेटलं. मला त्या घराचा धड पत्ताही माहीत नव्हता; पण त्याच्या रूपानं मला दैव भेटलं आणि त्या काळ्या अंधारात मला घरापुढं आणून सोडलं. मी दारातून आत पाऊल टाकलं आणि गहजब सुरू झाला. अण्णा म्हणाले, ''काय रे हे? तुझं येणं म्हणायचं का काय?'' लगेच वहिनीनं 'री' ओढली, ''किती वाट बघायची ह्यांनी? नुसत्या एक कप च्यावर बसल्यात अजून. तुम्ही बसला असशीला खेळत आणि ह्यांचा जीव मात्र खालवर-खालवर होत होता. हराण काळजी लागावी तशी तुमची वाट बगत बसलं होतं.''

अण्णांनी एक कप चहा तरी घेतला होता. मी पाण्याचा एक घोटही गिळला नव्हता. आणि मी काय खेळणार? बालपणाची माझी सगळी खेळणी मागं राहिली होती – तारदळला. आणि त्या पावसात काय खेळणार? आणि खेळणार तर कोणाशी? मी हा गहजब निमूटपणे ऐकला. काही बोलू शकलो नाही. बोलणार कसा? गडहिंग्लजला आल्यापासून मुकाच झालो होतो. कावराबावरा होऊन बघत राहिलो. अंगावरचे भिजलेले कपडे काढ, असंही कुणी म्हणत नव्हतं. उलट वहिनी

म्हणाली, “मगाधरनं दिवा जळायला लागलाय. लवकर जेवून घ्या आणि घाला हातरुणं.”

मीच घाईघाईनं कपडे बदलले. लाल माती पायांच्या बोटांतल्या बेळक्यात बसली होती. ती पाय धुऊन काढली. जरा स्वच्छ झाल्यावर बरं वाटलं. पाटावर जेवायला बसलो. वाटीत कारल्याची भाजी होती. मला कारलं आवडत नव्हतं. मी म्हटलं, “ही भाजी एवढी नको. यातली निम्मी कमी करा.” अण्णा आधीच रागात होते. ते डोळे वटारून माझ्याकडे बघत म्हणाले,

“भाज्या सगळ्या खायच्या असतात. सगळं खायला पाहिजे.” त्यांच्याकडे राहिल्याचा एक फायदा झाला – सगळं खायला शिकलो – कडबा, गवत, आंबट शेवरी पुढं येईल ते गिळायचं. ताजं मिळालं आनंद, शिळं मिळालं आनंद, वर ताजं, खाली शिळंपाकं दोन्ही चालायचं; त्यामुळे मला अमुक आवडत नाही असं नाही. भोपळ्यांच्या पानांचीही भाजी खातो; आणि चंदन बटवा तर आवडीनं खातो. कधी कधी दोडका किंवा मेथी कडू निघायची, पण कडू म्हणून ती टाकायची नाही. अण्णा मला म्हणायचे, “कडू हा सुद्धा शरीराला आवश्यक असा एक रस असतो.” वैद्य नसूनही त्यांना हे आयुर्वेदिक केमिस्ट्रीचं ज्ञान कसं होतं कुणास ठाऊक? कच्च्या भाज्या आणि काही कच्च्या पदार्थांवरही त्यांचा जोर असायचा. शेंगदाणे कच्चे खा म्हणायचे. गाजर, मुळा जेवताना कच्चा खायचा. कदाचित ते शिजवण्यासाठी होणारा खर्च वाचावा असा त्यांचा हेतू असावा; पण कच्च्या पदार्थांवर त्यांचा दणका होता.

पहिल्या दिवशी शाळेतून येताना वाट चुकलो यावरून आठवलं – माझं एकूण भौगोलिक ज्ञान तसं अचाटच आहे. वाट न चुकता सरळ जाणं किंवा येणं हे मला अजून उमजतच नाही.

अशा वाटा फार वेळा चुकल्या आहेत. आता तर वाटतं– आयुष्याचीच वाट चुकली. पण हे फार उशिरा कळलं. कारण, आता परतीचा मार्गही सापडणार नाही.

अशाच चुकीच्या वाटेनं गडहिंग्लजला गेलो. जडण-घडणीच्या त्या वयात काही वर्षं फार वाईट काढली. सोबतीला फक्त एक बत्तीस मोगरा तेवढा होता. फळ्यावरच्या वेलबुट्टीतली तारीख मला दिवाळीची आणि उन्हाळी सुट्टी मोजायला उपयोगी पडत होती. माझ्या हळव्या संवेदनशील मनामुळे मी साहित्यिक झालो; पण हे जीवन जगताना फार क्लेश झाले. एक वेळ भूक मारता येते, पण मन मारता येत नाही. शारीरिक यातना सहन करता येतात; पण मानसिक क्लेश सोसवत नाहीत. दारिद्र्यही भोगून संपवता येतं, किंवा दारिद्र्यातही आनंदी राहता येतं; पण मनाच्या वेदनेचा ठणका पुरं आयुष्य गिळतो! या आशयाचा काही प्रत्यय माझ्या

'वेणा', 'सारवण', 'वाटचाल', 'दसरा' अशा काही कथांतून वाचकांना येऊ शकेल. याचा धागा बालपणच्या त्या अनुभवात आहे. ही मनाची वेदना माझ्या बालपणीच वाट्याला आली. आई, भाऊ, बहिणी असूनही माझं घरपण संपलं आणि निर्व्याज बालपणही. माझ्या जडणघडणीच्या त्या बालवयात नको त्या अनेक गोष्टी वाट्याला आल्या. . . गोष्टी कसल्या? सगळं आयुष्य ग्रासणाऱ्या वेदना! माझी वाटच चुकली. . .

सुटकेचा आनंद!

इंग्रजी पहिलीत असताना गोकाकच्या सहलीला गेलो आणि तेवढाच एक दिवस फार आनंदात गेला. त्यात उत्साहही प्रचंड होता. पहाटे चारलाच उठलो. सगळं घाईनं उरकलं आणि जेवणाचा डबा घेऊन फटफटण्यापूर्वीच खरंतर अंधारातच घाईघाईनं शाळेत गेलो. अजून फारसं कुणी आलं नव्हतं. हळूहळू मुलं येऊ लागली आणि आश्चर्य असं की, त्या दिवशी मी प्रत्येकाशी बोललो. बत्तीस मोगऱ्याच्या झुपक्यासारखं माझं मन प्रफुल्लित झालं होतं. गडहिंग्लज ते गोकाक हा गाणी म्हणत केलेला प्रवास, लांबूनच ऐकू येणारा तो धबधब्याचा आवाज, पिंजलेल्या कापसाचे मोठाले ढीगच्या ढीग कोसळावेत तसा धो धो कोसळणारा तो धबधबा, तो झुलता पूल हे सगळं पाहण्यात आणि अनुभवण्यात मी स्वत:ला हरवूनच गेलो होतो. एक दिवस असा मजेत घालवून आणि गोपाळकाल्याचा आनंद लुटून पुन्हा गाडीत बसलो. परतीची वाट सुरू झाली आणि जसं गाव जवळ येई तसा मी अधिकाअधिक खिन्न होत गेलो.

एक आनंदी दिवस आला आणि गेला. तहानलेल्यानं ओंजळीनं पाणी प्यावं तसा तो आनंद मी भरभरून प्यालो. पोट तुडुंब भरलं; पण पुन्हा दुसऱ्या दिवसापासून माझ्या हळव्या मनानं मला घेरलं. वर्गात बसल्यावर रोज फळ्यावरच्या त्या तारखेकडे मी बघू लागलो आणि दिवाळीची सुट्टी सुरू व्हायला अजून किती दिवस राहिलेत हे मनातल्या मनात मोजूही लागलो. त्या सुट्टीची वाट पाहत राहिलो. अशा वेळी दिवस जाता जात नाहीत. सुट्टी सुरू व्हायला अजून दीड महिना अवकाश होता. एक दिवस गेला, की रात्री झोपताना वाटायचं– चला, एक दिवस कमी झाला. आता राहिले इतके दिवस. मग उद्याचा एक दिवस गेल्यावर किती राहतील? हाही हिशेब मनाशी करीत मी पडून राहायचो. साडेआठलाच अंथरुणं टाकली जायची. लगेच झोप लागायची नाही. वाचत बसावं तर रॉकेल जळतं.

दिवाळीच्या सुट्टीचा हिशेब करीत मी झोपी जाण्याचा प्रयत्न करीत असे.

'प्रयत्न' असं मी मुद्दाम म्हणालो; कारण मला निद्रानाशाचा विकार लहानपणापासूनच होता. मी झोपी जावं म्हणून आईनं घातलेल्या अफूचा परिणाम कदाचित असावा. वयाच्या तीन-चार वर्षांपासून काही केल्या मला लवकर झोप लागत नसे हे मला आठवतं. ती लवकर लागावी, म्हणून रात्री झोपताना कोणाकडून तरी पाठ खाजवून घेण्याची सवय मला झाली होती. काही वेळ आई खाजवायची; पण खाजवता खाजवता ती झोपी जायची आणि मी जागा राहायचो. मग कोणती बहीण जागी आहे का हे तोंडावरचं पांघरूण काढून बघायचो. एखादी बहीण दचकली आणि 'कोण ते' म्हणून तिनं विचारलं की मी आनंदानं म्हणायचो, ''कोणी नाही मीच'' आणि लगेच तिच्या अंथरुणात शिरायचो. ती ओळखायचीच आणि न विचारता पाठ खाजवू लागायची. चंदूरची अक्का, कोल्हापूरची सोनूताई आणि कायमची माहेरी आलेली सन्नाक्का या सगळ्या एका पासोडीत झोपायच्या. पाठ खाजवून घ्यायला मी पाळीपाळीनं एकेकींच्याकडे जायचो. खाजवून खाजवून हाताची बोटं दुखतात, म्हणून त्यांनी माझ्यासाठी एक मक्याच्या कणसाचं बुरकुंड तयार केलं होतं. त्या बुरकुंडानं त्या माझी पाठ खाजवत. इथं गडहिंग्लजला माझी पाठ कोण खाजवणार? मी एकटाच रात्री असा तळमळत पडे. काही वेळा नको त्या गोष्टीही कानावर येत. सगळे झोपलेत असं समजून काही कुचूकुचू बोललं जाई. मला मात्र ते ऐकायला यायचं आणि मग झोपच उडायची.

भल्या सकाळी जबरदस्तीनं उठल्यावर हा उगवणारा दिवस केव्हा संपेल असं व्हायचं. तसा विचार केला, तर माझ्या वर्गात चार-पाच मैलांवरून चालत येणारी काही मुलं होती. काही गाडीवाटेनं, काही पायवाटेनं चिखलातून. मडलगी नावाचा एक मुलगा तर फार गरीब घरातला होता. रविवारच्या बाजारात तो खेड्यापाड्यातून येणाऱ्या भुईमुगाच्या शेंगा कमी दरात विकत घेई आणि त्या घाऊक दरानं कोणा मोठ्या व्यापाऱ्याला विकून त्यावर चार पैसे मिळवी. होणारी प्राप्ती घरात देई आणि त्यावर आपलं शिक्षणही करी. हा मडलगी पुढं कोल्हापुरात माझ्याच वर्गात होता. एकाच बोर्डिंगमध्ये आम्ही दोघंही राहत होतो. मेस किंवा खानावळ परवडत नाही म्हणून तो रोज एक लहान पाव आणायचा, एक पावशेर दूध घ्यायचा, स्टोव्हवर भात-पिठलं करायचा; पण भात शिजत असतानाही त्याची नजर हातातल्या पुस्तकावरच असायची. हाच माझा वर्गमित्र गरिबीत राहून, कष्ट करून आनंदात राहिला आणि पुढं तर रिझर्व्ह बँकेचा एक संचालक झाला. दुर्दैवानं आज तो हयात नाही; पण त्याची आठवण माझ्या मनात घर करून आहे. दुसरा एक वर्गबंधू बाजाराच्या दिवशी मीठ विकून चार पैसे मिळवायचा. त्यातून आपली फी भागवायचा; पण ही सगळी मुलं वर्गात मोठी आनंदी दिसायची, हसायची, खिदळायची; पण

माझ्या जन्मजात स्वभावामुळे मी हळवाच राहिलो. हसू तारदाळला ठेवलं आणि फक्त आसू घेऊन इथं वाढत राहिलो.

दिवाळीची सुट्टी जवळ आली आणि कोणत्या दिवशी गाडीत बसायचं, तारदाळला गेल्यावर काय काय मजा करायची, कोणाकोणाला भेटायचं हे विचार मनात घोळू लागले. मुख्यत: गेल्या गेल्या खायचं काय काय, हे 'मेनू कार्ड' मनात तयार होऊ लागलं. मनात आलं– एक बशी नाही, आता दोन बशा शिरा खायचा! साजूक तुपातला, बेदाणे घातलेला. जूनपासून अनेक महिने झालेली माझी कुचंबणा बाहेर येत होती.

या विद्यालयात दरसाल वैद्यकीय तपासणी व्हायची. माझं वजन भक्कम बेचाळीस पौंड भरलं. अभ्यासातील प्रगती बेताचीच होती. वर्गातला क्रमांक साधारण पंधराच्या खालीच असायचा. प्रगतिपुस्तक पाहून अण्णा नाराज व्हायचे. त्यांना वाटायचं, आपल्या भावानं पहिल्या तीन क्रमांकांत यावं. मलाही वाटायचं; पण माझं लक्षच अभ्यासावर केंद्रित होत नसे. एक गोष्ट मात्र या विद्यालयात चांगली होती. ही इमारत इंग्रजी 'ई'च्या अक्षरागत होती. 'E' च्या पोटात जी एक थोडी आखूड रेख असते, तशी एक छोटी इमारत मध्याला होती. ते आमचं ग्रंथालय. फार सुंदर. त्यातली मांडणीही फार आकर्षक. इंग्रजी, मराठी अनेक नियतकालिकं तिथं यायची. मध्यभागाला बसून ती वाचण्याची सोय फार छान केली होती. भिंतीच्या कडेनं लाकडी स्टँडवर इंग्रजी, मराठी वृत्तपत्रं होती. कधी कधी तास नसला; म्हणजे मी या ग्रंथालयात जात असे. 'गड आला, पण सिंह गेला' या कादंबरीनं वाचनाची चटक लागलीच होती; पण स्वत: फार उदास असल्यानं मी न वाचता बऱ्याच वेळा फक्त चित्रं बघत असे. खजिना हाताशी आला होता; पण तो लुटण्याची इच्छा नव्हती. वृत्तपत्रांतल्या ठळक बातम्या तेवढ्या वाचत असे. 'पंढरपूर या क्षेत्राच्या गावी एका बडव्यानं दागिन्यांच्या लोभापोटी यात्रेला आलेल्या सात का आठ वृद्ध स्त्रियांचे निर्दयपणे केलेले खून,' ही बातमी मी तेव्हा वाचल्याचं आजही आठवतं. पंढरपूरला जाणारे यात्रेकरू पिढ्यान् पिढ्या ठरलेल्या एकाच बडव्याच्या घरात उतरत असत. ज्यांना जवळचं कोणी नातेवाईक नाही, अशा निराधार स्त्रियांही विश्वासानं उतरायच्या. अशांचा अपरात्री खून करून तो त्यांच्या अंगावरचे सगळे दागिने काढून घेत असे. जवळचे पैसेही सगळे ढापत असे आणि राहत्या वाड्याच्या तळघराच्या चांगल्या तीन-चार हात रुंद अशा मातीच्या भिंतीत त्यांना गाडून पुन्हा भिंत जशीच्या तशी लिंपून घेत असे. ही बातमी वाचून मी थरारून गेलो आणि मग पहिल्या वर्षी त्या ग्रंथालयाचा लाभ घेण्याऐवजी त्यापासून दूरच राहिलो. आधीच मन रमत नव्हतं. ते रमवायला जावं तर अशी बातमी! म्हटलं नकोच ते वाचन! त्या कोवळ्या वयात खून, मृत्यू याची मला फारच भीती

वाटायची.

सुट्टी लागण्याचा दिवस आला. आदल्या दिवशीच मी बॅग भरली. सुट्टीत काय काय करायचं यांचे मी मनसुबे रचत होतो. वहिनी आणि अण्णा मात्र मी सुट्टी संपल्यावर काय काय आणायचं याची 'यादी' करीत होते. लग्नाच्या याद्यासुद्धा एक दिवसात पार पडतात. बारीक-सारीक तपशीलवार याद्या करायच्या झाल्या, तरी सकाळी बसलेली बैठक लग्नाच्या याद्या करून संध्याकाळी संपते; पण अण्णांची यादी करण्याचं हे काम शनिवारी सकाळची कचेरी संपल्यावर दुपारी पुन्हा सुरू झालं. त्यावर एक रविवारही गेला; तरी वहिनी त्यांना आठवून आठवून काहीतरी सुचवायची आणि अण्णा लगेच ते कागदावर टिपायचे. त्या यादीत अनेक जिन्नस असायचे. काही डाळी, कडधान्यं, काही धान्यांचं पीठ, जवारी, शेंग, (अण्णा तिला देशी बदाम म्हणायचे.) उसाच्या कांडक्या, काकवी, गुळाची अर्धी ढेप, घरचं तूप, लोणची, असे एक ना अनेक जिन्नस तपशीलवार लिहून एक यादीच ते माझ्या हातात द्यायचे. थैल्या पण तिकडूनच आणायला सांगायचे. आदल्या दिवशी ही यादी मला देऊनही तिचा उजळणी पाठ घेत राहायचे.

शेवटी सुट्टीला जायचा दिवस उगवला. रात्रभर झोप नव्हतीच. अण्णा मला स्टँडवर गाडीत बसवायला आले. गर्द सावलीत येऊन मी उभा राहिलो. वाटलं, थोडा वेळ का होईना, ऊन जाऊन सावली आली. गाडीत बसल्यावर अण्णांनी मला तीन तीनदा बजावलं, ''कुठं खाली उतरू नकोस. कोल्हापूरला कार्ड घालून कळवलंय. तिथं दादा तुला घ्यायला येईल आणि ही चवली जवळ ठेव. प्रवासात असू दे; पण खर्च करू नको.'' माझं त्यात लक्ष नव्हतं. कहाणी ऐकावी तसं मी 'हूं-हूं' म्हणत होतो; पण त्यात राजाही नव्हता आणि राणीही नव्हती. राजकुमार होता; पण गाडीत बसला होता. खरोखर कहाणीतल्या राजकुमारासारखा मला आनंद झाला होता. त्या दिमाखात निघालो होतो. त्या आनंदात सुट्टी संपल्यावर इथली शिक्षा भोगायला मी परत येणार आहे हे विसरूनच गेलो होतो! गाडी सुटता सुटता अण्णा मला म्हणाले, ''सुट्टीत नुसता खेळू नकोस. रोज थोडा अभ्यास कर. गेल्यावर पोचल्याचं एक कार्ड टाकायला सांग. नाहीतर नकोच सांगू. कार्ड आलं नाही म्हणजे तू पोचलास असं आम्ही समजू आणि पोचला नाहीस म्हणजे कार्ड येईलच.''

खिडकीकडच्या कानानं ऐकून दुसऱ्या कानानं मी सोडून दिलं. मला वेध लागले होते तारदाळचे! ही गाडी जागची केव्हा हलणार असं मला झालं होतं. त्या काळात एजंट सिटा आणायचे, त्यांच्या काखेला धरून धरून. मला वाटलं, आपणही चार सिटा गोळा करून आणाव्यात. कमिशन नाही मिळालं तरी गाडी लवकर सुटू द्या. गाडी फूल भरली. ती सुटणार हे लक्षात घेऊन अण्णा मला दोन-

तीनदा म्हणाले, ''चवली नीट ठेव आणि एखादी गिन्नी देऊ का? पण तू खर्च काय करणार म्हणा? कुठं उतरायचं नाही, काही नाही. जवळ दुसरे काही पैसे असतील तर सांभाळ.''

इकडं येताना दोन रुपये आईनं दिले होते; पण मधल्या सुट्टीत शेंगदाण्याचे गण खाऊन कडू झालेल्या तोंडासाठी मी ते सगळे पैसे खर्च केले होते. त्या चवलीशिवाय जवळ दुसरे पैसे नव्हतेच.

तारदाळला जाण्याची घाई झाल्यामुळे गाडी पळत असूनही मला ती पळत नाही असं वाटायचं. निपाणी यायला केवढा वेळ लागला. मग कागल. कोल्हापूरच्या खुणा दिसू लागल्या. दादा स्टँडवर येऊन उभाच होता. त्याच दिवशी तारदाळला गेलो. माहेरी गेल्यासारखा आनंद झाला. आधी आईच्या कुशीत शिरून पोटभर रडलो. अमुक खाऊ, तमुक खाऊ असं वाटतं होतं. ती इच्छाही आता राहिली नव्हती. घरी गेल्या गेल्या तृप्तीचाच आनंद झाला. इथं कोणतीही गोष्ट मी माझ्या हातानं घेऊ शकत होतो. न सांगता वांग्याच्या किंवा दोडक्याच्या भाजीवर एकाला दोन चमचे तूप पडत होतं. आजऱ्याचा सुप्रसिद्ध 'जिरगा' तांदूळ शिजत होता. त्याच्या नुसत्या वासानंच पोट भरायचं. मुख्य म्हणजे ताज्या चतकोर भाकरीच्या खाली शिळ्या भाकरीचे तुकडे इथं लपवलेले नसायचे. यातच केवढा आनंद असायचा!

आता राहता राहिले फटाके. लहानपणी एका गणपतीच्या सणाला बाण उडवताना तो वर आभाळात न जाता गरकन गिरकी घेऊन खाली आला होता आणि तो माझ्या उजव्या हाताच्या अस्तनीत शिरला होता. हाताचा पळका निघाला. कातडी जाऊन एकदम पांढरा डाग दिसला. आग आग होऊ लागली. पळत गेलो आणि पाण्यानं भरलेल्या बादलीत हात बुडवून ठेवला. थोड्या वेळानं बघतो तर फुगलेल्या बटाट्याच्या भजीसारखा फोड दिसला. मन संवेदनाशील असल्यामुळे मी त्या जखमेला कुणाला हात लावू दिला नाही. दवापाणीही केलं नाही. डॉक्टर दाबून त्यातला पस काढतात आणि झोंबणारं आयोडिन लावतात, म्हणून डॉक्टरकडे गेलो नाही. मग माझ्या बहिणीच अगदी हलक्या हातानं वरवरचा पस काढायच्या. मोराच्या पिसानं मलम लावायच्या. ती जखम बरी व्हायला तीन महिने लागले. हिंदुस्थानच्या नकाशासारखा तिचा आकार होता. तेव्हा चौथीला होतो. तालुक्याला लेखी परीक्षा होती. म्हटलं चला, हिंदुस्थानचा नकाशा काढा असं पेपरात असलं तर हाताकडे बघून काढता येईल.

आमचं सगळ्यांचंच नशीब असं बलवत्तर, की हे बाण चांगले उडावेत म्हणून पंचवीस एक बाणांचं पुडकं स्वयंपाकघरातल्या चुलीजवळच्या वायलाजवळ धगीला ठेवलं होतं. चुकून एखादी ठिणगी पडली असती तर काय हाहाकार झाला असता!

तेव्हापासून आम्ही फक्त लवंगी फटाक्याचे धनी झालो होतो. तीही माळ उदबत्तीनं बेतानं अंगणात लावायची आणि पळत माजघरात जायचं. आवाज सुरू झाला की पुन्हा कानात बोटं. सुट्टी आनंदात चालली. गोतावळ्यात रमून गेलो. ती संपणार आहे हे विसरूनच गेलो होतो.

गडहिंग्लजचं ताट समोर वाढून ठेवलेलंच होतं!

एक नवा शोध

हाता-पायांवर किंवा अंगावरच्या कुठल्याही भागावर कोणत्याही देशाचा नकाशा काढून न घेता दिवाळी सुखरूप पार पडली. मनसोक्त फराळाचे जिन्नस खाल्ले. सकाळी उठलं की हातानं काटेखड्डुगळे घ्यायचे. काटेखड्डुगळे म्हणजे चकल्या. चांगल्या दोन-दोन, तीन-तीन. अर्धा-पाऊण वाटी घट्ट दही घ्यायचं. दही नको असेल तर लोणी घ्यायचं. या तिखट, खमंग चकल्यांबरोबर काही तरी गोड असावं म्हणून बेसनाचा लाडू किंवा बुंदीचा लाडू किंवा हे दोन्ही प्रकारचे लाडू घ्यायचे, शिवाय पुड्याच्या वड्या, खोबऱ्याचे तुकडे आणि शेंगदाणे घालून केलेला खमंग चिवडा. त्यात फुटाण्याची डाळही असायची. त्याच्या जोडीला सारण भरलेल्या दोन करंज्या. करंज्या घेताना खुळखुळ्यागत वाजवून घ्यायच्या. वाजणारी करंजी म्हणजे कमी सारणाची करंजी. करंज्या निवडताना मी त्या न वाजणाऱ्या आणि हाताला जड लागणाऱ्या घ्यायचो. पुढं सहा महिने आता काही खायला मिळणार नाही म्हणून रोज सकाळी मी हा असा फराळ घेत असे. दिवाळीच्या ऐन सणात तर चार दिवस चार पक्वान्नं असायची. आज काय पुरी-बासुंदी, उद्या श्रीखंड-पुरी, परवा शिरा-पुरी, तेरवा सोजीच्या पोळ्या. ते फ्रूट सॅलेड, पावभाजी हे पदार्थ माहीत नव्हते. छोल्यांचं तर नाव नव्हतं. असा फराळ आणि अशी पक्वान्नं झोडून सुट्टी मित्रांच्या संगतीत आणि घरच्या गोतावळ्यात फारच छान गेली.

जायचा दिवस जवळ आला. काळोख दाटून यावा तशी उदासीनता मनाला घेरू लागली. उन्हाळ्याच्या सुट्टीपर्यंत गडहिंग्लजला दिवस कसे काढायचे, हा प्रश्न मनाला सतावू लागला; पण जाण्याशिवाय गत्यंतर नव्हतं. गेलो नाही तर शिक्षण मिळणार नाही. शिक्षण मिळालं नाही तर अडाणी राहीन आणि अडाणी राहिलो तर कुठं नोकरी मिळणार नाही. मग खेड्यात जाऊन शेतात भांगलण-

खुरपण करणं आणि मोट हाकणं याशिवाय काय करणार? हे सगळे विचार मला कोणी न सांगताही माझ्या मनात येऊन गेले. 'मी जाणार नाही,' असं म्हणालो असतो तर आई मला तारदाळलाच राहा म्हणाली असती. तिच्या भाबड्या मायेनं मी शिक्षणाला वंचित झालो असतो; पण मीच मनाशी म्हणालो– नाही, असं अडाणी राहून चालणार नाही.

जाण्याचा दिवस उगवला. थोरले अण्णा आणि वहिनी यांनी तयार केलेल्या यादीप्रमाणं सगळे जिन्नस थैल्यांत भरले. माझ्या कपड्याच्या बॅगेतही काही गोष्टी कोंबाव्या लागल्या. दादाही सुट्टीला इथंच होता. सगळ्यांचा निरोप घेऊन जड पावलांनी दादाबरोबर कोल्हापूरला गेलो. या वेळी जाताना आईनं मला पाच रुपये दिले होते. चंदूरच्या अक्काला भाऊबीजेला मी घातलेल्या ओवाळणीतलेही पैसे तिनं मला दिले होते. दादा काय देणार? तोही माझ्यासारखाच शिकत होता. फक्त माझ्यापेक्षा चार वर्षांनी मोठा होता. या वेळी मला मिळतील तेवढे पैसे पाहिजेच होते. काही तरी घेऊन खाण्याची चटक लागली होती, तरी हिकमतीनं मी दादाकडून रुपया-दीड रुपया काढलाच. एक कोडं आता मला सुटत नाही. तेव्हा ते पडलं नव्हतं; पण आता असा विचार मनात येतो की, तोही शिकत होता तर मग माझ्याबरोबर तो गडहिंग्लजला का नव्हता? कदाचित असं असेल– मोठ्या दोन्ही भावांनी आमच्या शिक्षणाची जबाबदारी वाटून घेतली असावी. दादाच्या वाट्याला नंदनवन आलं, माझ्या वाट्याला वनवास आला.

तो कोल्हापूरला बोर्डिंगात राहायचा. एक रात्र मी त्याच्याकडे मुक्काम केला. त्यांच्या मेसमध्ये ताजी ताजी भाकरी मिळायची– कर्नाटकी पद्धतीची. कागदासारखी पातळ आणि पोपडा सुटलेली. शिवाय त्या जेवणात साजूक तुपाची एक लहान वाटी असायची. स्वयंपाकी भाकरी हातावर करायचा नाही, तो परातीत थापटून करायचा. त्याचा दणदण आवाज व्हायचा. मुलं तीन-तीन, चार-चार भाकरी खायची. एकाला दोन भाज्या असायच्या, चटणी असायची आणि आमटीला 'पणदे' म्हणायचे. शिवाय साईचं दही असायचं. मला दादाचा फार हेवा वाटला. त्या रात्री मेसमध्ये मी पोटभर जेवलो आणि झोपताना बघतो तर दादा अंगाला पावडर लावत होता. पावडर फक्त तोंडाला लावतात एवढंच मला माहिती होतं; पण त्यानं ती तोंडाला तर लावलीच, पण आपल्या गळ्याभोवती, छातीवर आणि काखेतही पावडर लावली. तो छान वास खोलीभर दरवळला. तो वास घेतच मी झोपी गेलो. सकाळ कधी होऊच नये असं वाटत होतं, कारण सकाळच्या गाडीनं गडहिंग्लजला जायचं होतं.

सकाळ झाली. गाडीत बसवायला दादा बरोबर आला. निरोप घेताना डोळे पाणावले. खिडकीच्या बाजूला बसूनही बाहेरचं काही दिसत नव्हतं. पेवात धान्य

कोंडावं तसं गडहिंग्लजच्या त्या घरात पुन्हा एकदा कोंडलो गेलो. गच्च भरलेल्या थैल्या रिकाम्या करताना वहिनी आणि अण्णा यांना होणारा आनंद मला त्यांच्या चेहऱ्यावर दिसत होता.

इथल्या विद्यालयात सहा महिन्यांपूर्वी माझं नाव घातलं तेव्हा पावसाळा होता. ढग भरून येत होते. आभाळातही आणि डोळ्यांतही. आता पावसाळा नव्हता. आभाळात ढगही नव्हते; पण ते माझ्या डोळ्यांत मात्र होते. नाव घातलं त्या दिवशी वाट चुकून बराच फिरलो होतो. आता वाट चुकत नव्हती; पण फिरावंसं वाटत होतं. काहीतरी चकवा व्हावा आणि घर सापडू नये असं वाटायचं. पहिले पंधरा दिवस मी अबोल अबोलच राहिलो.

थोड्याच दिवसांनी अण्णांनी दुसरं घर भाड्यानं घेतलं. हे नवं घर भर बाजारपेठेत होतं. या घराचा मालक मुका-बहिरा होता. त्याला काही सांगायचं असलं की, तो पाटीवर लिहून दाखवायचा. त्यावर त्याला आपणही पाटीवर लिहून उत्तर द्यायचं. आता एक शंका येते– तो मुका-बहिरा होता तर त्याला लिहिता कसं येत होतं? म्हणजे जन्मतः तो मुका-बहिरा नसावा.

बाजारपेठेत राहायला आल्यामुळे रविवारी आम्हाला बाजारात बसल्यासारखं वाटायचं. सारखा कानांवर गलबलाट आणि गोंगाट ऐकू यायचा. त्यातच एक दिवस आमच्या घराजवळच एका घरात उंदीर पडला. बघता बघता प्लेग पसरला. लोक घरं सोडून आपापल्या मळ्यावर, शेतांवर जाऊन राहू लागले. आमची तिथं शेतीवाडी नव्हती; पण आम्ही ओळखीनं पाच-सहा मैलांवरच्या एका खेड्यात गेलो. तिथलं घर अगदीच कोंदट होतं. रात्र झाली म्हणजे तर फार थोडं दिसायचं. कंदील लावलेला असायचा. पाण्याचा नळ नव्हता. परसात आड किंवा विहीर नव्हती. वहिनी आपल्यापुरतं पाणी तापवायची– म्हणजे तिघांसाठी, मला आंघोळीला ओढ्याला जावं लागायचं. सूर्योदयापूर्वी घराबाहेर पडतानाच थंडी वाजायची. गार वारा झोंबायचा आणि आंघोळीसाठी ओढ्याच्या पात्रात गेलो की तिथल्या थंडगार वाळूनं पायांचे तळवे बधिर व्हायचे. थंड पाण्यात हात घालायला मन धजायचं नाही. मग यावर एक तोडगा मला सुचला–

आंघोळ न करताच नुसता टॉवेल कसाबसा भिजवायचा. कपडे तीन दिवसांनी बदलायचे. जुने कपडे मात्र धुण्याची पाळी यायची. ते धुवायचे म्हणजे अगदी जिवावर यायचं. मग मी हाफपँट आणि शर्ट नुसताच एकदा-दोनदा पाण्यातून काढून पिळत असे. टॉवेलही तसाच पिळायचा. साबणाची मला दिलेली एक लहान वडी 'अमुक इतके दिवस' पुरवायला पाहिजे, अशी मला घरातून ताकीद असे. ती मी नीट पाळू लागलो. वडी पुष्कळ दिवस टिकू लागली. कारण ती मी वापरतच नव्हतो. दुसरा एक फायदा असा झाला– टॉवेल नावाची एक कापडी वस्तू मला

स्वतंत्र मिळू लागली. घरात आंघोळ करताना आधी तो टॉवेल अण्णांनी वापरायचा. मग पुतण्याचं अंग पुसलं जायचं आणि मग माझ्या वाटणीला तो यायचा. शिवाय तो रोज धुवायचा नाही. कारण कपडे रोज धुतल्यानं लवकर फाटतात म्हणून तो तीन-चार दिवसांनी धुवायचा. त्यामुळे आंघोळीनंतर अंग पुसताना त्याला एक चमत्कारिक वास यायचा. हा वास बंद झाला. ओढ्यावर मोकळेपणानं श्वास घेऊ लागलो; पण आंघोळ मात्र तीन-चार दिवसांनी करायचो. तळव्यांना वाळू गार गार लागायची. आंघोळीच्या दिवशी अंगावर काटा उभा राहायचा. पाण्यात बुडताना कडाक्याची थंडी वाजायची. परतायला उशीर झाला तर घरात बोलणी बसायची. मग तशा त्या थंडीत सूर्योदयाला आंघोळ करावीच लागायची.

अण्णा कचेरीला जाताना मला सायकलीवरून घेऊन जायचे आणि कचेरी सुटल्यावर पुन्हा आम्ही दोघे मिळून परत गावी यायचो. रस्ता नीट नव्हता. मी आडव्या दांडीवर बसायचो. खाचखळग्यांच्या रस्त्यांवरून जाताना माझ्या माकडहाडाचे फार हाल व्हायचे. यातून केव्हा सुटका होते असं वाटायचं. एवढ्यात आमच्या एम. आर. हायस्कूलमध्ये उंदीर पडला. पहिल्या तासालाच ही बातमी कळून सगळ्यांना मोठा आनंद झाला. वाटलं, आता सुट्टी मिळेल. संध्याकाळपर्यंत आम्ही सगळे आनंदात होतो; पण शेवटच्या तासाला असं कळलं की, कुणी एका वात्रट मुलानं मेलेला उंदीर आणून वर्गात टाकला आहे. मुख्याध्यापकांनी सभा घेऊन हे आम्हाला सांगितलं आणि बजावलं, 'सुट्टीबिट्टी काही नाही. नेहमीप्रमाणं उद्यापासून न चुकता सगळ्या तासांना हजर असलं पाहिजे.' सुट्टी मिळाली नाही याचं फार फार वाईट वाटलं. माझं माकडहाड पुन्हा दुखू लागलं. घरी जायला अंधार पडायचा. त्यामुळे संध्याकाळचा चहाही बंद झाला. माझा पाव कप आणि अण्णांचा एक कप अशा एकूण सव्वा कप चहाची बचत होऊ लागली. तेव्हा शासनाची बचत योजना नव्हती. ती असती तर या वहिनीनं निदान जिल्ह्याचं पारितोषिक मिळवलं असतं.

येताना पाच-सहा रुपये घेऊन आलो होतो. गडहिंग्लजला आलो की पोटात वखवख असायचीच. सारखं 'खाईन खाईन' असं करायचो. आमच्या या शाळेसमोरच एक झोपडीवजा हॉटेल होतं. त्याच्या मालकाचं नाव बाळू. या बाळूचे दात कांदा-पोह्यासारखे पिवळे दिसायचे. कांदा-पोह्याची एक परात भरलेली असायची. एक ताट शिऱ्यानं भरलेलं असायचं. शिरा केशरी रंगाचा छान दिसायचा. शिवाय 'कोकोनट' बिस्किटं असायची. चिवडा-लाडू यांच्या बरण्या तर होत्याच; पण एका ताटात 'खाजे' असायचे. त्यांचा आकार, शीड नसलेल्या बोटीसारखा दिसायचा. मी मधल्या सुट्टीपर्यंतसुद्धा वाट बघायचो नाही. दोन तासांनंतर लघुशंकेसाठी एक दहा मिनिटांची सुट्टी असायची. मी तिकडं न जाता बाळूच्या हॉटेलात जायचो. कोणतीही सिंगल प्लेट अर्धा आण्यात मिळायची. मी पहिली प्लेट मागवायचो

शिऱ्याची. मग कांदा-पोहे आणि शेवटी एक पैशाचा सिंगल चहा मारायचा. एवढं खाऊनही पोटात खड्डा असायचाच. कधी कधी पुन्हा मधल्या सुट्टीत खाजा खायचो. असे रोजचे सहा-सात पैसे खर्च करायचे. जवळचे सहा-साडेसहा रुपये संपायला किती दिवस लागणार? तेव्हा एक बंदा रुपया म्हणजे सोळा आणे असायचे. आठ-दहा दिवसांना रुपया खर्च होऊ लागला. जवळचे पैसेही संपत आले. तोवर प्लेगही संपला. पुन्हा त्या मुक्याच्या घरात आलो. आता एक गोष्ट नवीन मागं लागली.

कपडे धुवायला शिकलो होतो, त्यामुळे 'माझे कपडे मीच धुवावेत,' असं घरात फर्मान निघालं. अण्णांनी तर गांधीजींच्या स्वावलंबनाचा धडा मला नीट समजावून सांगितला. ते काही वेळा अधूनमधून सार्वजनिक वाचनालयात पेपर वाचायला जायचे आणि 'गांधीजींची साधी राहणी,' 'स्वावलंबन' हे तत्त्वज्ञान मला तपशीलवार समजावून सांगायचे. कपडेसुद्धा जाडेभरडे वापरावेत. केवळ जिभेचे चोचले पुरवू नयेत. वगैरे वगैरे.

परीक्षा जवळ आली. आता परीक्षेनंतर उन्हाळ्याची मोठी सुट्टी सुरू होणार याचे मला वेध लागले; पण पोटातली आग काही शमेना. खायचं आणि 'मांडून ठेवा' असं सांगण्याइतका निर्भीड मी नव्हतो. आज उधारी ठेवायची असं म्हणून मी मधल्या सुट्टीत तीन तीनदा हॉटेलवर जायचो, ताटातल्या शिऱ्याकडे बघायचो. परातीतले पोहे मला बोलवायचे, त्यातला कांदा तर मला 'खा-खा' म्हणायचा, बरणीतलं तपकिरी रंगाचं काळपट बिस्किट नुसतं बघूनच जिभेवर विरघळायला लागायचं; पण 'उधारी राहिली तर चालेल का,' हे विचारण्याचा धीर मला काही व्हायचा नाही. बोलायला जीभ उचलायची नाही. आशाळभूतपणे मी त्या पदार्थांकडे बघायचो. 'आलास का आणि निघालास का?' असं कुणी म्हणू नये म्हणून तहान नसतानाही एक ग्लास पाणी प्यायचो आणि बाळूच्या पिवळ्या दातांकडे बघत मागं फिरायचो.

एक दिवस फार आनंद झाला. तो शब्दांनी सांगता येणार नाही. रविवारचा बाजारचा दिवस होता. घरासमोरच बाजार भरायचा. काही आणायला घराबाहेर पडलो. कांदा, लसूण यांच्या वाळलेल्या पापुद्र्याखाली मला काही तरी चमकताना दिसलं. मी खाली वाकून बघितलं, तर चक्क चार आण्याचं एक नाणं. पटकन ते उचललं आणि मागं पुढं बघून खिशात ठेवलं. 'काय रे, काय घेतलंस आणि काय ठेवलंस खिशात?' असं मला कुणी विचारलं नाही. मग छाती पुढं काढून निघालो. माझ्या पोटाची चार-पाच दिवसांची सोय झाली होती. आता बाळूकडं उधार मागायचं कारण नव्हतं. सोमवार ते बुधवार तीन दिवस हे चार आणे पुरले. गुरुवारी खंक झालो. गुरुवारपासूनच रविवारची वाट बघू लागलो. कोलंबसला अमेरिकेचा शोध लागला तसा हा मला नवा शोध लागला होता. संध्याकाळी बाजार उलगला

की, 'मी जरा फिरून येतो' असं सांगून सगळी बाजारपेठ पालथी घालू लागलो. कांदा, लसूण यांचे पापुद्रे पायानंच चाचपायचे. कुठं लोक गूळ विकायला बसलेले असायचे, कुठं मीठ विकायचे, तिथली माती पायानं वर-खाली करायची. रेघोट्या माराव्यात तसे आडवे पाय मारायचे. दर रविवारी काहीना काही तरी सापडायचे. कधी एक आणा, चवली, पावली. एकदा तर 'राणी छाप' बुचड्याचा बंदा रुपया सापडला, पण आमचं नशीब असं की दुसऱ्या दिवशी हॉटेलात गेल्यावर शिरा, भजी खाऊन सिंगल चहा मारला आणि मी रुपया दिला. मोड घेण्यासाठी थांबलो तर तो दगडावर वाजवून बाळू मला म्हणाला, 'ह्यो बदबदतोय, चालणार नाही. खोटा आहे.' 'बघू' असं म्हणून तो मी हातात घेतला. त्याची एक कड माझ्या तळहातावर घासली. काळा डाग पडला. चांदीऐवजी तो कथलाचा निघाला. मग मी धीर करून म्हणालो, 'बाळू, या वेळचं बील मांडून ठेव.' त्यानं वहीत माझं नाव घालून बील मांडलं.

हा एक नवा शोध लागला. बिलाची उधारी ठेवायला शिकलो.

❖

शेवाळलेलं छप्पर...

इंग्रजी पहिलीची दुसरी सहामाही संपत आली. बाळूच्या हॉटेलनं माझ्या पोटातला जठराग्नी काही प्रमाणात तृप्त केला. पैसे जवळ नसले तरी त्याच्या वहीत माझी बाकी मांडून ठेवली जाऊ लागली. ही बाकी जशी वाढेल, तसा रविवारच्या संध्याकाळी बाजार संपल्यावर त्या रस्त्यावरचे माझे हेलपाटे वाढू लागले. आई-वडिलांनी हातात खुरपं देऊन भांगलण करायला किंवा पिकातली माती वर-खाली करायला शिकवलं नाही. मी खुरप मातीत खेळवलं नाही, पण बाजारपेठेतील रस्त्याच्या कडेला व्यापारी माल विकायला बसत असल्यामुळे तिथल्या त्या मातीच्या धुळीत पाय मात्र खेळवायला शिकलो. तांबडा पैसा त्या लाल मातीत दडलेला दिसायचा नाही. माझ्या दुसऱ्या किंवा तिसऱ्या हेलपाट्याला तो सापडायचा. काही वेळा दुंडा पैसा सापडायचा. दुंडा म्हणजे ढब्बू पैसा. तिसऱ्या चौथ्या फेरीत पै-सापिकेही सापडायचे. एक सापिका दिला म्हणजे त्या काळात काही तरी वस्तू मिळायची. एक पैच्या लवंगा तर किती यायच्या! अर्थात लवंगा, वेलदोडे असलं काही मी घेत नव्हतो; पण वहिनी 'पैच्या लवंगा आणि सापिक्याचे बेदाणे आणा' असं सांगायची, त्यामुळे हे माहिती होतं. रविवार म्हणजे मला लॉटरीचं तिकीटच वाटायचं. तो दिवस उजाडला की, आज लॉटरी किती लागणार, याच नादात मी असायचो. या बाजारच्या जीवावर बाळूच्या हॉटेलातली माझ्या बाकीची तोंडमिळवणी मी कशीबशी करत होतो.

परीक्षा जवळ आली तसा अभ्यास नेटानं करण्याऐवजी परीक्षा कोणत्या दिवशी संपणार, त्याच दिवशी गडहिंग्लज सोडता येईल का, आणि मग उन्हाळ्याच्या सुट्टीत काय काय करायचं, यांचे बेत आखण्यातच मी गुंग झालो. दिवाळीच्या सुट्टीच्या वेळी जसे वेध लागले होते; तसेच वेध आता लागले. शेवटी एकदा परीक्षेचा दिवस आला. आमचा हॉटेलमालक बाळू वार्षिक परीक्षा जवळ आली की,

सावध राहायचा. माझ्यासारख्या बाकीदारांना बजावायचा, 'शेवटच्या पेपरापर्यंत बघीन आणि बाकी चुकती नाही केली; तर एकेकाच्या चड्ड्या काढून घेईन! बाळूचे हे शब्द ऐकून माझा जठराग्नी एकदम थंड झाला. बीनचड्डीचा घरी गेलो तर काय होईल, या कल्पनेनंच हादरलो. आधी हॉटेलात जाऊन खातो, हे घरात कुणाला माहीत नव्हतं. बीनचड्डीचा घरी गेल्यावर हे सगळं सांगावं लागेल. बाळू दुसऱ्या बाकीदारांना असं बोलला; पण मी एकदम सावध झालो. माझा एकमेव आधार बाजार. पाच-सहा दिवसांत जास्तीत जास्त कमाई करून वहीतली बाकी मला शून्यावर न्यायला पाहिजे होती.

परीक्षा संपत आली. बरीचशी बाकी चुकती केली. बाळूनं फारच तगादा लावला, तर शेवटचा पेपर झाल्यावर दुसऱ्या कोणत्या मार्गानं निसटता येईल याचाही विचार करून ठेवला. क्रीडांगणाभोवती तारेचं कंपाऊंड होतं. एका मोठ्या काटकीनं दोन तारा खाली आणि वर बऱ्याच वाकवल्या. त्यातून जाण्याची प्रॅक्टिसपण केली; पण ती पाळी आली नाही. बाजारपेठेनं हात दिला. एका मित्राकडूनही थोडे पैसे उसने घेतले. बाळूची बाकी चुकती करायची सोय झाली. परीक्षेच्या दिवसांत माझा हाच अभ्यास जोरात चालू होता.

माझा शेवटचा पेपर सकाळी होता. अण्णांच्या मागं लागून लागून दुपारच्या गाडीनं निघायचं निश्चित केलं. अण्णांनी दादाला कार्ड पाठवून 'मी अमुक दिवशी संध्याकाळी कोल्हापूरला येत आहे' हे तर कळवलं; पण त्या संध्याकाळी 'मी तिकडंच जेवीन' हेही न चुकता कळवलं. शिवाय 'त्या रात्री सोनूताईकडे गेल्यास जेवणाचा खर्चही वाचेल,' हे कळवायलाही ते विसरले नाहीत. आमच्या थोरल्या अण्णांची व्यवहाराची बाजू ही अशी चोख होती!

परीक्षेच्या शेवटच्या दिवशी सकाळी अकरा ते दोन हा शेवटचा पेपर झाला. बाळूचा निरोप घेऊन चड्डीसह मी घरी आलो. काही बाकीदार मुलांना शाळेच्या प्रवेशद्वारातच गाठून त्यांना तो धरून आणून हॉटेलात ठेवत होता आणि त्यांच्यावर नजर ठेवायला दोन तगडे लोक बाकड्यावर बसवून ठेवले होते, हे पाहून आपलं काय झालं असतं, या विचारानं मी हादरून गेलो.

माझी कपड्यांची बॅग तयारच होती. सुट्टी संपल्यानंतर येताना तारदाळहून आणावयाच्या जिनसांची यादी वहिनीनं हातात दिली. चारच्या सुमाराला गाडी होती; पण तीनलाच घराबाहेर पडायची माझी चुळबूळ चालू झाली. गाडीत बसवायला अण्णा स्वत: येणार होते म्हणून मी सारखा दारातच फेऱ्या घालत होतो. ते केव्हा येतात आणि आपण केव्हा स्टँडवर जातो, असं मला झालं होतं. तारदाळला गेल्यावर गेल्या गेल्या आधी आंब्यावर तुटून पडायचं ठरवलं होतं, कारण इथं वार्षिक परीक्षा झाली तरी घरात आंबा आला नव्हता आणि एकदा

रात्री झोपल्यावर अण्णांशी चाललेलं वहिनीचं बोलणं माझ्या कानावर आलं होतं. ती त्यांना म्हणाली होती, एकदा परीक्षा संपून ते तारदाळला गेल्यावर मग काय आणायचं ते आणा. इथंच हेही सांगावंसं वाटतं, की मी तीन वर्षं त्यांच्याकडे राहिलो, पण एकदाही त्यांनी कधी आंब्यांची करंडी घरी आणल्याचं मी पाहिलं नाही आणि मी नसतानाही आणली असेल असं वाटत नाही. त्यांच्या हातून पैसाच सुटायचा नाही. त्यांचं फळ ठरलेलं होतं– फक्त केळी. तीही अर्धवट पिकलेली, हिरवी-पिवळी दिसणारी आणि त्यांची साल भाजीला उपयोगी पडणारी.

याउलट धाकट्या अण्णांचं होतं. रायवळ आंब्यांच्या पाच-पाच – सात-सात गाड्या एकेका दिवशी घरी यायच्या. एवढा ऐसपैस वाडा; पण या पाडाच्या आंब्यांची अढी घालायला जागा मिळायची नाही. एवढा आंबा घरात असून अधूनमधून ते हापूस आंब्याच्या करंड्या आणायचे. आंबरसासाठी खास 'माणकूर' आंबा आणायचे. रुचिपालट व्हावा म्हणून पायरी आंब्याच्या करंड्या पण घरी यायच्या. या अण्णांची आवक कमी असूनही हात सढळ असायचा. थोरल्या अण्णांची आवक चांगली असूनही हात आखडता असायचा. मला आठवतं – थोरल्या अण्णांनी स्वत:चा विमा उतरवला होता. त्याची हप्त्याची नोटीस आली, म्हणजे ती अधूनमधून धाकट्या अण्णांच्याकडे तारदाळला पाठवून कळवायचे – या वेळी जरा अडचण आहे. हा हप्ता तू भर. त्यांच्या अडचणींचीही मला गंमत वाटते. हप्ता आला की ती नेमकी यायची!

अण्णा साडेतीनच्या सुमाराला घरी आले. मी निघण्याची घाई करू लागलो. तेव्हा ते म्हणाले, "अरे या पब्लिक मोटारी, चार म्हणजे निघायला साडेचार-पावणेपाच होणार."

शेवटी साडेतीनला आम्ही स्टँडवर गेलो. पाचच्या सुमाराला गाडी लागली. अण्णांनी चवलीऐवजी चक्क पावली माझ्याकडे दिली. आज वरकड मिळकत चांगली झाली असावी. मी ती मुठीत धरून बसलो. ते म्हणाले, "खिशात जपून ठेव. कुठं खर्च करू नको. चहा वगैरे झालाच आहे." या 'वगैरे'त काय होतं कुणास ठाऊक? सगळ्या सिटा गाडीत बसल्यावर चारची ही गाडी साडेपाचला सुटली. केव्हा कोल्हापूर येतं आणि केव्हा मी तारदाळला जातो असं मला झालं होतं. कोल्हापूर जवळ आलं तेव्हा अंधार पडला होता. चांदण्यांनी आभाळ उजळावं तसं बिजलीच्या प्रकाशानं सगळी नगरी उजळून गेल्यासारखी दिसत होती. होता उन्हाळा पण मला तो दिवाळीसारखा भासला! किती विलोभनीय!

दादा संध्याकाळपासून स्टँडवर माझी वाट बघत उभा राहिला असावा. मी गाडीतनं उतरल्या उतरल्या औपचारिक विचारपूस झाली. मग तो मला म्हणाला, "सोनूताईकडे जायचं का बोर्डिंगवर?" मी पटकन म्हणालो, "बोर्डिंगवर. तुमचा

तो शरणाप्पा का कोण, त्याच्या हातची मला भाकरी खायचीय. गरम गरम.''

ती रात्र दादाबरोबर मजेत काढली. सकाळी मीही उदार झालो. म्हणालो, ''दादा, मिसळ खायची का? चार आणे माझ्याकडे आहेत.''

दुसऱ्या दिवशी सकाळी रानडे यांची प्रसिद्ध दही-मिसळ खाऊन आम्ही दोघांनी वर एकेक जिलेबीची प्लेट हाणली. मग सोनूताईकडे गेलो. तारदाळचा एक शिपाई मला न्यायला भल्या सकाळीच त्यांच्याकडे येऊन बसला होता. जेवायलाही थांबलो नाही. लगेच आम्ही दोघं तारदाळला जायला निघालो. गेल्या गेल्या या वेळी आईच्या कुशीत शिरून ढसढसलो नाही. खिन्न मनानं बसूनही राहिलो नाही. दुरडी घेऊन आधी आंब्याच्या अढीकडे पळालो. पिकलेले आंबे दुरडीत भरता भरताच काही आंबे चोखले. मन तृप्त झालं. मग भरलेली दुरडी घेऊन खाली आलो. वहिनींनी विचारलं, ''आल्या आल्या आधी आंबंच खायचं?''

''केव्हा खाईन असं झालं होतं!''

''तिकडे आंबा मिळालाच नाही?'' जन्मजात खोडकर स्वभावामुळे मी म्हटलं, ''वहिनी, तो बीनआंब्यांचा मुलूख आहे. आमचे ड्रॉईंगचे शिक्षक कागदावर आंबा काढायला शिकवतात आणि त्याखाली 'आंबा' असं लिहायला सांगतात. कारण फळ जरी आंब्याचं असलं तरी ते तिकडे कोणी बघितलंच नसल्यामुळे ओळखायला नको का?''

माझी ही भाषा तिला कळली नाही. मी बोलतोय काय, याचा अर्थबोध न होऊन ती भाबडी माझ्याकडे बघतच राहिली. तशी ती साधी, पाचपेच नसलेली, बाळबोध वळणाची होती.

उन्हाळ्याच्या सुट्टीत मनसोक्त हुंदडलो. भरपेट आंबे खाल्ले. सकाळच्या शिळ्या भाकरीवर लोण्याचा गोळा घेऊन ती संध्याकाळी परड्यात हिंडत हिंडत खाल्ली. लोण्याबरोबर भाकरी खावी ती शिळीच! तीही हातावर केलेली जाड. फक्त तिच्याबरोबर लसणाचं तिखट किंवा कसलंही लोणचं असलं की मग मज्जा!

उन्हाळा म्हणून अण्णांनी मला मलमलचे शर्ट शिवले. वहिनीने बेसनाचे, डिंकाचे, बुंदीचे लाडू केले. धारोष्ण दूध प्यायलो. बालमित्रांच्याबरोबर कानगोष्टी केल्या. वर्गात तीन-चार मुली असतात याचं त्यांना नवल वाटलं. मग मी तरखडकरमधले सीट (sit) म्हणजे बसणे यासारखे बरेचसे शब्द ऐकवले, आणि मग मी किती हुशार झालोय हे त्यांना न कळत दाखवून दिलं. एक मित्र मला म्हणाला, ''म्हणजे तू आता मामलेदार होणार.'' दुसरा त्यालाच म्हणाला, ''गध्या, मामलेदार काय फौजदार होईल!'' असं बोलता बोलता कुणीतरी बिडी काढायची. माझे हे मित्र आता बिड्या बाळगून वावरत होते. माझी बिडी सुटली होती; पण ते पहिला मान मला द्यायचे. मी म्हणायचो, ''नको बाबा, उलटी होईल.'' असा हा

उन्हाळा मजेत गेला.

शंकर खानगोंड नावाचा माझा एक मित्र होता. माझ्यापेक्षा जरा थोराड. 'ब्रह्मचारी' सिनेमा बघून त्यातल्या मीनाक्षीवर ते भाळून गेलं होतं. आखूड चड्डी घालून ती पाण्यात उतरते हे बघायला ते बऱ्याच वेळा इचलकरंजीला गेलं. आम्ही एकदा बोलत बसलो असताना गणपती स्वामी नावाचा माझा एक बेरकी मित्र त्याला म्हणाला, ''खानगोंड, आता 'ब्रह्मचारी' बघायला जा.''

''आता न्हाई बाबा, एवढ्यात पंचवीस वेळा बघितला.'' यावर स्वामी म्हणाला, ''आता बघ. आता चड्डी न घालता मीनाक्षी पाण्यात उतरते असं दावलंय म्हणं.'' खानगोंडाला सुरसुरी आली. ते म्हणालं, ''असं? मग आत्ताच सायकल दामटतो की!''

असा हा शंकर खानगोंड. मी जूनला गडहिंग्लजला जाण्यापूर्वीच ठार खुळा झाला. कशाकडेही बघून नुसतं 'मीनाक्षी' म्हणू लागला. मोठा गुंड दगड ते उचलायचं आणि 'मीनाक्षी' म्हणायचं. झाडाला मिठी मारायची 'मीनाक्षी' म्हणायचं. तालमीत शिरला तर बजरंगाच्या फोटोकडे बघूनही 'मीनाक्षी' म्हणू लागलं! ते 'मीनाक्षी' म्हणत कायम दिवसरात्र गावभर भटकत राहिलं.

जूनच्या तीन-चार तारखेला पुन्हा गडहिंग्लजला गेलो. या वेळी बरेच पैसे मला घ्यायचे होते; पण आई तरी कुठले देणार? तिनं पाचच्या ऐवजी सात रुपये दिले. धाकट्या अण्णांच्याकडे मागावेत तर ते म्हणतील, ''तिकडं अण्णा नाही?'' मग मी त्यांना काय सांगणार?

सात रुपये घेऊन गडहिंग्लजला गेलो. आता सगळी भिस्त तिथल्या बाजारपेठेवर होती. म्हणजे बाजार संपून रिकाम्या होणाऱ्या रस्त्यावर! थोड्याच दिवसांत अण्णांनी पुन्हा घर बदललं. आम्ही तिथले प्रसिद्ध डॉक्टर गुणे यांच्या समोरील गद्रे वाड्याच्या पडवीला राहायला गेलो. का? तर त्या घराला भाडं फक्त दीड रुपया होतं म्हणून.

हे घर लहान होतं; पण परसू मोठं होतं. परसात आडही होता. आडाचं पाणी शेंदून दर रविवारी मी माझे कपडे धुऊ लागलो. तशी आज्ञाच झाली. त्यामुळे तीन दिवसांनी कपडे बदलायचे. ते रविवारी धुऊन वाळवायचे. ते इस्त्रीचे वाटावेत म्हणून त्यांच्या नीट घड्या करायच्या. काही तास त्या गादीच्या वळकटीखाली ठेवायच्या आणि झोपताना मेणचटलेल्या उशीखाली घ्यायच्या.

मी शंकर खानगोंडाला विसरलो. ती मीनाक्षीही मनातून गेली. मृग नक्षत्र निघून आभाळ भरून येऊ लागलं. ढग गळू लागले. पडवीवरची कौलं शेवाळून हिरवी दिसू लागली. लोणा आलेल्या भिंतीवर आणि गार गार जमिनीवर सुरवंट फिरताना दिसू लागले. कधी ते अंगावरच्या कपड्यातही आढळायचे. त्वचा लाल लाल

होऊन आग आग व्हायची.

या कुंद पावसाळी हवेनं माझ्या मनाचं छप्परच सगळं शेवाळलं होतं. एक सुरवंट मनातही शिरला होता. . . पहिल्या दिवसापासून दिवाळीच्या सुट्टीची वाट बघू लागलो.

गाठी पैशांच्या आणि मायेच्या

इंग्रजी दुसरी व मराठी सहावीच्या वर्गात मी गेलो. 'नेमेचि येतो मग पावसाळा' या चालीवर सात जूनला आमचं विद्यालय सुरू झालं. पहिले दोन-तीन आठवडे मन उदास उदास होतं. कुणी काही विचारलं की डोळ्यांत टचकन् पाणी यायचं. पाण्याच्या प्रवाहात पडल्यावर प्रवाहाबरोबर वाहून जावंच लागतं; तसेच दिवस चालले. त्या वातावरणाशी एकरूप झालो नसतानाही वाहत राहिलो. हळूहळू मनाचे पहिले कड निवले. यातून सुटका नाही हे कळून चुकलं. मग अभ्यासात मन गुंतवण्याचा प्रयत्न करू लागलो. मोकळा तास मिळाला की तिथल्या संपन्न अशा ग्रंथालयात जाऊन बसू लागलो. त्यामुळे रोजची वृत्तपत्रे वाचायला लागलो. मासिकंही वाचू व चाळू लागलो. इथं ग्रंथालयात विद्यार्थ्यांना रोज पुस्तकंही दिली जात असत. काही विद्यालयांत ग्रंथालये असतात; पण त्यातील ग्रंथ जेलमधे कैदी कोंडून ठेवावेत तसे कप्प्या-कप्प्यांतून बंदिस्त केले जातात. ग्रंथ विद्यार्थ्यांना दिल्यास विद्यार्थी ते खराब करतील किंवा त्यातली पानं फाटली जातील अशी संस्थाचालकांना भीती वाटत असते. या भीतीपोटी अनेक चांगल्या चांगल्या ग्रंथांना जन्मठेपेचे कैदी म्हणून अशा ग्रंथालयातच पडून राहावं लागतं. वाळवींना त्यांची दया येते आणि मग त्या तुरुंगातून त्यांची कायमची सुटका होते!

इथल्या विद्यालयात मी माझं मन ग्रंथालयात रमवू लागलो. 'आनंद', 'खेळगडी', 'शालापत्रक' वगैरे मुलांची मासिकंही होती. त्यावर माझा जीव जडला. मोकळा तास मिळाला की मला फार आनंद वाटायचा, पण यामुळे इथल्या घरचा काच मी विसरू शकत नव्हतो. पहिल्या घरात संगतीला बत्तीस मोगरा तरी होता. या नव्या घरात भोवतालचं आवार मोठं होतं; पण त्याला घाणेरीचं कुंपण होतं. आडाचं पाणी शेंदायला गेल्यावर तो उग्र वास नकोसा वाटायचा. दोन-चार पपईची झाडं होती; पण पपया जरा पिवळ्या दिसू लागल्या की त्या मालकांच्या घरात जायच्या. नुसतं

त्या झाडांकडे बघून आनंद घ्यावा तर ते नेत्रसुखही मिळत नसे. त्यांच्या शेंड्याजवळ हात पसरून उभं राहावं तशी काही पानं दिसायची. बाकीचा बुंधा सगळा फांद्या गळून खच पडल्यासारखा दिसायचा. असेच खच माझ्या मनाच्या बुंध्यावरही होते. ते कोणाला सांगताही येत नव्हते आणि टपाल खात्याची सोय असूनही दोन पैशांचं कार्ड तारदाळला पाठवावं हे सुचत नव्हतं. मी कधी कुणाला टपाल घातलंच नव्हतं आणि घालायचं ठरवलं तरी ते लिहिणार केव्हा हा प्रश्न होता. वर्गात बसून लिहावं तर भोवतीनं मुलं असायची आणि घरात लिहावं तर वहिनीची कडक नजर असायची. शिवाय घाण्याला जुंपाव तसं आता मला कामाला जुंपलं होतं.

दर रविवारी माझे कपडे मीच धुवायचो. माझा पुतण्या आता शाळेला जाऊ लागला होता. त्याला रोज सकाळी मीच शाळेला पोचवायचं. बोटाला धरून शाळेला जातानाही तो वर कुठंतरी बघून चालायचा. खाली ठेच लागायची. मग त्या संध्याकाळी जेवणाबरोबर शिव्याही खायच्या. प्यायच्या पाण्याच्या दोन घागरी मीच भरायचो. ही रोजची कामं तर माझ्या मागं लागलीच होती; पण आता बाजाराच्या दिवशी-रविवारी चार-साडेचारला (म्हणजे येईल तो भाव घेऊन माल खपवण्याच्या वेळी) अण्णांच्या बरोबर भल्या मोठ्या दोन-तीन पिशव्या घेऊन मी जायचो. हा बाजारहाट फार कष्टांचा असायचा. अण्णा बाजारपेठेतून कोणत्या मालाला कुठं काय दर आहे याची चौकशी करीत सबंध पेठभर हिंडत बसायचे. अशा एक नाही तर एकाऐवजी दोन दोन फेऱ्या मारायच्या. वर मला म्हणायचे-असं बघत हिंडलं म्हणजे चांगला माल कुठं आहे हे आपल्याला दिसतं आणि त्यांच्या लेखी स्वस्त माल म्हणजे चांगला माल. एखादी पालेभाजी किंवा फळभाजी कुठं थोडीच राहिलेली दिसली की, त्यांचा सौदा सुरू व्हायचा. ''मेथीच्या पेंड्या सगळ्या घेतो, केवढ्याला देणार? चांगला माल सगळा खपलाय. फक्त गाळ राहिलाय. थोडक्यात देणार असशील तर घेईन,'' अशीही घासाघीस चालायची. मी फार कंटाळून जायचो.

बाळूच्या हॉटेलात जाणं सुरूच होतं. पैशाच्या या ओढाताणीमुळे मी हळूहळू वर्गातल्या काही श्रीमंत मित्रांशी घसट करू लागलो. त्यात प्रभाकर भडगावकर नावाचा एक मित्र होता. त्याला बरेच भाऊ होते. घरात बाईमाणूस म्हणून फक्त एक त्याची आई. ती अंगानं बरीच बोजड होती. मुलांना खाण्यासाठी वगैरे ती काही करायची नाही. ज्यानं त्यानं आपल्याला हवं ते करून घ्यावं. या प्रभाकरशी दोस्ती झाली. कारण तो रोज संध्याकाळी घरी आला की स्टोव्हवर पोहे करायचा. मग विद्यालयाच्या क्रीडांगणावर खेळायला त्याच्याबरोबर मीही जायचो. तो जवळच राहत असे. तो आपल्या आधी बाहेर पडेल म्हणून मी आल्या आल्या घाईनं दप्तर घरी ठेवून त्याच्या घरी पळतच जात असे. तोही मोठा दिलदार होता. आपल्याबरोबरीनं

पोह्याची मोठी एक डिश तो मला द्यायचा. दुपारी हॉटेलात मी काही तरी खाल्लेलं असायचं; पण माझ्या पोटाच्या आगीत हीही डिश जायची. खाईन ते सगळं फस्त व्हायचं. त्यानंतर तो चहा करायचा. गुलाबी रंगाचा असला चहा मला घरी कधीच मिळाला नाही. त्याला उंची चहाच्या पत्तीचा एक स्वाद असायचा. आमची वहिनी एकदा केलेल्या चहाची पत्ती वाळवायची आणि पुन्हा चहा करताना ती त्यात थोडी थोडी घालायची म्हणजे चहाच्या नव्या पत्तीत जुनी थोडी मिसळायची! ती पुनः पुन्हा शिजवायची पुनः पुन्हा वाळवायची. काटकसर अण्णांना आवडायचीच. गडहिंग्लजचा हा आयुर्वेदिक काढा ते मोठ्या चवीनं प्यायचे.

हा प्रभाकर भडगावकर जसा माझ्या वर्गात होता, त्याचप्रमाणं पुढं नावारूपाला आलेले, भावी आयुष्यात आपल्या कर्तबगारीनं तळपणारे काही विद्यार्थी माझ्या वर्गात होते. पुण्याच्या 'सिंबायोसिस' या शिक्षण संस्थेचे संचालक श्री. शां. ब. मुजुमदार हे त्या वेळी इंग्रजी पहिलीत होते आणि त्यांचे वडीलबंधू मधुकर मुजुमदार हे माझ्या वर्गात होते. त्यांचे वडील नावाजलेले वकील होते. घर विद्यालयाच्या वाटेवरच होतं. शाळेला जाताना आम्ही मिळूनच जात असू. हे मधुकर मुजुमदार सत्रन्यायाधीश म्हणून सेवानिवृत्त झाले. शासनाच्या एका समितीवर त्यांना नियुक्त केलं होतं आणि हायकोर्ट जज्जाचा त्यांना मान होता. शंकर देशपांडे नावाचा एक विद्यार्थी होता. तोही कोल्हापूरच्या एका शिक्षण संस्थेचा संचालक झाला; पण प्रशासनाची कटकट नको म्हणून प्राध्यापकच राहिला. बाजारात मीठ विकून विद्यार्जन करणारा मडलगी हा रिझर्व्ह बँकेचा एक संचालक झाला. असे माझे अनेक वर्गमित्र पुढं नावारूपाला आले. त्यांतील क्वचित एकदम कोणी तरी भेटतो आणि अमुक अमुक उद्योग संस्थेचा मी मॅनेजिंग डायरेक्टर आहे असंही सांगतो. एका अर्थी मी चांगल्या, गुणी मुलांच्या संगतीत होतो.

क्रीडांगणावर नियमानं जाण्याची सवय प्रभाकरमुळे मला लागली. क्रिकेट, फुटबॉल खेळू लागलो. त्याच्याच वशिल्यानं मी वर्गाच्या संघात दहावा-अकरावा खेळाडू असे. सगळा संघ बाद होत आल्यावर बहुधा शेवटचा भिडू म्हणून मला पाठवलं जात असे. धावांच्या बाबतीत भोपळ्यावर माझं फार प्रेम! तीच गोष्ट फुटबॉलच्या बाबतीत. फुटबॉलला किक मारताना पाय हवेत उडायचा आणि बॉल मागं जायचा. त्याचा टप्पा कुठं पडेल हे कळायचंच नाही. प्रभाकर मात्र डोक्यानंसुद्धा किक मारायचा. आम्ही पोहे खाऊन नुसतेच सुस्त राहायचो. त्याला मेडल मिळायचं. कौतुक व्हायचं. एकदा मनात आलं- त्याचा बिल्ला घेऊन तो मला मिळाला आहे असं अण्णांना आपण सांगावं. त्यामागं हेतू असा होता की, अण्णाही मला काहीतरी बक्षीस देतील. निदान पावली- अधेली तर मिळेल, कारण आपल्या लहान भावानं कशात तरी चमकावं असं त्यांना फार वाटायचं. त्या वेळच्या सी. के.

नायडू, देवधर अशा खेळाडूंचं ते तोंडभरून कौतुक करायचे. म्हणायचे, "असं कुणी तरी व्हा." वाळलेल्या भुकटीचा चहा पिऊन मी सी. के. नायडू कसा होणार?

एक दिवस प्रभाकरचा बिल्ला घेऊन घरी आलो. अण्णांना बिल्ला दाखवला. तो नीट न्याहाळून ते म्हणाले, "आठ-बारा आण्यांचा तरी असेल नाही?"

"अण्णा, वर्गा-वर्गातल्या मॅचमध्ये मी पन्नास धावा काढल्या म्हणून मला हे मेडल मिळाले."

"अरे व्वा! पन्नास धावा म्हणजे अर्धशतक! मग शंभर नाही का काढायच्या?"

"काढल्या असत्या, पण सगळा संघच गारद झाला."

"छान छान. हे पदक नीट जपून ठेव. कुठं घालवू नकोस. दर साल चांदीचे दर चार-आठ आण्यांनी वाढतात आणि अशीच पदकं मिळव," तोंडभरून असा आशीर्वाद दिला; पण बक्षीस काहीच नाही.

मी पुन्हा वर्गातल्या फळ्यावरची तारीख बघत राहिलो. दिवाळीचे वेध लागले. सहामाही परीक्षा संपल्या संपल्या त्याच संध्याकाळी तारदाळला जाण्यासाठी कोल्हापूरला गेलो. तारदाळ गाठलं. बाळूची उधारी ठेवून आलो होतो. ते ओझं डोक्यावर होतं. दिवाळीच्या सुट्टीत जाताना तो चड्डी काढून घ्यायचा नाही. चड्डीचा बेत उन्हाळ्याच्या सुट्टीला असायचा, कारण त्यानंतर गिऱ्हाईक आलंच नाही तर त्याचं काय घ्या?

गेल्या वर्षाप्रमाणेच दिवाळी मजेत घालवली. सुट्टी संपत आली तसं अवघडल्यासारखं होऊ लागलं; पण त्याचा काही उपयोग नव्हता. दिवाळी गेली. दुसरी सहामाही सुरू झाली. ती जाता जायची नाही. वर्ष संपत आलं तसं अभ्यासापेक्षा संध्याकाळी रिकामी बाजारपेठच अधिक फुंकत राहिलो. शेवटचा पेपर संपण्यापूर्वी प्रभाकरच्या मदतीनं बाळूची बाकी चुकती केली आणि उन्हाळ्याच्या सुट्टीला सुखरूप तारदाळला आलो.

जून उगवला. पुन्हा कुंद पावसाळी हवा पडली. शेवाळलेल्या छपरावरून सुरवंट खाली टपकायचे. चुकून कपड्यात शिरायचे. अंगाची आग आग व्हायची. तोंडावर पांघरूण घेऊन रात्री जागत राहायचं. दिवसाचा गोंडा फुटायच्या आत भल्या सकाळी अण्णा हाका मारून मला जागं करायचे. अंग आंबून गेलेलं असायचं. अंथरुणात झोपून राहावं असं वाटायचं; पण कैद्याला स्वातंत्र्य नसतं, तसं ते मलाही नव्हतं. मी कसाबसा नाइलाजानं उठायचो.

अण्णाचं तसं माझ्यावर प्रेम होतं. त्यात वात्सल्यही दिसायचं म्हणून तर जेवायला बसताना मला घेऊन बसायचे. वहिनीवर पूर्ण विश्वास असल्यामुळे तिची ताज्या भाकरीची ट्रिक त्यांना समजायची नाही. तुपाचा चमचा ती लोटीत नुसताच वाजवते हे त्यांना उमगायचं नाही. त्यांना हे कळलं असतं तर वहिनींवर डोळे वटारून ते तिला फाडफाड बोलले असते. माझ्यावरील त्यांच्या प्रेमाची एक गोष्ट

आठवते-

श्रावण महिन्यात दर सोमवारी अर्धी सुट्टी असायची. त्या दिवशी घरात गोडधोड करायचं. एका सुट्टीला घरी सोजीच्या पोळ्या केल्या होता. सांडगे, पापडही तळले होते. बटाटेभातही होता. अण्णा दुपारी दीडच्या सुमारालाच कचेरीतून घरी येऊन जेवणासाठी माझी वाट पाहत राहिले. त्या दिवशी पाऊसही झिमझिम पडत होता; पण आम्ही काही मुलं क्रिकेट खेळत बसलो. मी जरी फक्त भोपळा काढीत असलो तरी बॅटिंगची हौस फार. दोन वाजले, तीन वाजले, चार झाले तरी जेवणाची शुद्धच मला नव्हती. एकाएकी घरची आठवण झाली. गोडधोड केलं असेल म्हणून घाईघाईनं घरी गेलो. अण्णा माझी वाट पाहत जेवायचे अजून थांबले होते. साडेचार झाले होते. ते मला ताडताड बोलले; पण माझ्यासाठी ते जेवायचे थांबले होते याचंच मला फार अप्रूप वाटलं.

चक्रव्यूह

थोरले अण्णा पैशाचे लोभी होते. वहिनीही अतिशय काटकसरी होती. दोघं मिळून पैसा साठवत होते. या पैशावरच्या लोभामुळेच त्यांच्या हातून पैसा सुटायचा नाही. वावगा खर्च तर मुळीच करायचे नाहीत. त्या बाबतीत दोघांचेही हात आखडते होते. असं असलं तरीही अण्णा कुटुंबवत्सल होते. लहान भाऊ म्हणून माझ्यावरही त्यांचं प्रेम होतं. फक्त ते पैशानं व्यक्त व्हायचं नाही. माझ्याशिवाय ते जेवायला बसायचे नाहीत. एकदा मला रेशमासारखा दिसणारा अल्पाक नावाच्या उंची कापडाचा त्यांनी कोट शिवला. आपल्या मुलालाही शिवला आणि स्वत:साठीही एक शिवून घेतला. एवढा खर्च अण्णांनी केला याचं मला फार आश्चर्य वाटलं! पण चार-सहा दिवसांतच ते दूर झालं. अण्णांनी हे जे कोट शिवले ते कापड विकत घेऊन नाही. कचेरीतल्या एका कामाचा मोबदला म्हणून त्यांना ते कोणाकडूनतरी भेट मिळालं होतं. ते रेशमासारखं दिसायचं आणि बिजलीच्या प्रकाशात झळाळायचं. त्याचा रंगही फार आकर्षक होता. पिवळा आणि हिरवा यांची संमिश्र छटा त्यात होती. असं काही फुकटचं मिळालं की त्यांना माझी आठवण व्हायची नाही असं कधी होत नसे. वहिनीला मात्र त्याच्या शिलाईचा भुर्दंड बसणार याची फार हळहळ वाटली. तिच्या बोलण्यातून ती व्यक्तही व्हायची. मला ते बोलणं फार लागायचं.

पहिल्या दोन वर्षांनंतर इंग्रजी तिसरी आणि मराठी सातवी या वर्गात मी गेलो होतो. माझ्या मनाचा जाच चालूच होता. एक प्रकारचा सासुरवासच माझ्या नशिबी आला होता. अण्णा घरात नसले म्हणजे वहिनी चरफडायची. अशा वेळी ती मला 'अरे तुरे'ही म्हणू लागली. बहुजन समाजात धाकट्या दिरालाही 'अहो जाहो' म्हणायची पद्धत आहे. अण्णा घरी असले की, 'भाऊजी' असं मला संबोधून 'अहो जाहो' म्हणायची. ते नसले की मात्र नको त्या शब्दांत ती आपला जळफळाट व्यक्त करायची. 'दोन सालं खाल्लास आणि तिसऱ्या साली आमच्याच बोकांडी येऊन

बसलास. पोराला शाळेला पोचवायचं झालं तर चेहरा काळाठिक्कर करतोस, अजून किती काळ तुला करून घालायचं कुणास ठाऊक?'

असलं बोलणं मी प्रथम ऐकलं आणि हातातलं पुस्तक खाली ठेवून (अर्थात पुस्तकात लक्ष नव्हतंच) मी स्वयंपाकघराजवळ गेलो आणि थोडंसं रागानं म्हणालो, "मला अरे तुरे म्हणता? मी तुमचा दीर आहे, धाकटा." ती म्हणाली, "दीर न्हाईस. कुठल्या जन्माचा वाद्या हाईस, वाद्या! दिसतोस एवढासा पण खातोस खंडीभर."

मनात आलं– हे घर सोडून एकदम निघून जावं. आपलं इथं कोणी नाही. ही बाईतर खाल्लेलंसुद्धा बाहेर काढतेय; पण जाणार कुठं? शिक्षण तर घ्यायला पाहिजे. त्याशिवाय चांगले दिवस यायचे नाहीत. अजून काही काळ इथंच खितपत पडावं लागलं तरी पडायचं; पण शिक्षण सोडायचं नाही. मनाचा निर्धार केला. एकच झालं- या तिसऱ्या वर्षी अण्णांच्या माघारी आम्ही दोघंही एकेरीवर येऊ लागलो. ती 'अरे तुरे' करायची आणि मग मीही 'आहो जाहो' म्हणायचो नाही.

मधल्या सुट्टीत घाईनं घरी येतच असे. आता तर शेंगदाणे फारच कमी झाले आणि गण आणखी वाढले. अर्थात, माझ्या भुकेल्या पोटाला बाळूच्या हॉटेलचा आश्रय होताच, शिवाय संध्याकाळी प्रभाकरच्या घरी चहा-पोहे मिळत होते. पण या सगळ्यांचा लगेच कसा चुना होत होता हे मला कळत नाही.

या वर्षी मनही थोडं निर्ढावलं. काही वेळा ग्रंथालयात बसून ते आनंदीही व्हायचं. वाचनाचा आधार हा त्या वेळपासूनचा आहे. त्यात मन थोडं रमायचं. या सुमारास कोल्हापूर संस्थानातील प्रजा परिषदेच्या चळवळीनं जोर धरला. वृत्तपत्रात त्याचे पडसाद उमटायचे. देशभक्त माधवराव बागल वगैरे नावांभोवती एक वलय निर्माण होऊ लागलं. वर्गातील पहिल्या तीन-चार क्रमांकात येणारा मुलगा कविता करीत असे. भाई माधवराव बागलांवर त्यानं एक कविता केली होती. अर्थात 'र'ला र, आणि 'ट'ला ट अशा स्वरूपाचीच ती असावी; पण ती ऐकून मी भारावून गेलो. हा त्या चळवळीचा माझ्यावरचा परिणाम असावा. संस्थानिक अशा देशभक्तांना अटक करायचे, त्यांना तुरुंगात डांबायचे. याची माझ्या मनात चीड निर्माण होऊ लागली. अन्यायाबद्दलची चीड आणि न्यायाबद्दलची आस्था यांनी मनात घर केलं. अन्याय– मग तो कोणावरही होवो, त्यासाठी निकराचा झगडा दिला पाहिजे. अशी हुकूमशाही आणि उद्दाम राजवट मोडून काढली पाहिजे, असं मनात येऊ लागलं. या विचारांनी मनात खळबळाट निर्माण झाला. माझ्यावरही अन्याय होत होता हे तर त्याचं कारण नसेल? मी वहिनीबरोबर घरातल्या घरात दोन जाप्त्यात तीव्र लढा देऊ लागलो. अन्यायाचा प्रतिकार हे तत्त्व मनावर बिंबलं होतं.

अनेक वेळा मनात येई की हे अण्णांच्या कानावर घालावं; पण तेवढा धीर मला होत नव्हता; आणि हे ऐकून अण्णांना वाईट वाटेल हाही विवेक मनात सलत

होता. त्यांना सांगून हा त्रास द्यावा असं वाटलं नाही आणि कदाचित उलटी प्रतिक्रिया होईल, अशीही भीती वाटली. शेवटी ती त्यांची धर्मपत्नी होती आणि तिच्यावर त्यांचा पूर्ण विश्वास होता. मी अण्णांच्या कानावर हे घातलं तर ती त्यांना काय सांगेल ही एक भीती मनात होतीच. असा विचार करून मी त्यांना कधीच काही सांगितलं नाही. त्याऐवजी मुकाट्यानं सोसणं हाच मार्ग मी पत्करला. माझ्यातला थोडा फार सोशिकपणा हा या वहिनीमुळेच आला. आयुष्याला कोण, कसं वळण लावेल हे सांगता येत नसतं. कधी कधी तर आपल्या हितचिंतकांपेक्षा आपले वैरी आणि द्वेष्टेच आपले उपकारकर्ते होतात. वहिनी तशी उपकारकर्तीच.

अण्णांपासून शिकण्यासारखा एक भाग होता– पैसा साठवावा. पैशाला पैसा जोडावा, उधळपट्टी करू नये; पण मला हे आयुष्यात कधीच जमलं नाही. उलट माझ्यावर याचा वेगळाच परिणाम झाला. पैसा हे साधन आहे. साध्य नाही. त्यामुळे पैसा जवळ असला की कोणत्याही खर्चाला मी मागंपुढं पाहत नसे. एका अर्थानं उधळपट्टीच केली असं म्हणायला हरकत नाही.

अण्णांची एक गोष्ट सांगावीशी वाटते. ते पैसा गाठीला कसा मारत हे त्यातून कळेल. ते रोज संध्याकाळी कचेरीतून आले की, आमच्याकडे पाठ करून उभे राहत, मग कोणाला दिसणार नाही, अशी काळजी घेऊन आपल्या कोटाच्या आतल्या खिशात हात घालत. मग त्या दिवसाची कमाई म्हणजे वरकड प्राप्ती (अर्थात त्या वेळच्या भाषेत चिरीमिरी आणि आत्ताच्या भाषेत लाच.) चोरून मोजत. ती बराच वेळ मोजायची. त्या वेळी नोटा फारशा चलनात नव्हत्या. रुपया, अधेली, पावली, चवली, आणा किंवा गिन्नी. मग दुंडा पैसा, पै आणि सापिकी अशी नाणी व्यवहारात असत. त्यांच्या वरकड प्राप्तीत पै, सापिके, पैसे नसत. रुपया, अधेली, पावली ही मात्र असत. ही नाणी मोजण्याचा कार्यक्रम साधारण अर्धा तास तरी चालायचा. मग ते एका स्टुलावर चढून फळीवर ठेवलेल्या तीन ट्रंकांपैकी वरच्या दोन ट्रंका बाजूला ठेवत आणि तळाची ट्रंक उघडून ही नाणी त्यात ठेवून देत. ज्या त्या डब्यात प्रत्येक नाण्यासाठी वेगळा डबा केलेला असायचा. आठवड्याचा एकदा बाजार केल्यावर रोजच्या खर्चाचा प्रश्नच येत नसे. व्यसनही कोणतं नव्हतं. केव्हा तरी सिगारेट ओढायचे; पण तेही कचेरीत कोणी तरी, पिवळ्या हत्तीचं पाकीट दिलं तर. तेसुद्धा पुरवून पुरवून ओढायचे. म्हणजे जेवल्यावर फक्त एक. फुकटची असली तरी त्यांच्या आयुष्यातली ही मोठी चैन असे.

आपल्या मुलालाही असाच पैसा साठवण्याचा छंद जडावा, तो खर्च करण्याची प्रवृत्ती बळावू नये म्हणून तो शाळेला जाऊ लागल्यापासून एक नवाच प्रयोग त्यांनी सुरू केला. ही प्रयोगशीलता त्यांच्यात कशी आली देव जाणे! ते असं करायचे– रोज कचेरीला जाताना आपल्या मुलाला एक चवली द्यायचे. त्यासाठी एक वेगळा

डबा केला होता. तो वहिनीकडे सुखरूप असायचा. त्याला चवली देऊन ते म्हणायचे, "हा पैशाचा तुझा डबा. मी रोज तुला असे पैसे देत जाईन. तू त्या डब्यात ठेवत जा. मग आपण एकेका वर्षानं बघत जाऊ किती होतात ते. हा डबा भरला की आपण दुसरा घेऊ. आईचे जसे धान्याचे डबे आहेत तसे तुझे पैशाचे डबे झाले पाहिजेत. ठेव बघू या डब्यात. कशी छान आहे ना? नवी कोरी."

त्यांचा मुलगा हातावरचं ते नाणं डोळे भरून बघत असे व मग त्या डब्यात ठेवत असे. चवली डब्यात पडली की लगेच त्याचं झाकण बंद होत असे. वहिनी तो डबा आपल्या ट्रंकेत ठेवून कुलूप घालायची. किल्ली कुठं ठेवायची हे कधी कुणाला दिसलं नाही. मी पैशांच्या अडचणीत असताना ती बऱ्याच वेळा शोधली. मनात यायचं– हळूच ट्रंक उघडावी. त्या डब्यातल्या मूठभर चवल्या खिशात कोंबाव्यात आणि बाळूचं देणं फेडून पुन्हा शिरा-पोहे खावेत. खाजाही चापावा आणि चहाबरोबर कोकोनेट बिस्किटं खावीत चहात बुडवून बुडवून; पण ती किल्ली काही हाताला लागली नाही. दोघंही पैशाची फार काळजी घ्यायचे. ती कशी सापडणार? माझी 'इख' ही कथा या दोघांच्या जीवनावरच आधारली आहे.

अण्णा तसे फार चतुर होते. एकदा एका गवळ्यानं त्यांच्याकडे हजार का दीड हजार रुपये मागितले. त्यांनी त्यावर बराच विचार करून दुसऱ्या दिवशी त्या गवळ्याला म्हणाले, "तुला पैसे देतो पण एक अट आहे- त्याचं व्याज मला नको. त्याबद्दल तू कायम एक शेर दूध आम्हाला देत जा आणि हे बघ, माझी कुठंही बदली झाली तरी आमच्या एक शेर दुधाचा खर्च तुला करावा लागेल. समज, उद्या पन्हाळ्याला बदली झाली, तरी तिथल्या एक शेर दुधाचा खर्च तू महिन्याच्या महिन्याला द्यायला पाहिजे."

गरजवंताला अक्कल नसते. अण्णांना हयातभर दूध घालायचं त्यानं कबूल केलं. तो म्हणाला, "मालक, दोन म्हशी घेणार हाय. माझी एवढी नड भागवा. तुम्हाला हयातभर दूध घालतो." पुढं अण्णांची राधानगरीला बदली झाली. निवृत्त व्हायच्या वेळी ते कोल्हापूरला आले. हा दुधाचा रतीब चालूच होता. कोणालाही अतिशयोक्ती वाटेल पण ती सत्य घटना आहे. या घटनेचा उपयोग 'मौज' दिवाळी अंकात प्रसिद्ध झालेल्या माझ्या 'भावकी' या कथेत केला आहे.

वर्षात पाडवा, दसरा असे साडेतीन मुहूर्त असतात. यांतील प्रत्येक मुहुर्ताच्या शुभदिनी अण्णा वहिनीसाठी निदान एक तरी सोन्याचा दागिना करीत असत, म्हणजे दुकानात जाऊन विकत आणत नसत किंवा ऑर्डर देऊनही तो करवून घेत नसत. वर्षभर कोल्हापूरच्या गुजरीतील सोन्याच्या दुकानात नुसतं 'घेतलं-दिलं' असं म्हणून काही सोनं मिळवत असत. चार किंवा आठ आण्यानं सोन्याचा दर कमी झाला, की ते दुकानात जाऊन 'दहा तोळे घेतले' एवढंच फक्त म्हणायचे;

आणि हाच दर चार-आठ आण्यांनी वाढला की, दहा तोळे दिले, असं म्हणायचे. प्रत्यक्ष पैसे न देता या फरकातील पैसा त्यांच्या नावावर जमा होत राही. त्यातून ते सोनं खरेदी करत. ते आणायला कोल्हापूरला जात-पदरमोड करून नाही. कचेरीतलं काम काढलं, की जायला मिळत असे. असं चार-पाच तोळे सोनं जमा झालं, की ते घेऊन दसऱ्याला किंवा पाडव्याला ठराविक एका सोनाराच्या दुकानात जात. दिवस सणाचा, पण दागिना तयार होईतोवर ते तिथंच बसत. सोनार चांगला विश्वासातला असूनही त्याच्यावर त्यांचा विश्वास नसे. एक-दोन ग्रॅम तरी सोनं तो खाईल असं त्यांना वाटायचं. काही वेळा मीही त्यांच्याबरोबर दुकानात गेलो आहे. मला ते बजावायचे, "डोळ्यांत तेल घालून बघायचं हं. हे सोनार लोक फार बेरकी असतात. दागिना घडवताना त्यातील काही कण मुद्दाम खाली पडू देतात. लेकाचे आपण गेल्यावर वेचतात. म्हणून तुला सांगतो. कण पडलेला दिसला की तू मला सांग." सोनार ते सोनं भटीत घालायचा. अण्णा भटीकडं बघायचे. चांगलं तप्त झालेलं सोनं सोनार ठोकायचा. अण्णा म्हणायचे, "बेतानं." सोनं थंड व्हावं म्हणून सोनार ते पाण्यात घालायचा. अण्णा म्हणायचे, "बघू जरा ते पाणी दाखवा." अण्णा सकाळी दुकानात जाऊन बसले की मग दुपारी दोन काय, तीन काय, चार काय त्यांना वेळेचं बंधनच नसे. आपल्या डोळ्यांदेखत तो दागिना झाल्याशिवाय ते उठायचे नाहीत. मध्ये जेवणाचीही सुट्टी नाही. नैसर्गिक विधीसाठीही उठायचे नाहीत. अशा या अण्णांच्या किती गोष्टी सांगाव्यात?

घरी आमची 'लढाई' सुरू झाल्यावर जेवणातला दुजाभाव आणखी वाढला. पोटातली वखवख वाढलीच. मग बाजार संपल्यावर आमचा 'शोध'ही वाढला. एक दिवस नशिबानं माझ्यावर मेहरबानी केली. आधी एकाला दोन चवल्या सापडल्या. मग दुसऱ्या फेरीत एक अधेली मिळाली आणि तिसऱ्या फेरीत तर चक्क रुपया सापडला; पण पूर्वीच्या अनुभवामुळे मी तो आधी दगडावर वाजवून बघितला. बाळूनं 'बदबदतोय' असं म्हणायला नको. त्या रुपयाचा 'छन्‌छन्' असा आवाज झाल्यावर मनाला जो आनंद झाला तो सांगता यायचा नाही. एक रुपया, एक अधेली, दोन चवल्या. मी धनवान आहे असं मला वाटलं. आज काय खाऊ शकणार नाही, हा पहिला प्रश्न मनात आला. सगळं हॉटेलच्या हॉटेल विकत घेईन अशी ऐपत आल्यासारखी वाटली. आठवड्यातून तीनदा बाजार भरण्याची पद्धत पडली, तर गडहिंग्लजसुद्धा विकत घेता येईल असं वाटलं.

स्टँडवर एक नवीनच दुकान झालं होतं. तिथं सोडावॉटर, लेमन, आइस्क्रीम वगैरे गोष्टी मिळायच्या. मी अजून आइस्क्रीम कधी खाल्लं नव्हतं. त्या दुकानाला दर्शनी काचा होत्या. त्या काचेच्या आतून भरलेल्या आइस्क्रीमच्या काचपात्राचं एक सुंदर चित्र होतं. ते मला बरेच दिवस बोलवत होतं. मी म्हटलं, चला, आज

आपण आइस्क्रीम खाऊ. बघू तरी कसं लागतं? जवळ पैसे होतेच. जरा कानोसा घेऊन घुसलो दुकानात. आइस्क्रीमला फक्त दोन का चार आणे पडत होते. मी मनात म्हटलं हात्तिच्या एवढेच? आणि मी ऑर्डर सोडली, ''एक आइस्क्रीम द्या.'' समोर आइस्क्रीम आलं. काय तो रंग आणि काय तो चमचा. पहिला चमचा तोंडात घातला– स्वर्गीय आनंद मिळावा तसं वाटलं! चमचा तोंडात घातला की आइस्क्रीम हळूहळू जिभेवर विरघळायचं. ती चव प्रथमच चाखत होतो. एक आइस्क्रीम संपवून मी दुसऱ्या आइस्क्रीमची ऑर्डर दिली, ''आणखी एक आणा.'' नोकरानं विचारलं, ''आता दिलेलं व्हॅनिला आणू का. . .?'' असं म्हणून तो थांबला. हे नाव मी प्रथमच ऐकत होतो. 'हॅनिला' म्हणजे कोल्ह्याची बायको असावी असं वाटलं. मी म्हटलं, ''हेच आण.'' लहानपणी मला बुढ्ढीचे बाल फार आवडायचे. ती सगळी काचेची पेटी गिळावी असं वाटायचं; पण त्यापेक्षा या आइस्क्रीमची चटक मला फार लागली. पैसा जवळ आला– म्हणजे सापडला की माझे पाय या दुकानाकडे वळत. एखादा बाजार फुकट जायचा. त्या दिवशी मी अनेक फेऱ्या मारी. मन सैरभैर होई.

बाळूच्या हॉटेलात उधारी चालूच होती. बाकी वाढू लागली. पुतण्याचा डबाही काही सापडत नव्हता. त्यात वार्षिक परीक्षा जवळ आली. बाळूनं आम्हा उधारी ठेवणाऱ्यांना नेहमीची भीती घातली. गेल्या वर्षी तार वाकवून मी केलेला दिंडी दरवाजा विद्यालयानं बंद केला होता. कुत्री, जनावरं आत येऊन क्रीडांगण घाण करू लागली. म्हणून आडव्या तारांशिवाय उभ्या ताराही आता लावल्या. त्या इतक्या जवळ जवळ लावल्या होत्या, की त्या वाकवून बाहेर पडण्याची सोयच राहिली नव्हती. शेवटचा पेपर झाला की, बाळू धरून हॉटेलात ठेवणार हे कळून चुकलं होतं. गेल्या वर्षी काही मुलांना त्यानं कसं पकडलं होतं. हे स्वत:च्या डोळ्यानं मी बघितलं होतं. मला प्रश्न पडला, आता यातून सुटायचं कसं? मार्ग तर काही दिसत नव्हता. पैसा येणार कुठून? रात्रंदिवस मला काळजी लागली. बाळूची बाकी वाढली होती. नऊ रुपये आणि काही पैसे एवढं देणं करून ठेवलं होतं! त्या वेळच्या उमेदवार प्राथमिक शिक्षकांना चार किंवा पाच रुपये पगार असायचा. कारकुनांना पंधरा रुपयांवर खर्डेघाशी करावी लागायची. माझी बाकी तर दहा रुपयांच्या घरात गेली होती; म्हणजे एका शिक्षकाचा दोन महिन्यांचा पगार झाला. ती बाकी कशी भागवली ही एक कथाच आहे. . . सुरस आणि चमत्कारिक.

✧

एक दांडगा खटाटोप

परीक्षा तोंडावर आली. बाळूच्या बाकीनं मी बेचैन झालो. काही म्हणजे काही सुचेनासं झालं. त्या वेळी गोवा लॉटरी असायची. वाटायचं आपण एक तिकीट घ्यावं आणि लॉटरी लागते का ते बघावं. पण लॉटरीचं तिकीट घ्यायला पैसे कुठं जवळ होते. त्यात बाळूनं या खेपेला आणखी एक भीती घातली – तुझ्या घरात येऊन थोरल्या भावाला सांगतो. माझं जेवणही कमी झालं. घरात कळलं की काय होईल आणि काय नाही, याची मला कल्पनाच करवत नव्हती. त्यामुळे अभ्यासाला मी बाहेरच्या जाप्त्यात बसलो, की माझं लक्ष सगळं दाराकडंच असायचं. सावलीची एखादी मानवी आकृती दिसली की मनात यायचं – आला वाटतं बाळू. . . पोटात एकदम खड्डा पडायचा. हातपाय गळाल्यासारखे व्हायचे. डोळ्यांना अंधेरी यायची. प्रौढ वयात होणारा रक्तदाबाचा विकार मला त्या वयात झाला होता, की काय कोणास ठाऊक? एकाच प्रश्नानं मला सतावलं होतं. ही उधारी कशी भागवायची? कोठून पैसा आणायचा? माझ्यासारख्या भणंगाला देणार तरी कोण? अशात एकदा बाळू आमच्या घरापुढच्या रस्त्यावर दिसला!

काय करावं हेच कळेनासं झालं. एकदम मला घामच फुटला. कुठं तरी पळून जावं असंही वाटलं. एकदा वाटलं– पळत घरात जावं आणि लपूनच बसावं. लहानपणी माझ्या बैलगाडीला अपघात झाल्यावर पोत्यांच्या थप्पीमागं दडून बसलो होतो तसा; पण हे दीड रुपया भाड्याचं घर. इथं पोत्याची थप्पी कुठली? लपायचं तर गादीच्या वळकटीतच शिरावं लागेल. बाळूला बघून मी तोंड फिरवून तिसरीकडंच बघत राहिलो; पण चोरट्या नजरेनं मी त्याच्याकडेच बघत होतो. त्याच्या हातात मला पिशव्या दिसल्या. . . मी मनाशी म्हटलं – हा खरेदीला चालला असावा. बहुतेक पोहे, रवा घेणार असेल. बिस्किटांचे पुडेदेखील.

नको ती आठवण झाली. तो पुढं गेल्यावर माझी सुटकाही झाली आणि भूकही

खवळली. अशा वेळी प्रभाकरची आठवण होणं स्वाभाविकच होतं. त्याच्याकडे गेलो, तर चांगली डिशभरून पोहे मिळतील. मी तसाच त्याच्या घराकडे वळलो. नशीबही असं चमत्कारिक! मी गेलो तेव्हा त्याचे पोहे खाऊन झाले होते. चहा स्टोव्हवर ठेवला होता. मला बघून त्यानं पाऊण कप पाणी त्यात वाढवलं. चहाबद्दल मला एवढं आकर्षण नव्हतं; पण पोहे हुकले ही चुटपूट मनाला लागली. बाजूला ठेवलेल्या डिशमध्ये हळदीचा तेलकट-पिवळा रंग मला दिसतच होता. काही कढीपत्त्याची पानंही. अरेरे! थोडं लवकर जायला हवं होतं.

चहा झाल्यावर आम्ही दोघंही क्रीडांगणावर गेलो. आज खेळण्यात लक्ष नव्हतं. अर्थात, लक्ष असेल तेव्हाही खेळता येत असे असं नाही. बॅटिंग करू लागलो की बॉल माझी दांडी घेऊन कधी जायचा ते कळायचंच नाही आणि फुटबॉल खेळताना तो अंगावर येतोय असंच वाटायचं. माझ्या पायाची आणि फुटबॉलची गाठच पडायची नाही. त्यातला एक कुणीतरी बाळू असावा आणि एक मी! अर्थात हे नातं उधारी वाढल्यानंतरचं.

संध्याकाळ होऊन अंधार पडू लागल्यावर घरी परत येताना प्रभाकर मला परीक्षेच्या तयारीबाबत विचारत होता. मी म्हटलं, ''माझं त्यात लक्षच नाही.''

''का रे?''

''बाळूच्या उधारीनं मी बेजार झालोय. कशात लक्षच लागत नाही.''

''किती बाकी आहे?''

''प्रभाकर, बाकी जवळजवळ दहा रुपयांपर्यंत करून ठेवलीय!''

''आता ती चुकती कशी करणार?''

''तोच तर प्रश्न आहे.'' माझे डोळे पाणावले. मी काकुळतीला येऊन त्याला विचारलं, ''तू दहा रुपये देतोस का? मी तारदाळला गेल्या गेल्या तुला मनिऑर्डर करून पाठवून देतो.''

यावर थोडा वेळ तो काहीच बोलला नाही. माझ्या डोळ्यांनी त्याचा चेहरा तपासला. तो विचारमग्न दिसला. मग मी पुन्हा गळ घालत त्याला म्हणालो, ''नाही म्हणू नकोस. तू जिवलग मित्र आहेस. तुला फसवणार नाही.''

काही श्रीमंत माणसं काय, किंवा पैसा बाळगून असणारी मुलं काय, ही दोन्हीही सारखीच असतात. विशेषत: धोरणी, न फसणारी, कोणतीच गोष्ट अंगाशी न लावून घेणारी. काही वेळ विचार करून तो म्हणाला, ''हे बघ तुझ्या भावाची आत्ता तीन-चार वर्षं इथं सर्व्हिस झाली आहे. त्याची केव्हाही बदली होईल. तेव्हा पुढच्या वर्षी तू इथं येशीलच असं नाही आणि मनिऑर्डरचं म्हणशील तर तू गावाकडं कधी कुणाला पत्र लिहीत नाहीस मग मनिऑर्डर काय करणार?'' यावर मी निर्वाणीचं बोललो, ''काय करायचं हे तूच सांग आणि मला ह्या संकटातून

सोडव. बाळूनं तुझ्या मित्राची चड्डी फेडली तर तुला ते बघवेल?'' आम्ही अबोल होऊन चालत राहिलो. त्याचं घर जवळ आल्यावर तो म्हणाला, ''एक करता येईल. मी दहा रुपये देतो. परीक्षा झाल्यावर तुझ्या खर्चानं मला गावाकडं घेऊन जा. तो मोटारीचा खर्चही मीच करीन; पण तिथं गेल्यावर हे दहा रुपये आणि येण्या-जाण्याचा खर्च तू करायचा. हे कबूल असलं तर मी तुला उद्या पैसे देतो.''

मला विवंचना लागलीच होती. फक्त जाण्या-येण्याचा खर्च द्यायचा म्हणजे तो जास्त काहीच मागत नव्हता. मी म्हटलं, ''एकदम कबूल. जाण्या-येण्याचा खर्च आणि वर एक रुपया देतो.'' तो म्हणाला, ''तू म्हणालास हे बरं झालं; नाहीतरी मी तुला हे सांगणारच होतो. मी तुझ्याबरोबर येणार. मग चहा-पाण्यासाठी पदरमोड कशाला करू? आणि हे बघ. व्याज म्हणून नॉमिनल आणखी एखादा रुपया घेईन.''

व्याज म्हणजे काय, हे तोवर मला माहीतच नव्हतं. अंकगणितात ते अधूनमधून भेटत असे; पण प्रत्यक्ष ओळख नव्हती. व्याज म्हणजे काय हे त्यानंच मला समजावून सांगितलं. हे सगळं मी मान्य केलं. त्या रात्री सुखानं झोपलो. 'आनंदाच्या डोही' का काय म्हणतात याचा मला पहिल्यांदाच प्रत्यय आला. निश्चिंत झालो. कात्रीत सापडलेला जीव मोकळा झाला. पोटातली भूक एकदम वाढली. शिळ्या तुकड्यांनासुद्धा किती छान चव असते हे त्या रात्री मला कळलं.

दुसऱ्या दिवशी बाळूची उधारी फेडून टाकली. जोरानं अभ्यासाला लागलो. शेवटचा पेपर संपला. त्याच दिवशी संध्याकाळच्या गाडीनं मी आणि प्रभाकर कोल्हापूरला निघालो. अण्णा मला पोचवायला येणार हे माहीत होतं. त्या दृष्टीनं कसं बोलायचं हे मी त्याला सांगून ठेवलं होतं. आमच्या आधी येऊन तो गाडीत जागा धरून बसला होता. त्यामुळे मी त्याला घेऊन जातोय हे अण्णांना कळलं नाही. सहज विचारावं तसं त्यांनी त्याला विचारलं, ''अरे व्वा! तूही गाडीत आहेस का? कुठं निघालास?''

''कोल्हापूरला.''

''बरं झालं. सोबत मिळाली. कोण आहे तिकडे?''

प्रभाकर म्हणाला, ''माझ्या मामेबहिणीची मावस चुलती!''

थक्क होऊन अण्णा बोलले, ''तुम्हा लोकांमध्ये नाती-गोती फार बाबा. जाऊ त्या गावात कोणीतरी असतंच तुमचं.''

प्रभाकर हसत म्हणाला, ''हे अगदी बरोबर आहे. मुंबईला माझ्या चुलत मामाचे सख्खे काका आहेत. कॅसलरॉकला मावशीच्या मुलीचा नवरा कस्टममध्ये आहे. पुण्याला माझ्या वडलांची मावशी आहे.'' मावशी, चुलती, काका वगैरे नाती ऐकता ऐकता एकेक नातं ऐकून अण्णा थक्क व्हायचे. त्यात गुंग होऊन गेले. या

सगळ्यात माझं एक नुकसान झालं– गाडी सुटली तरी अण्णांनी मला पावली दिली नाही आणि चवलीही नाही. कदाचित आपण द्यायचं विसरलो हे दाखवण्यासाठी तसा त्यांनी आव आणला असावा– थक्क होण्याचा.

गाडी सुरू झाली. तिनं गतीही घेतली. अशा गतीमुळे बऱ्याच लोकांना झोप येते. कुणाला लगेच डुलका लागतो. मी मात्र याला अपवाद आहे. मग ती मोटार असो अगर रेलगाडी असो, मला प्रवासात झोप कधीच लागत नाही. रेलगाडीत प्रथम वर्गाच्या डब्यात बर्थवर मऊ गादी पसरून पडलो तरी माझे डोळे टक्क उघडे असतात. मग बसल्या बसल्या डुलका लागून कोणाच्या खांद्यावर डोकं ठेवणं तर दूरच राहिलं! अशा या प्रवासात पळणाऱ्या गाडीच्या गतीनं माझ्या विचारचक्रांना गती मिळते. मनातले विचार जोरानं धावू लागतात. आमची ही गाडी सुरू झाल्यावर नेमकं तसंच झालं. प्रभाकर शेजारी बसला असल्यामुळे थोडा वेळ त्याच्याशी गप्पा केल्या. मग तो माझ्या अंगावर कलायला लागल्यावर त्याला शांतपणे झोपू दिलं आणि मी माझ्या विचारात बुडून गेलो–

कोल्हापूरच्या स्टँडवर दादा भेटेल. त्याला काय सांगायचं? प्रभाकरला थेट कोल्हापूरहून तारदाळला न्यावं, का याला दादाजवळ ठेवून आपण एकटंच जावं? पैशाची व्यवस्था झाली, की गणपत स्वामीसारख्या जाणत्या मित्राला कोल्हापूरला पाठवून पैसे देण्याची व्यवस्था करता येईल. तो दादाचं बोर्डिंग बरोबर शोधून काढेल. प्रभाकरला पैसे देताना 'हे प्रवासाचे, हे वाटखर्चाचे आणि हे तू उसने दिलेले दहा रुपये.' असं म्हणत तो पैसे देता देता आपल्या हातचलाखीनं एक-दोन रुपये वाचवीलसुद्धा! तो पत्त्याची पानं आमच्यासमोर धरून आम्हाला म्हणायचा, "कोणतंही पान मनात धरा. मी ते बरोबर सांगतो." मग पत्त्याचा कॅट हातात धरून आमच्यासमोर पानं सोडत डोळे झाकून बसायचा. राजा, राणी किंवा गुलाम असं एखादं पान बघून आम्ही कोणी 'धरलं' म्हटलं की मग तो डोळे उघडायचा. खाली पडलेली सगळी पानं गोळा करायचा. ती सगळी पानं सात-आठ वेळा चांगली पिसायची आणि आम्ही मनात धरलेलं पान आम्हाला बरोबर दाखवून तो म्हणायचा, "तुम्ही मनात धरलेलं पान हेच न्हवं?" आमचे उघडे डोळे आणखी उघडले जायचे. तो जादूगार रघुवीरकडं शिकायला गेला असता तर बघता बघता रघुवीरलाही चकवलं असतं! असा हा माझा बालमित्र– गणपा. तो हे काम नक्की फत्ते करील; पण मुख्य प्रश्न निराळाच होता–

एवढे पैसे मागायचे कुणाकडं? आईतरी कुठून देणार? घरच्या सगळ्या कारभारावर ती लक्ष ठेवत होती; पण तिच्या हातात पैसा नव्हता. काही बाया दुधाचा रतीब घालतात. त्यातून काही पैसे वाचवितात. तसा काही आम्ही रतीब घालत नव्हतो. घरात लागणाऱ्या सगळ्या गोष्टी इचलकरंजीला जाऊन अण्णाच

घेऊन येत असत. या धाकट्या अण्णांचा हात सढळ होता. लागणारं गोडतेल फुटकळ कधी घ्यायचे नाहीत. एकदम दोन किंवा तीन डबे आणायचे. तीच गोष्ट साबणाची. कपड्यांना लागणारा साबण लांबलचक बारच्या बार घ्यायचे. त्यांच्याकडे मागितले तर मला पैसे नक्की मिळाले असते; पण मनात आलं– त्यांना काय वाटेल? त्यांच्याकडे मागण्याचा धीर काही मनाला होईना. मी विचार करू लागलो– आणखी कोणाकडे मागावेत?

गाडी एक घाट उतरत होती. वळणावळणाला माझे विचारचक्र गरगरत होते. एकदम मला आठवलं– आपण चंदूरच्या अक्काकडं गेलो तर? पोटच्या मुलासारखी तिची माझ्यावर माया आहे. ती काही करून मला पैसे देईल. प्रसंगच पडला तर घरातलं धान्य घेऊन ती एखाद्या दुकानात जाईल आणि ते विकून मला पैसे देईल.

मी एकदम एक सुस्कारा सोडला. मला पडलेलं कोडं सुटलं होतं. पक्ष्याला जन्म देताना परमेश्वर जशी त्याला चोच देतो, तशी त्याच्या चाऱ्याचीही व्यवस्था करतो – हे वाक्य मी ग्रंथालयात वाचल्याचं आठवलं. त्याचाच प्रत्यय मला आता स्वत:लाही आला. चंदूरची अक्का हे नाव आठवल्याबरोबर मला संकटमुक्तच झाल्यासारखं वाटलं. त्या आनंदात माझ्या अंगावर कलून सुखानं झोपलेल्या प्रभाकरला हातानं ढोसून जागं केलं. म्हणालो, ''बघ ना बाहेर, घाट किती सुंदर आहे. एवढा उन्हाळा असूनसुद्धा अजून काही झाडं हिरवी दिसतात.'' मला सगळंच हिरवं हिरवं दिसू लागलं.

कोल्हापूरला गेल्यावर अपेक्षेप्रमाणं पहिली भेट दादाचीच झाली. आम्ही मनातलं हितगुज काही प्रमाणात एकमेकांशी बोलत होतो. घडलेल्या या घटनेतील काही भाग हातचा राखून काही त्याला सांगितला. त्याला माझी कणव आली; पण दुकानात जाऊन विकायला त्याच्याकडे धान्यही नव्हतं. पैसे मिळवण्याचं दुसरं कसलं कसबही नव्हतं. त्या काळात शेतातून खुरपून आणलेलं बाटूकसुद्धा – म्हणजे चारा– दुकानदार घेत असत; आणि त्याच्याबदली तेल, मीठ अशा वस्तू देत असत; पण दादा हे बाटूक तर कुठलं खुरपून आणणार? त्याच्यासाठी स्वत:चं शेत असावं लागतं.

रात्रीचा मुक्काम आम्ही त्याच्याकडेच केला. आम्ही दोघेही त्याच्या मेसमध्येच जेवलो. अंथरुणावर पडल्यावर प्रश्न निर्माण झाला– चंदूरला जायचं कसं? कोल्हापूर ते चंदूर अशी गाडीच नव्हती. दुसरा एक मार्ग होता– कोल्हापूरहून हातकणंगल्याला यायचं. मग तेथून तारदाळ आणि मग तारदाळहून चंदूरला जायचं; पण याला फार चालावं लागणार. माझी तयारी होती; पण एवढी तंगडतोड करायला प्रभाकर तयार झाला पाहिजे. मी या विचारात बुडालो. थोड्या वेळानं एकदम एक तिसरा मार्ग समोर दिसला– कोल्हापूर ते इचलकरंजी थेट गाडी होती.

त्या गाडीनं गेलो आणि इचलकरंजीला उतरलो की तेथून फक्त दोन-अडीच मैल चंदूर. तेवढं चालायला तो नाही म्हणायचा नाही. नाही म्हणून चालेल कसं? मला दिलेले पैसे त्याला वसूल करायचे होते– वाटखर्च आणि व्याजासह! मी हातात धरलेलं गाजर त्याला दिसतच होतं. त्याचं नाकही त्याला लागलेलं होतं.

दुसऱ्या दिवशी नक्की आम्ही कोणत्या मार्गानं गेलो हे आता आठवत नाही. हा प्रवासखर्चही त्यानंच केला. अर्थात तो मलाच द्यावा लागणार होता. त्याचं हे देणं असं वाढत चाललं. एक मात्र आठवतं – चंदूरला जाताना शेवटचं काही अंतर आम्ही चालत गेलो होतो. हे आठवण्याचं कारणही असं की मला अक्का दिसली ते तिच्या घरी गेल्यावर नाही. ती आपल्या शेतात काहीतरी काम करीत होती. आम्ही दोघंही रस्त्यानं निघालो होतो आणि एकाएकी माझ्या कानावर हाक आली, "बाळासाब, ए बाळासाब."

हाक आलेल्या दिशेनं मी बघतोय तर पदर कमरेला खोचून अक्काच शेतात उभी होती. आमची नजरानजर झाली. शेत रस्त्याकडेलाच होतं. ती धावतच बांधाजवळ आली. "वासरा, असं एकाएकी अवचितच रं कसा आलास?" मी एकदम "अक्का!" म्हणालो आणि हुंदक्यांनी दाटून आलो. गदगदून गेलो. तिला बघून डोळ्यांतन एकदम पाणीच गळू लागलं. अश्रूंच्या धारा गालावरून खाली ओघळू लागल्या. माझ्या कंठातून आवाजच फुटत नव्हता. छातीत तर काहीतरी कोंडल्यासारखं झालं. मला असं गदगदलेलं बघून ती आणखी दोन पावलं पुढं झाली. बांधाला वाखफड्याचे गड्डे होते. त्यांच्या फताड्या पानांना दाभणासारखी टोकं होती. अंगाला ओरबाडलं तर कातडी सोलून निघेल अशा त्यांच्या नख्या होत्या; पण त्यांची पर्वा न करता त्या वाखफड्याच्या गड्ड्यातूनच ती धावत माझ्याजवळ आली. तिनं मला जवळ पोटाशी धरलं. मी तिच्या कुशीत शिरलो आणि ढसढसू लागलो. तिनं माझ्या पाठीवर, तोंडावर हात फिरवत मला विचारलं, "बाळासाब, माझ्या वासरा, असा रडतोस का रं? असं काय झालं तरी काय?"

काही वेळानं मी डोळे पुसत तिला म्हणालो, "अक्का, हा माझा मित्र प्रभाकर. गडहिंग्लजला असतो. त्याच्याकडून मी काही पैसे उसने घेतलेत. त्याला इथं देतो म्हणून घेऊन आलोय. प्रवासखर्च त्यानंच केलाय. त्या खर्चासह त्याला पैसे द्यायचे आहेत." तिनं विचारलं, "असं किती देणं हाय?" मी म्हणालो, "साधारण परतीचा खर्च धरून वीस-बावीस रुपये द्यावे लागतील." हे ऐकताच ती म्हणाली, 'एवडंच? मला वाटलं का शे-दोनशे, पाचशे असतील. . . काय लागतील तेवडे देते बाबा. त्यापायी रडायचं कशाला?"

मी म्हटलं, "अक्का, मला रडू आलं ते तुला बघून."

अक्कानं वीस-बावीसऐवजी पंचवीस रुपये दिले. सगळं देणं फेडून टाकलं.

आम्ही दोघंही इचलकरंजीला गाडीत बसलो. अक्का पोचवायला आली होती. ''सांभाळून-जा'' म्हणून पुन्हा पुन्हा सांगत होती. मनात आलं– माझ्या लहानपणी हीच अक्का आजारी पडली की आम्ही माय-लेकरं चंदूरला जात होतो. आज आलो ते मात्र मी संकटात सापडलो म्हणून. या अनुभवावरच मी 'कर्ज' नावाची कथा लिहिली आहे.

ऋणानुबंधाच्या गाठी

हॉटेलची बाकी आणि मित्राचं देणं यातून मोकळा झालो. ते काही महिने फार मानसिक दबावाखाली काढले. त्या दडपणाखाली असल्यामुळे आणि या प्रकरणात मध्येच व्यत्यय नको म्हणून एक गोष्ट सांगायची राहून गेली. ती घडल्यामुळेही परत गडहिंग्लजला जाण्याची अजिबात इच्छा नव्हती. त्या एम. आर. हायस्कूलचं तोंडही पाहायला नको असं वाटतं होतं. असं काय घडलं होतं? तेच आता सांगणार आहे.

मराठी सातवी आणि इंग्रजी तिसरीत असताना ज्याला पौगंडावस्था म्हणतात अशा विचित्र वयाचा एक वेगळाच अनुभव मी घेत होतो. त्या काळात वयाची सात वर्षं पूर्ण झाल्यावर शाळेत नाव घातलं जाई हे मी यापूर्वी सांगितलं आहेच. एक-दोन वर्षं पहिलीत घालवून मी पहिली इयत्ता नवव्या वर्षी केली. त्यामुळे मराठी सातवी व इंग्रजी तिसरीत माझ्या वयाला चौदावं संपून पंधरावं वर्ष लागलं होतं. रेशमी कापडावर लव असावी तशी लव वरच्या ओठावर दिसू लागली. हनुवटीवरही लहान लहान केस दिसू लागले. मला वाटलं – मला मिशा फुटल्या आणि दाढीही आली! आपण पुरुष झालो असं उगाचच वाटू लागलं.

या मधल्या एका विचित्र वयात सगळ्यांनाच विचित्र अनुभव येत राहतात. मी त्याला अपवाद कसा ठरणार? या वयात विशेषत: आपल्याच वयाच्या मुलींचं आकर्षण फार वाटतं. त्यांच्याशी बोलावं, त्यांचा स्नेह लाभावा, त्यांच्या सहवासात राहावं यासाठी जीवाची उलघाल व्हायची.

प्रौढ झालो असं तर वाटत होतंच; पण तसं दिसावं म्हणून माझा प्रयत्न सुरू झाला. प्रभाकरला भाऊ बरेच होते. त्याच्या एका मोठ्या भावाचं दाढीचं पातं घेतलं. दाढीचं खोरं कसं वापरायचं हे माहिती नव्हतं. प्रभाकर माझ्यापेक्षा मोठा होता. तो अधूनमधून दाढी करायचा. वर्गातली सगळीच मुलं माझ्या वयाची होती. या सर्वांनाच

वयाची ही बाधा झाली होती. निम्मी-अधिक मुलं मिशा बोडून यायची. प्रभाकरनंही मला उत्तेजन दिलं. दाढी-मिशीला मी ब्रशनं फेस लावला. तोंडावर बराच फेस जमा झाला. भीत भीत मी गालाला खोरं लावलं. खोरं खाली ओढलं आणि पांढऱ्या फेसात लाल रंग मिसळलेला दिसला. मी प्रभाकरला म्हटलं. ''प्रभाकर, कापलं रे.''

''बघू.'' असं म्हणून त्यानं माझ्या हातातलं खोरं ओढून घेतलं. मग नीट न्याहाळून तो मला म्हणाला, ''लेका, हे तू नीट लावलंयस कुठं? याच्या फिरक्या आवळल्याच नाहीस.'' त्यानं त्या आवळून दिल्या. आयुष्यातली पहिली दाढी माझ्या हातानं मीच माझी केली आणि ओठावर, हनुवटीवर, गालावर सतरा ठिकाणी कापून घेतलं. मग तोंड धुतल्यावर त्यानं हिमालयाचं चित्र असलेली एक स्नोची बाटली दिली. अफगाण स्नो किंवा असं काहीतरी नाव असावं. आता नेमकं ते काही आठवत नाही. तो त्यानं लावायला दिला. त्यापूर्वी तुरटीचा एक गोळा फिरवायला दिला. ती तुरटी लावल्यावर तर चेहरा भयंकरच भगभगायला लागला. मग स्नो लावला. त्यामुळे थंड वाटू लागलं आणि त्याचा सुगंधही नाकात भरून राहिला. दाढी केल्यावर मी पुन: पुन्हा स्वत:ला आरशात बघितलं. आपल्याकडे कोणी बघू नये इतका तो वाईट दिसत होता. मी आरशात बघायचो आणि चेहरा पडायचा. हे बघून प्रभाकर मला म्हणाला, ''सुरुवातीला असं वाटतं. मग बघणाऱ्यांची नजर मरते. तू वाईट कशाला वाटून घेतोस?''

कशाला? मला ते घारे डोळे दिसत होते. . . आता माझा चेहरा वाईट दिसत होता हे मला कळत होतं आणि तो मला विचारत होता– वाईट कसलं वाटतं? मी काय बोलणार? करायला गेलो एक आणि झालं भलतंच; शिवाय काळजी होती– घरी गेल्यावर अण्णा काय म्हणतील? त्या विचित्र वयात विचित्र गोष्ट करून गेलो. त्या वर्षी सगळं असंच हातून घडत होतं. नको ते चाळे करून जाई. चड्डी, शर्ट घालणारा मुलगा मी; पण उन्हाळ्याच्या सुटीनंतर जूनला इकडं येताना एक तलम छान धोतरजोडीच घेऊन आलो. त्या काळात मुलांनी रोज युनिफॉर्ममध्येच आलं पाहिजे असा विद्यालयात दंडक नसे. मी स्वत: प्रौढ झालो असं वाटू लागल्यामुळे कधी विजार, तर कधी धोतर नेसून शाळेत जाऊ लागलो. संध्याकाळी क्रीडांगणावर खेळताना तेवढी हाफ पँट घालायचो. शिवाय माझे कपडे मीच धूत असल्यामुळे धोतर आणि विजार यांना नीळ घालत असे. भरपूर साबण मिळेलच याची खात्री नसल्यामुळे एकदा वापरलेली विजार लगेच दुसऱ्या दिवशी धुवायची. दिलेला साबणाचा तुकडा संपवायचा आणि भरपूर नीळ घालून वाळवायची. धोतराचंही असंच करीत असे. इस्त्रीला पैसे मिळायचे नाहीत. मग एक युक्ती सुचली. वेळेवर स्वयंपाक व्हावा म्हणून चुलीबरोबर शेगडीही पेटलेली असायची. शेगडीत शेवटी राहिलेले कोळसे मी पितळेच्या एका तांब्यात घेत असे. तो तांब्या

गरम झाला की शर्ट आणि विजार यांना इस्त्री करायची. त्यासाठी वहिनींच्या फार मागं लागावं लागायचं. काहीशी अजीजीही करायची. एवढं करूनही ती कोळसा देईना झाली की मग मी एक मानसोपचार सुरू केला, "तुम्ही देता का घरमालकाकडून आणू?" त्यावर ती म्हणायची, "हे चांगलं हाय. दिराला चार कोळसेही वहिनी देत न्हाई असं जगभर करता व्हय?" माझी ही मात्रा चांगली उपयोगी पडली.

माझं अभ्यासावरचं लक्ष उडालं. बराचसा वेळ या अशा फालतू कामातच खर्च होऊ लागला. यातून काही वेळ मिळालाच तर अण्णांना दाखवण्यापुरतं हातात पुस्तक घ्यायचं. पुस्तकात आता मोराची पिसं ठेवू लागलो होतो. पुस्तक उघडून त्या पिसांकडे मी बघत राही. त्या निळ्या, हिरव्या मखमली डोळ्यांत मला वर्गातल्या एका मुलीचा चेहरा दिसायचा. तो होता गोरा, पण डोळे होते घारे, काहीसे हिरवे. स्त्रियांचे असे डोळे आता बघायला मला आवडत नाहीत; पण त्या वयात त्या डोळ्यांनी माझ्यावर भुरळ घातली होती हे खरं.

मुलांपेक्षा मुली लवकर वाढतात. निलगिरीच्या झाडासारख्या झपाट्यानं वाढत जातात. आमच्याच वयाच्या त्याही होत्या; पण त्या रोज सुंदर साड्या नेसून यायच्या आणि वर्गात काही विनोद झाला की वळून वळून मुलांच्याकडे बघायच्या. त्यांतलीच एक ही घाऱ्या डोळ्यांची मुलगी माझ्याकडे बघायची. मी कुणाचं लक्ष वेधून घ्यावं असा देखणाही नव्हतो आणि स्कॉलर तर मुळीच नव्हतो. मुळातला थोडा तल्लखपणा होता. शिक्षकांबरोबर संवाद चालले की त्यातून तो व्यक्तही व्हायचा. ते घारे डोळे मला बरोबर दाद द्यायचे. कोणी माझ्याकडे बघावं असं आणखी एक कारण होतं– रेशमासारखा दिसणारा, झळाळणारा अल्पाकचा कोट माझ्या अंगात असायचा. खाली छान नीळ घातलेलं दुटांगी धोतर. शर्टालाही तांब्यानं इस्त्री केलेली. या वर्षी येताना अर्धा डझन शर्ट शिवूनच आणले होते. त्यात चायनीज डबल घोडाही होता. शिवाय प्रभाकरच्या घरी स्नो लावायला मिळायचा. तो माझ्या अंगावर सेंटही शिंपडायचा. आणखी एक गोष्ट केली– सोनूताईच्या लग्नात अण्णांनी जो भारी वुलनचा कोट शिवला होता, तो ट्रंकेत ठेवून ठेवूनच त्याला कसर लागली होती. तो वायाच गेला होता. अण्णा फार हळहळले. मला फार आनंद वाटला. मी म्हटलं, "अण्णा, हा बदलून मी लहान करून घेऊ का? तो लहान मापाचा केला म्हणजे कसरीनं खाल्लेली ही भोकं कमी होतील. थोडी राहतील ती मला रफू करून घेता येतील. अण्णांच्यापुढं शिलाईचा प्रश्न असायचा; पण तो ते बोलून दाखवत नसत. त्यांचं 'मौन' म्हणजे होकार धरून मी एक दिवस त्यांचा तो कोट नेहमीच्या शिंप्याकडे टाकला. शिंप्याच्या मागे लागून एकदाचा तो शिवून घेतला. छातीवरच्या खिशावर जरा जोड आला होता, पण पांढरा स्वच्छ रुमाल मी असा रीतीनं ठेवे की, तो जोड कुणाच्याच लक्षात यायचा नाही. मोठा

छानछोकीत राहू लागलो. एकाला डब्बल कोट घालू लागलो– आलटून पालटून.

वर्गात होणारी आमची नजरानजर वाढत चालली. माझ्याइतकं नीटनेटकं कोणीच राहत नसे. नेहमीचे शिक्षकही माझ्याकडे बघून भुवया उंचवायचे. कोणी उगीचच मान डोलवायचे. थोडक्यात म्हणजे मी वाहवत चाललो होतो. त्याच वर्षी गावात सिनेमाचं एक थिएटर झालं. अत्र्यांची 'पायांची दासी' त्याच टेंपररी थिएटरात अनेक वेळा पाहिली. 'लाखात अशी देखणी' ही लावणी काय किंवा वनमालेच्या तोंडात एक गीत होतं–

अंगणात फुलल्या जाई जुई,
जवळी ग पती माझा न्हाई

हे गीत काय, ती गीतं ऐकताना अंग मोहरून यायचं. आमचा नजरबंदीचा खेळ चालूच राहिला. शेवटी ही गोष्ट मुलांच्या लक्षात आली. अर्थात त्यांच्या माकडचेष्टाही सुरू झाल्या, पण लौकरच माझी शाळा बंद झाली. त्याला कारण असं झालं–

कपडे धुण्यासाठी मी बादलीनं पाणी शेंदत असताना माझ्या उजव्या हाताच्या करंगळीजवळच्या बोटाच्या टोकाला काहीतरी लागलं असं वाटलं. आधी मी तिकडे दुर्लक्ष केलं आणि तीन दिवसांनंतर त्या बोटाला चांगलाच ठणका लागला आणि सूजही आली. दोन-चार दिवसांत ती सूज सगळ्या पंजावर आली. बोटं वळवता येईनात. उजव्या हातानं काहीच करता येईना. मग रोज रात्री झोपताना पोटीस बांधू लागलो. ते बोट सुजून बंब झालं. दिवस-रात्र त्यात ठणका असायचा. शेवटी तो ठणका कमी व्हावा म्हणून काही शेकभाज करावी असं वाटायचं, पण काटकसरी वहिनी कोळसा काही फुलवू द्यायची नाही. थंड झालेली वीट पुन्हा गरम करून द्यायची नाही. अलीकडे अण्णा घरात रात्रीचा चोर वगैरे येईल म्हणून एक कंदील बारीक करून मधल्या जाप्त्यात ठेवत असत. एक दिवस वहिनी मला म्हणाली,

''उगच रातभर इवळता. आम्हालाबी झोप येत न्हाई. तुमी मधल्या जाप्त्यात झोपत चला आणि या खंदिलाचं वरचं टोपण गरम असतं. त्यावर हात धरत चला.'' या ठणक्यानं मी बेचैन झालोच होतो; पण अशा अवस्थेत वर्गात जाता येत नाही यामुळे अधिक बेचैन झालो. तीन आठवड्यांनंतर ही सूज हातावरही चढत चालली. बोटातल्या वेदना असह्य होऊ लागल्या. मग एक दिवस अण्णांनी तारदाळला पत्र घालून माझ्या आईला बोलावून घेतलं.

ती आली. माझा हा एवढा सुजलेला हात बघून आधी ती बराच वेळ रडली. कढ निवले आणि मग म्हणाली, ''या बोटाला आपण जवसाचं पोटीस बांधून बघू.'' तिनं कोठून, कसं जवस आणलं कुणास ठाऊक? ते पोटीस बांधलं आणि दोन दिवसांत त्या बोटाचा शेंडा पिकला. एरवी कायम दांडरल्यासारखं दिसणारं ते बोट शेंड्याला पिवळं पिवळं दिसू लागलं. त्यातली कळही कमी झाली होती. मी

आईला म्हटलं, ''आई, यातली कळ मेली ग.'' ती म्हणाली, ''कळ मरणारच. ते बोट आता पिकलंय. जरा तोंड केलं म्हणजे पू निघून निचरा होईल.'' मी म्हटलं, ''घरात नको, गुणे डॉक्टरांच्याकडे जाऊ.''

अण्णांनी मला त्यांच्याकडे नेलं. बोट कापताना किती दुखेल याची नुसती भीतीच वाटत नव्हती, तर छातीत दागदूग दागदूग होत होतं. माझा नंबर आल्यावर आतूनच डॉक्टर म्हणाले, ''या पाटील'' मी चळचळ कापतच आत गेलो. अण्णा म्हणाले, ''पू चांगला पिळून काढा वरचेवर यावं लागू नये.'' मी गळून गेलो. मला घाम फुटला. धीर देत डॉक्टर म्हणाले, ''घाबरू नको. तुला कळणारदेखील नाही.'' असं म्हणून डॉक्टरांनी माझ्या बोटावर काहीतरी फवारलं. एकदम थंडगार वाटलं. बोट बधिर झालं. त्या बोटाच्या नखाजवळ त्यांनी एक छोटासा कट घेतला. मला तो कळलाही नाही. त्यातून पू धावतच बाहेर आला. त्यानंतर काही दिवस ड्रेसिंग करून घेतल्यावर बोट बरं झालं. सूजही उतरली.

शाळेला जाण्यासाठी मन आतूर झालं होतं आणि एक दिवस आजूबाजूला कोणी नाही असं बघून आईनं मला विचारलं, ''व्हय, तू साळंत कुणा पोरीच्या मागं लागलाईस?'' हे ऐकून मी थिजलोच. मीच तिला विचारलं, ''तुला हे कोणी सांगितलं?''

ती म्हणाली, ''तुझी वैनीचं सांगत होती. त्या पोरीपायी मारामाऱ्या करून तुझ्या बोटाला काहीतरी लागलं आणि त्यातनं हे अशान असं झालं असं म्हणत होती.''

मी अवाकच झालो! माझ्या घराजवळ वर्गातला दुसरा एक मुलगा राहत होता. त्याचा मला संशय आला. त्यानंच ही आग लावली असावी. आजवर मारामाऱ्या झाल्या नव्हत्या; पण आता कराव्या लागतील असं वाटलं.

दुसऱ्या दिवशी मी वर्गात गेलो. अर्थात दुटांगी धोतरावर अल्पाकचा कोट घालून. ते घारे डोळे वळून वळून माझ्याकडे बघत होते. नजरानजर होत होती. आणि. . . आणि प्रथमच आज ती माझ्याकडे बघून हसली. मीही हसलो. हे रोज वाढत चाललं. पोटात दुखणारी काही मुलं होती. त्यांना ते सहन झालं नाही. त्यातल्या काही व्रात्य मुलांनी आमची जोड-नावं कुठं कुठं लिहून ठेवली. शाळेच्या भिंतीवर, खिडक्यांवर, दारांवर. एवढं करून पुन्हा त्यातलीच काही धीट पोरं मुख्याध्यापकांना भेटून अशी नावं लिहिल्यासंबंधी तर सांगितलंच, पण त्यांनी माझ्यावरचा संशय बोलून दाखवला. त्यांनी लगेच बोलावून घेऊन विचारलं, ''काय रे, कसले धंदे चाललेत तुझे? भिंतीवर तुझं अन् त्या मुलीचं नाव कोणी लिहिलंय?''

''मला माहीत नाही.''

''ही छडी बघितलीस का?'' ती छडी बघून 'नाही', असं म्हणायची सोयच नव्हती! मी मुळात हळवा. संवेदनशील.

मी घाबरलो. न केलेला गुन्हा मी कबूल करून मार चुकावा म्हणून काकुळतीनं

बोललो, "सर, मी चुकलो. मला क्षमा करा. पुन्हा असं करणारं नाही."

"माफी सगळ्या वर्गावर्गात फिरून मागावी लागेल." त्या निष्ठुर, क्रूर माणसानं मला सगळ्या वर्गात नेलं. मी अशी माफी मागितली. फार फार अपमानित वाटलं. रोज याच विद्यालयात कसं यायचं हा प्रश्न पडला. घरी कळल्यावर अण्णांना काय वाटेल? या मुलांना तोंड कसं दाखवायचं?. . . केव्हा परीक्षा होऊन एकदा गडहिंग्लज सोडतो असं झालं होतं. एकदा गेलो की पुन्हा या विद्यालयाचं तोंड बघायला नको असं वाटत होतं. घोर अपमानाचा हा घोट मी कसाबसा गिळला.

. . . या सगळ्या गोष्टींना बरीच वर्षं झाली होती. खूप मोठा काळ त्यावर लोटला होता. मी हे सगळं केव्हाच विसरूनही गेलो होतो; पण त्यानंतर १९८४-८५ च्या सुमारास म्हणजे जवळजवळ पंचेचाळीस वर्षांनंतर नकळत एकदा ही खपली काढली गेली. माझा एक वर्गमित्र मधू मुजुमदार पंच्याऐंशीच्या सुमारास ॲडिशनल सेशन्स जज्ज म्हणून पुण्याला बदलून आला. त्या वेळी मी मुकुंदनगरला राहत होतो. एक दिवस तो मला भेटायला आला. आम्ही बोलत बसलो आणि बोलता बोलता एकदम थोडं थांबून त्यानं मला विचारलं, "आपल्या वर्गातली ती घाऱ्या डोळ्यांची मुलगी तुला आठवते? ती मिस फाटक रे?"

मी जरा गंभीर झालो; पण तसं न दाखवता खोटं हसून म्हणालो, "तिचं काय झालं?"

मला वाटलं होतं– तिनं अमक्या अमक्याशी लग्न केलं. तिला इतकी मुलं आहेत, असं काहीतरी तो सांगेल. फार तर तीही सध्या पुण्यातच आहे असं काहीतरी कळेल; पण तो म्हणाला, "तू इंग्रजी तिसरीनंतर गडहिंग्लजला आला नाहीस. त्यानंतर काही महिन्यांनीच ती गेली."

"गेली म्हणजे?"

तो म्हणाला, "गेली म्हणजे निधन पावली. काय झालं हे डॉक्टरांनाही काही कळलं नाही. एक दिवस शाळेला सुटी दिली. त्या दिवशी तुझी आठवण फार झाली." मी हे सगळं विसरून गेलो होतो– डोळेही आणि तो अवमानही. त्या घटनेनंतर पंचेचाळीस वर्षांनी मधूनं नकळत ती खपली काढली. माझा कंठ रुद्ध झाला. मी सुन्नच झालो. त्या फाटक नावाच्या मुलीशी एका शब्दानं कधी बोललो नव्हतो. काळाच्या ओघात मी विसरून गेलेल्या ऋणानुबंधातली एक गाठ केव्हा सुटली होती हे कळलंच नाही. त्या दिवशी पुन्हा ती बांधली गेली. . . घट्ट आणि कायमची!

झालेला अवमान आणि अपमानही तीत करकचून आवळला गेला. . . दुर्दैवानं मधूही अलीकडेच कर्करोगानं गेला. ऋणानुबंधातली आणखी एक गाठ गळून पडली. . .

✧

अस्मानी संकट

औषध कडू असलं तरी आपण त्याचा घोट डोळे झाकून घेतो. फार तर त्यावर थोडी साखर तोंडात टाकतो किंवा खडीसाखरेचे दोन-तीन खडे चघळत राहतो. मृत्यूचा ध्यास लागलेले लोक तर कडू जहराचा घोटही आनंदानं घेतात. अपमानाची गोष्ट तशी नाही. विशेषत: तीव्र संवेदनशील मनाच्या माणसाला अपमानाचा घोट गिळताना फार यातना होतात. स्वाभिमानाची मोडतोड होते. औषध किंवा जहर हे कडू आहे असं सांगता येतं; पण अपमान कुणाला सांगता येत नसतो. तो सांगण्याची लाजही वाटते. माझा गडहिंग्लजला झालेला अपमान मी असाच मनात ठेवून होतो. तो सारखा सलतही होता, त्यामुळे उन्हाळ्याची दीर्घ सुटी मिळूनही मी पूर्वीसारखा त्या वातावरणात रमलो नाही. कुणाबरोबर हसलो-खिदळलो नाही. घरात कोल्हापूरचा 'पुढारी' हे दैनिक आणि किर्लोस्कर मासिक येत असे. मी त्या प्रचंड वाड्यात कुठला तरी एक कोपरा धरून एकटाच वाचत बसत असे. फडके, खांडेकर यांच्या गोष्टी दोन-तीनदा वाचायचो. 'पुढारी'तली तर ओळन् ओळ वाचत असे. हे मी डोळ्यांनी वाचत असे; पण मनात निराळंच चालू असे. मुलांची माफी मागत मी वर्गावर्गातून हिंडत आहे आणि हातात छडी घेऊन हेडसरही माझ्याबरोबर फिरत आहेत असं चित्र डोळ्यापुढं दिसत असे. मध्येच फार खिन्न होत असे. गडहिंग्लजला जाताना मन व्याकूळ होत असे. काही दिवस एकटा एकटा राहत असे, अबोल आणि खिन्न. तीच अवस्था आता तारदाळला आल्यावर झाली.

माझ्या मित्रांच्या नजरेतून हे सुटलं नाही. एकानं तर मला विचारलं, ''येताना कोल्हापुरावरनं सिनेमा बघून आलास का? तुला आणि कोण मीनाक्षी दिसली का?'' जवळचे मित्र कावळ्यासारखे फार एकाक्षी असतात. आपल्यातला बदल लगेच त्यांच्या लक्षात येतो. मी रेल्वेलाईनवर गेलो नाही. सोंडीमाळावर भटकलो

नाही. काही सोबत्यांबरोबर कडमकाईच्या डोंगरावर मात्र चढलो. अगदी बालपणीच देवावरचा माझा विश्वास उडाला होता. मी खात असलेल्या मक्याच्या कणसातले काही दाणे आभाळात फेकून वर बघत म्हटलं होतं, "देवा, माझ्या वडिलांना वाचव." तेव्हा मी साडेतीन वर्षांचा असेन. देव आभाळाच्या पोकळीत राहतो अशी माझी कल्पना होती. उन्हात तळपून त्याचं काय होईल हे मात्र केव्हा माझ्या मनात आलं नाही किंवा ढगांच्या गडगडाटात चेंगरून तो मरेल असंही वाटलं नाही. बालपणी माझी कल्पना तेवढी पल्लेदार नव्हती! पुढं थोडा कल्पनाविलास करता येऊ लागला आणि तिच्या साह्यानं थोड्याफार उंच भराऱ्याही घेऊ लागलो; पण आपल्या पंखात कितीही बळ आलं तरी मानवी भरारीला मर्यादा असतात याचीच जाणीव ते पंख करून देतात.

देवावरचा विश्वास उडाला असला तरी आपल्या आयुष्यात अशा विचित्र घटना का घडतात असं वाटून मी थोडा कोड्यात सापडलो होतो. हे देवच सगळं घडवून आणत नसेल असंही वाटत राहिलं. म्हणून कडमकाईचा डोंगर चढून वर गेलो. पिशवीत नारळही घेतला होता आणि आईनं हळद, कुंकू, खडीसाखर यांच्या पुड्याही दिल्या होत्या. शंकराचे तीन डोळे नारळावर दिसत होते. माझ्या वतीनं कडमकाईला गणपानंच नारळ फोडला. देवीवर नारळाच्या पाण्यानं ओवाळल्यासारखं केलं. मग वर बघून त्यानं तोंडाचा 'आ' केला आणि नारळाची दोन भकलं नीट फाकून त्यातल पाणी घटाघटा गिळलं. सगळ्या मुलांना मी चुरमुरे, खडीसाखर वाटली. मी देवीजवळ काहीच मागितलं नाही. माझ्याबरोबरच्या एक-दोन थोराड पोरांनी देवीपुढं कपाळ टेकून म्हटलं, "बाई ग, औंदा दोन्हाचं चार हात होऊ दे, आम्ही दोघं तुज्या भेटीला येऊ."

आपलं लग्न होऊन संसार मांडावा असं तेव्हातरी मला वाटलंच नाही; पण पुढही लौकर कधी तसं वाटलं नाही.

कडमकाईला नारळ फोडून आल्यावरही माझ्या मन:स्थितीत फारसा बदल नव्हता. कशातच मन रमत नव्हतं. शिक्षणासाठी पुढं गडहिंग्लजला जाणार नाही हे अण्णांना सांगायचं होतं; पण तो धीरही होत नव्हता. सांगूनही ऐकलं नाही आणि कोल्हापूरला गाडीत बसवूनच दिलं तर काय करावं हा विचार मनात सारखा चालू होता. निपाणीला काही वेळ गाडी थांबत असे. त्या वेळी आपणही गाडीतून उतरावं. तिथल्या एखाद्या हॉटेलात जावं. एक चपाती आणि बटाट्याची भाजी खावी. धाकटे अण्णा मला गडहिंग्लजला पोचवायला आले होते तेव्हा आम्ही ही प्लेट खाल्ली होती. तशी पातळ, कुरकुरीत छान भाजलेली पोळी आणि अंगाबरोबर रस्सा असलेली कांदा-बटाट्याची भाजी या उभ्या जन्मात कधी खायला मिळाली नाही.

–गडहिंग्लजला जावंच लागलं तर निपाणीला उतरून ही पोळी-भाजी खावी आणि कुठल्या हॉटेलात कुणी कामाला ठेवून घेतं का बघावं; नाही तर तिथून पसार होऊन काम शोधत गावोगाव हिंडावं एवढा गंभीर विषय मनात चालू असताना त्या पोळीचा आणि बटाट्याच्या भाजीचा मोह मनात होताच. माणसाचं मन किती विचित्र आहे. नको त्या वेळी नको ते सुचत असतं. यातली तार्किकता कशी शोधायची? अशा विचारांनी घेरून गेलो असतानाच मला एक दिवस कळलं, अण्णांनी पाटीलकी सोडून दिली आहे. १९३८ सालच्या कोल्हापूरच्या प्रजा परिषदेला आणि काँग्रेसला आतून त्यांची फूस आहे, या चळवळीला ते उघडपणे न दाखवता पण चोरून प्रोत्साहन देत आहेत असा त्यांच्यावर कोल्हापूर शासनाचा संशय होता आणि तो या ना त्या निमित्तानं बळावत चालला. मग त्यांच्यावर वरून मेहरनजर झाली. गुप्त पोलिसांमार्फत त्यांच्यावर पाळत ठेवली. त्यांच्या प्रत्येक कृतीचा जाब विचारला जाऊ लागला.

पाटीलकी करण्यात अण्णांना रस वाटला नाही. त्यापेक्षा ही पाटीलकी सोडून आपली घरची शेती सांभाळावी असा विचार त्यांच्या मनात आला. पाटीलकीचं एवढं हे वर्ष पूर्ण करावं आणि मग आपली गाडी, बैल, म्हशी घेऊन कोडोलीला जावं असा त्यांनी निर्णय तर घेतलाच; पण लगेच त्या जूनपासून म्हणजे मी इंग्रजी तिसरीला गडहिंग्लजला गेल्यावर लगेच आमची गावाकडची काळीभोर जमीन एका कर्द्याला (कसणाऱ्याला) भागानं दिली. भागानं म्हणजे खत, पाणी, मजुरी यासाठी लागणारा खर्च आम्ही करायचा. कर्द्यानं स्वत: राबून देखरेख करायची आणि त्याबदली शेतात जे पिकेल त्यातला चौथा हिस्सा त्याला द्यायचा. बाकीचा आपण घ्यायचा.

अजून एक वर्ष तारदाळला काढायचं असल्यामुळे कोडोलीला वरचेवर जाणं होणार नाही म्हणून बागायती पिकांच्या फंदात न पडता अण्णांनी एका मोठ्या मळ्यात सगळी तंबाखूच लावली होती. त्यांचे अनेक फायदे होते. त्याला पाणी पाजावं लागणार नव्हतं आणि मजुरीवरही फारसा खर्च येणार नव्हता. एक-दोनदा कुळव मारला आणि मग नुसतं खुरपं खेळवत तंबाखूचा शेंडा मोडत बसलं तरी पीक छान आलं असतं. तंबाखूची आठ किंवा नऊच पानं ठेवायची असतात. पुन्हा पानं फुटू नयेत म्हणून शेंडा मोडायचा असतो. अशी आठ-नऊच पानं ठेवली की ती खापरीसारखी जाड होतात. अशा तंबाखूला भावही चांगला येतो. आमचा कर्द्या अधूनमधून मजुरीसाठी किंवा खतासाठी पैसे मागायला तारदाळला यायचा. अशा वेळी तो वर्णन करायचा, "धनी, पीक लई जोरकस आलंय! दिवाळीलाच कुळव बंद झाला. एका आरीतल्या झाडाचं पान दुसऱ्या आरीतल्या पानाला भिडलंय. मधनं जाता येत नाही. लोक बांधाला उभं राहून राहून पिकाकडं बघत्यात. माझी बायको

शेतात आली की पिकाची दृष्ट काढते. निपाणीचं व्यापारी उड्याच घेतील बघा!''

हे ऐकून अण्णांना पैशाचं झाड दिसू लागलं. ते मनातल्या मनात मांडे खात राहिले. आमच्या आईला तर हातात पैशाचे घोस आल्यासारखे वाटत होते.

परीक्षा संपून मार्चमध्ये मी तारदाळला निघालो होतो. या वेळी प्रभाकरला बरोबर आणण्याची वेळ येणार नाही याची काळजी घेतली होती. धोतराचा काचा करकचून घट्ट आवळायचा म्हणजे भूक मारायचा हा एक विचार मला सुचला होता. एक वेळ भुकेनं तडफडलो तरी चालेल, पण मनाला ते दुःख नको असं वाटत होतं. दारिद्र्याच्या वेणा सोसता येतात; पण मनाच्या वेदनेचा ठणका असह्य असतो. त्या निखाऱ्यावरून एकदा चालून गेलो होतो, पुन्हा चालण्याची इच्छा नव्हती. गडहिंग्लजच्या संपलेल्या बाजारानं हातभार लावलाच, तर आइस्क्रीमचा चमचा तोंडाला लावत होतो. एरवी ते आइस्क्रीम काचेआडूनच मी बघत असे.

माझ्या भुकेची एक गोष्ट सांगायची राहिली. आमचे थोरले अण्णा मधे काही काळ आजारी होते. काही पचायचं नाही. अन्नही जायचं नाही. सारखं मळमळायचं. खाल्लं की उलटून पडायचं. स्वभाव चिक्कू. खर्च नको म्हणून सरकारी दवाखान्यातून औषध आणायचं.

एक दिवस अण्णा आणि वहिनी दवाखान्यात गेले. मी घरात राहिलो. काल भाजलेल्या बेसनाचा वास अजून माझ्या नाकातनं गेला नव्हता. मांजरासारखा मी घरभर हिंडू लागलो. ह्या डब्याचं टोपण काढ, त्या डब्याचं टोपण काढ असं चालवलं. जो काही डल्ला मारायचा होता तो ते परत यायच्या आत उरकायला हवा होता; म्हणून माझी घाई चालली होती. माझा हात पोचणार नाही अशा ठिकाणी एक डबा मला दिसला. मी स्टुलावर आणि कशाकशावर तरी पाय ठेवून तो डबा खाली घेतला. जड लागत होता. टोपण उघडलं. सोन्याची खाण लागली! चक्क बेसनाचे लाडू होते. एकदम चार-पाच खावेसे वाटले; पण वहिनीनं ते मोजून ठेवलेले असणार. लाडू कमी झाले की मीच खाल्ले हे सिद्ध होणार. पेचात पडलो. कल्पनाशक्ती कामी आली. एक बशी घेतली. काही लाडवांचा वरचा भाग बशीत काढून घेतला. काही लाडू अण्णांसारखे किरकोळ दिसू लागले. मग दुसऱ्या लाडवांचा वरचा चुरा त्यात मिसळला. त्यांना गोल आकार आणण्याचा प्रयत्न केला. आताच्या इंग्लिश कोंबड्यांच्या अंड्यांत गावठी कोंबड्यांची अंडी मिसळावीत तसं काही तरी दिसू लागलं. सोनार सोन्याचे कण खातो तसा मी तो चुरा घाईघाईनं खाल्ला. त्या स्वरूपात दोन-तीन लाडू तरी पोटात गेले. पुढचा विचार करीत बसलो असतो तर भुकेलाच राहिलो असतो. वासना अतृप्तच राहिली असती; पण खाऊनही वासना पूर्ण होते असं नाही. मी तो डबा ठेवून दिला– अगदी जिथल्या तिथं. जसाच्या तसा.

संध्याकाळी खेळून घरी आलो. सोनं लुटून घरी यावं तसं झालं. पंचारती तयारच होती. निरांजनाऐवजी टोपणात लाडू होते. मी गेल्या गेल्या वहिनी म्हणाली, "ह्यो कारभार कुणाचा?" कधी अपशब्द न बोलणारे माझे अण्णाही एकदम संतापून म्हणाले, "भडव्या, तुला मागून घेता येत नाही, यापेक्षा शेण का नाही खाल्लंस." शेण खाल्लं असतं तर वाईट वाटलं नसतं इतकं वाईट त्या दिवशी वाटलं. मला त्यांचा राग आला नाही, मला माझाच राग आला. हे पोट जाळावंसं वाटलं. देवानं पोट दिलं नसतं तर किती बरं झालं असतं. असं अनेक वेळा मनात येऊन गेलं. मला राग येत नव्हता. रडूही येत नव्हतं. कमालीची लाज वाटत होती. अंगावरचे सगळे कपडे काढून मला कुणी तरी नग्न केलंय आणि गावातून हिंडवतंय असं मला वाटलं. एक प्रकारे मी चोरीच केली होती. त्याची शिक्षा भोगायलाच पाहिजे होती. ती भोगत होतो.

सुटीत तारदाळला आल्यावर आम्ही एक दिवस सहकुटुंब गाडी जोडून कुणाच्या तरी गुऱ्हाळावर गेलो होतो. आलं, लिंबू घातलेला एक एक ग्लास रस आम्ही घेतला. एवढ्यात ढगांचा प्रचंड गडगडाट झाला. एका अंगाला वीज चमकू लागली. बघता बघता सगळीकडून आभाळ भरून आलं. वारा घोंगावतच आला. बाजाच्या पेटीतून सूर काढावा तसा सूऽऽ असा आवाज होऊ लागला. कडकडाट वाढला. काळ्याभोर पाटीवर दगडी पेन्सिलीनं वाकडीतिकडी उभी रेघ काढावी तशी नागमोडी वीज दिसू लागली. सोसाट्याचा तो वारा आम्ही बसलो होतो त्या गुऱ्हाळात घुसला. पोसलेल्या खोंडानं टकरा द्याव्यात तसं त्या गुऱ्हाळघराचं वाऱ्यानं उभं कूड ढासळलं. छपरावरच्या धाटांच्या पेंढ्या उडून कुठच्या कुठं गेल्या. बाजूला एक गवताची गंज होती. शंभर गडी लावले असते तरी ती कोसळली नसती; पण ती उभ्यानं ढासळली आणि गवताच्या पेंढ्या बांधाबांधाला उडून गेल्या. गडी माणसाच्या अंगावर धोतर ठरेना झालं. उभ्या माणसाला वारा उचलतोय असं वाटू लागलं. मिळेल त्याचा आधार घेऊन माणूस जागच्या जागी उभा राहिला. कुणी कुडाला आधार देण्यासाठी रोवलेल्या बांबूला धरून उभं राहिलं, तर कुणी छपराला टेकू देणाऱ्या मेढीला धरलं. सगळं आभाळच दणाणू लागलं आणि बघता बघता मोत्यांसारखे टपोरे थेंब अंतराअंतरानं पडू लागले.

थोड्याच वेळात एकदम अंधार झाल्यासारखा झाला आणि एका अंगानं फळी धरून आलेला पाऊस सगळ्या आभाळभर पसरला. सगळं आभाळच पावसाच्या रूपानं खाली कोसळू लागलं. ढगांच्या गर्जना थांबल्या. फक्त पडणाऱ्या पावसाचा आवाज कानात घुमत राहिला.– रप्रप् रप्रप्. अजून चिखल न झालेल्या गाडीवाटेवरच्या धुळीत हे थेंब आळं करून नाचायचे. आई आणि अण्णा यांचे मात्र चेहरे रखरख ऊन नसतानाही काळवंडले होते. उनाच्या कहारात कपाळावर आडवा हात धरून

कुठंतरी लांब बघतात तशी आई त्या पावसात कपाळावर आडवा हात धरून लांबवर एका दिशेला बघत म्हणाली, “ह्यो पाऊस आपल्या कडुलीलाबी दिसतोय. . .” अण्णा घाबरत पुढं येऊन म्हणाले, “आपल्या कोडोलीलाही असेल?”

“तर, आभाळच सगळं भरून आलंय. आसपासच्या तीस-चाळीस मैलांच्या मुलखात हा बाबा कोसळत असेल!” अण्णा गारदच झाले. भागानं करायला दिलेल्या जमिनीतली तंबाखू कापली होती. तिला ऊन देण्यासाठी उघड्या शेतातच तिचा चाप पडला होता. अण्णा रोज ऊन मोजत होते. आज तिसरा दिवस, तीन उनं झाली होती. पाऊस न पडता अजून दोन उनं तिला मिळाली असती; म्हणजे तंबाखूचे बोदच्या बोद घरातल्या सोप्यावर रचून ठेवले असते. मग नऊ-दहा हजारांना तर मरण नव्हतं. जेव्हा बारा आणे आणि रुपया शेकडा आंबा होता तेव्हाचे ते दहा हजार! थोडा जरी पाऊस तिच्यावर शिंतडून गेला असेल तर खापरीसारख्या त्या जाड तंबाखूच्या पानांचा कागद झाला असेल. तो लगदा कोण घेणार? मग दहा हजारच काय, दहा रुपयेसुद्धा कोणी दिले नसते. त्या पावसानं आईला आणि अण्णांना घोर लागला.

आम्ही बसलो होतो त्या गुऱ्हाळघराचं छप्परच उडून गेलं. डोक्यावरचं छत नाहीसं झालं. वारा थांबून पाऊस उभ्यानं ढासळत होता– घागरीनं ओतावं तसा. आता कसला रस, कसला ऊस आणि कसला गूळ? दाभणानं बोद शिवावेत तशी आमची तोंडं शिवली होती. बघावं तिकडे चिखल झाला होता. त्या चिखलातच गाडी जोडली. पावसात भिजतच आम्ही घरी आलो. गाडीचे बैल आमच्या नशिबाचा चिखल तुडवत होते. रात्री अडीच-तीनला पाऊस थांबला. गावचा ओढा वाजत होता; पण भल्या सकाळीच गाडी जोडून अण्णा, आई आणि मी गावी निघालो. जाताना पूर येऊन गेलेले ओढे वाटेत दिसत होते. गाडीवाटेची पेंड धावेला लागत होती. वाहून गेल्या ओढ्याच्या काठाला गढूळ पाण्याचा फेस, पालापाचोळा, काटक्या-कुटक्या फाटक्या-तुटक्या दुरड्या दिसत होत्या. काही मोठी झाडं मुळासकट उपटून आडवी पडली होती. आमची मुळेही हादरली होती. मध्येच एके ठिकाणी अण्णा म्हणाले, “ते झाड बघा.” वीज पडून ते काळं ठिक्कर दिसत होतं. त्याची हिरवी पालवी नावालाही शिल्लक नव्हती.

आधी घरी न जाता पाणंदीनं आम्ही थेट मळ्यावरच गेलो. आमचा कर्द्या तंबाखूच्या चापाजवळ बसूनच होता. उभ्या गुडघ्यावर दोन्ही हात आडवे बांधून त्या भिजलेल्या चापाकडे एकटक बघून मुसमुसत होता. आमची गाडी बघून तो एकदम कोसळतच म्हणाला, “धनी, हे काय झालं!”

धनी काय बोलणार? माझी म्हातारी आई पळतच गेली आणि भिजलेल्या त्या चापात काळ्या आईला उराशी घट्ट कवटाळून ढसढसू लागली. माझ्या डोळ्यांच्या

गारगोट्या झाल्या होत्या. बघता बघता अंधारून आलं. कानांत ढगांचा गडगडाट सुरू झाला. विजा कडाडू लागल्या. वर्षभर जे एक पैशाचं झाड अण्णांना दिसत होतं, ते पैशांनी मोहरलं होतं, त्यावरच वीज पडली. त्याची पालवी आणि मोहोर नावालाही उरला नाही. त्या झाडाचाच सगळा कोळसा झाला!

इंग्रजी शिक्षणावर लाथ

काड्या, चिंध्या, काटक्या, कापूस असं मिळेल ते गोळा करून चिमण्या घरटं बांधतात. कुठं दोऱ्याचा तुकडा मिळाला तर तोसुद्धा त्यासाठी त्या उचलतात. पिलांना जन्म देण्यापूर्वी किती आधीपासून त्यांचा हा खटाटोप चालू असतो; पण घर स्वच्छ करताना माणूस एका क्षणार्धात त्याची मोडतोड करतो. उद्ध्वस्त करून फेकून देतो. आमची तंबाखू अशीच भिजली. त्यासाठी अण्णांनी किती उसाभर केली होती. गादीवाफे करून आधी तंबाखूचं तरू लावलं होतं. कुळवकाठी करून पाणी प्यायलेली बागायत जमीन भुसभुशीत केली होती. दोघा-तिघांचे उकिरडे उपसून त्या शेतात खताचे ढीग रचले होते. मग ते खत घमेल्यांनी, दुरड्यांनी सगळ्या शेतभर पसरलं होतं. पुन्हा कुळव मारून ते खत एकजीव केलं होतं. खरिपाच्या पावसात गादीवाफ्यावरचं तरू वीत-वीतभर वाढल्यावर जमिनीचे आरे आखून अंतरा-अंतरावर आडव्या रेघाही ओढल्या होत्या. जमिनीला वापसा आल्यावर शेतकरी आधी ज्वारी आणि कडधान्यांची पिकं घेण्यासाठी पेरणी करतात. ही पिकं उगवून आल्यावर काही काळानं तंबाखूची लावण करता येते. जमीन भागानं करायला दिली असली तर अण्णा आपल्या कायम नव्या दिसणाऱ्या हर्क्युलस सायकलवरून गावी जायचे. स्वत:च्या नजरेखाली काही कामं करून घ्यायचे. तंबाखूची लावणही आपल्या नजरेखाली करून घेतली. विशिष्ट अंतरा-अंतरावर ते तरू लावलं. लावण चांगली झाली. त्या नादात पायडल मारत ते तारदाळला यायचे. लाग-लागवडीसाठी पैसे पाठवायचे.

भागानं जमीन करणाऱ्या कर्द्याची मागणी कधी संपत नसते. त्यांचा 'द्या' हा कायम मागं लागलेला असतो. 'पोटाला खायला धान न्हाई जी, पोतंभर दाणं द्या', 'नुसतं दाणं खाऊन जगता येतंय, तेल, मीठ काय नको? वर खर्चाला काय पैसे द्या', 'सण आलाय जी. आमी एक फाटक्या कपड्यात राहू पर पोरांस्नी कापडं

नकोत? लई न्हाई था-ईस रुपयं द्या.' रीन काढून सण करावा तसं अण्णा वर्षभर देत आले. दिवाळीलाच तंबाखूतला कुळप बंद झालाय हे कळून त्यांचं काळीज सुपाएवढं झालं. गावी गेले की आऱ्याआऱ्यातनं फिरून बघायचे.' ज्यानं मला लहानपणी बिडी ओढायला शिकवली तोच शंकर कर्धा होता. अण्णांना कुठं शेंडा वाढलेला दिसला किंवा कुठं एखादं दहावं पान फुटलेलं दिसलं, की ते शंकरला भडकून म्हणायचे, "भडव्या, तू शेंडा खुडतोस, का गावात चांडाळकी करीत फिरतोस. ह्याला धाव्वं पान कुठलं फुटलं, तुझ्या बानं आणून लावलं?" त्या सगळ्या झाडांची चित्रं त्यांनी आपल्या मनाच्या आल्बममध्ये जतन करून ठेवली होती. तुटाळीनंतर जोमानं उगवलेलं झाड, जोमानं येऊन खुरटलेलं झाड, असं प्रत्येक झाड त्यांच्या परिचयाचं होतं. त्यावर पुढल्या वर्षीचे मनोरे रचले होते. या वळीव पावसानं त्या तंबाखूचा आणि आमचाही घात केला होता. वादळीवाऱ्यात प्रचंड मोठं झाड उन्मळून पडावं तसा त्यांचा मनोरा ढासळला होता.

तंबाखूची माती झालेली बघून आम्ही निराश, हताश मनानं पुन्हा गाडीत बसून तारदाळकडे निघालो. गाडीवाटेचा चिखल बैलांच्या नख्यात घुसत होता आणि चाकांच्या धावांना चिकटत होता. वठलेल्या झाडासारखे अण्णा गप्प बसून होते. त्यांचा शेंडा, फांद्या मोडल्या होत्या. पानंच नव्हती तर मग सळसळ कुठली? आईला मात्र राहून राहून उमाळे येत होते. हे बघून अण्णाच तिला म्हणाले, "रडून काही येणार आहे का? आपण निदान काही उलाढाल करू, पण बिचारा तो शंकर काय करेल? हे बघ, हत्तीला गवताच्या काडीचं ओझं नसतं; पण त्याच गवतावर हत्तीचा पाय पडला तर?" एक हुंदका देऊन आई म्हणाली, "तू सांगतोस खरं, पर हत्तीला देवानं पोटबी मोठं दिलंय. पोटाला बिब्बं घालायचं म्हटलं तर एवढं बिब्बंतरी घेता येतील का?"

अण्णा काळजीत पडले. तारदाळ सोडून एप्रिल-मेलाच कोडोलीला यायचं होतं. पुढचं सगळं कसं निस्तरावं या प्रश्नात ते गढून गेले असावेत. मला मात्र निराळीच काळजी लागली होती. अण्णा मला नेहमी समर्थ वाटायचे. संकटाचा कसलाही डोंगर ते पार करून जातील असं वाटायचं; पण मी माझा पर्वत कसा पार पाडावा ही विवंचना लागली. जिथं अपमान सोसला, अवमान पत्करला, मुलांनी थट्टा केली, मुली माझ्याकडे वळून वळून बघू लागल्या आणि खुदूखुदू हसूही लागल्या, त्या गडहिंग्लजला मला परत जायचं नव्हतं; पण या अशा संकटसमयी हे अण्णांना सांगायचं तरी कसं, हा मला प्रश्न पडला.

बऱ्याच खटाटोपानं विणलेलं घरटं कुणी मोडलं तरी चिमणी पहिल्यापासून नवीन घरटं बांधू लागते. पुन्हा काड्या, चिंध्या, काटक्या गोळा करू लागते. अण्णाही त्या खटपटीला लागले. काही म्हातारी जनावरं विकली. रात्रीचं जेवण

झाल्यावर एका हातात बिडी धरून ते उजव्या हातानं कागदावर हिशेब मांडत बसायचे. मध्येच अडखळले, की जोराचा झुरका घेऊन धूर सोडायचे आणि मग पुन्हा आकडेमोड सुरू व्हायची. आपल्या नशिबाच्या पटावरल्या सोंगट्या सारख्या बदलत बसायचे. मला आज कळतं आपला हात या सोंगट्या उचलून कुठं ठेवू शकत नसतो. ती उठाठेव एक अदृश्य हात करीत असतो. त्या सोंगट्यांना हात लावणारे आपण कोण? पण हा मानवी स्वभाव आहे. मृत्यूच्या दारातसुद्धा अजून तिथनं माघारी पळता येतं का, हे तो बघणारच. यात अण्णांचा दोष कसला? ते काडी, चिंध्या, काटक्या गोळा करीत होते. मला हे दिसत असताना मी पेचात पडलो होतो की, मी परत गडहिंग्लजला जाणार नाही हा विषय काढायचा कसा? एकदा तारदाळला आडात साप पडला होता. तशी माझी अवस्था झाली होती. खाली पाण्यातही राहवत नव्हतं आणि दुरडीत बसून वर आल्यावर मला भाले, बर्च्या दिसत होत्या. परिस्थितीनं गांजलेले अण्णा मला काय म्हणतील?

माझ्या नशिबानंच हा प्रश्न सोडवला. एक दिवस थोरल्या अण्णांचं पत्र आलं. ते अक्षर बघूनच अण्णा म्हणाले, "हा बाबा मला आता विम्याचा हप्ता भर असं म्हणतो का काय?" पण पत्र वाचून झाल्यावर ते मला म्हणाले, "अण्णांची राधानगरीला बदली झाली. तिकडे इंग्रजी शाळेची चांगली सोय नाही असं कळवलंय. म्हणजे तुला आता कोल्हापूरला ठेवावं लागेल. दोघांचं बोर्डिंग परवडायचं नाही. वडिलांनी आम्हाला शिक्षण देऊन चूक केली. त्यामुळे तुम्हाला शिकवायला पाहिजेच. आणि तुम्ही पास होऊन तुमचा सतरावा नंबर आलाय. लवकरच दाखला पाठवतो असं कळवलंय." असं म्हणून अण्णा सचिंत झाले. माझी मात्र चिंता दूर झाली. कडमकाई पावली असं वाटलं. नारळ फोडून पाणी जरी गणपा प्याला होता तरी प्रसाद मला मिळाला होता. आभाळ एकदम ठेंगणं झालं. अल्पाकचा कोट घालून झालं नव्हतं त्यापेक्षा अधिक. माझ्या लहानपणी एवढं ठेंगणं आभाळ कधी झालं नव्हतं. गडहिंग्लजच्या पटावरची सोंगटी उचलून ती आता कोल्हापूरच्या पटावर ठेवली जाणार होती. चाळीतली एखादी खोली घेऊन आई आम्हाला करून घालणार होती. शिळ्या भाकरीच्या तुकड्यांना थोडा कांदा घालून तिनं फोडणी दिली आणि ती तिनं परतली की, फारच छान लागायची. या पदार्थाला काही लोक भाकरीचा चिवडा म्हणतात. आईनं त्याला एक वेगळंच नाव दिलं होतं. त्या पदार्थाला ती म्हणायची, 'रायगोंड, मलगोंड'. खरं तर कन्नड माणसांची ही नावं आहेत. चार-पाच दिवसांनी आपण 'मटण कर' असं म्हणावं तसं मी तिला म्हणायचा, "आई, आज रायगोंड, मलगोंड कर की." अल्पाकचा कोट गेला झक् मारत! करून घालायला आई मिळाली होती. सोबतीला दादा होता. अंगावरच्या फाटक्या शर्टानिशी शाळेला जायची तयारी होती. माझ्या

मनात तरखडकर सुरूच झाला. Sit सीट म्हणजे बसणे, Stand स्टॅण्ड म्हणजे उभे राहणे, Walk वॉक म्हणजे चालणे. मी कोल्हापूरच्या दिशेनं चालायलाच लागलो.

एप्रिलच्या अखेरीस आमचं तारदाळचं बिऱ्हाड गावी आलं. रंगीत पळाऊ गाडी, डुरक्या घेत चालणारे दोन खोंड, म्हशी, सामानसुमानांनी भरलेल्या आणखी दोन गाड्या. असे आम्ही सगळे आलो. अण्णांना वेध लागले होते जमिनीचे, मला आस लागली होती कोल्हापूरची. दादा सुट्टी लवकर संपवून कोल्हापूरला गेला. लक्ष्मीपुरीतल्या एका चाळीतली एक खोली भाड्यानं घेतली. ती दीड जाप्त्यांची असावी. अर्ध्या जाप्त्यात स्वयंपाकघर आणि बाहेरच्या एका जाप्त्यात आमची बैठक. बुधवार पेठेतल्या भुसारी वाड्यात सिटी हायस्कूल होतं. त्या हायस्कूलमध्येच माझा दादा आणि सोनूताईचा एक दीर हे दोघंही दोन वर्षं मॅट्रिकला होते. त्या दिरानं तर मॅट्रिकचा पंचमीत झाडाला टांगावा तसा झोपाळाच केला. त्याचा झोपाळा दीर्घच होता. एक वर्ष मागं आला की, दुसऱ्या वर्षी पुढं जायचा. तिसऱ्या वर्षीही आपण सुटलो नाही हे बघून दादा लवकर शहाणा झाला. तो झोपाळा सोडला आणि नोकरीच्या मागं लागला. त्याच विद्यालयात माझं नाव घातलं.

त्या वेळी मी प्रभाकरसारखा मित्र शोधत होतो. वर्गात बसताना पेन नसलं तर चालायचं, पण तोंडात लाळ असायची. योगायोगानं पठाण नावाचा एक मित्र भेटला. (डॉ. यू. म. पठाण या माझ्या स्नेह्यांचा आणि याचा काही संबंध नाही.) मी जरा चलाख होतो. बोट वर करून पटापट उत्तरं देणारा. तो 'ढ' नव्हता; पण अभ्यासच करीत नसल्यामुळे कुणाच्या तरी आडाला बसून तोंड लपवायचा. कशी कोण जाणे पण आमची मैत्री जुळली आणि वाढली. कोल्हापुरातल्या एका मोठ्या रस्त्यावर त्याच्या वडिलांचं फोटोग्राफीचं मोठं दुकान होतं. ते कोल्हापूर सरकारचेही फोटोग्राफर होते. स्टुडिओ जुना होता. सांगायची गोष्ट म्हणजे या पठाण फोटोग्राफरांनी शेकडो नव्हे, हजारो नव्हे, तर लाखो फोटो घेतले होते. राजघराण्याचेच फोटोग्राफर. पब्लिक तर दुकानात तिष्ठत बसायचं; पण राजवाड्यावर गेल्यावर सकाळपासून फोटोच फोटो. तेही चौकोनी काचांवर. चांगल्या मोठ्या काचा असायचा. त्या पाण्यात धुतल्या की, फोटोंना फ्रेम करता यायच्या. खरं तर त्या निगेटिव्हज्. म्हणजे काढलेला फोटो पुन्हा हवा असल्यास तो त्या काचेवरून पुन्हा काढता यायचा. काढलेल्या फोटोंच्या या चौकोनी काचा ठेवायला स्टुडिओत जागा नसायची. रॅक भरलेले.

माझा हा पठाण मित्र त्यातल्या रोज पाच-सहा काचा हायस्कूलमध्ये घेऊन यायचा. मधली सुटी झाली रे झाली की, जवळच्या एका फ्रेममेकरच्या दुकानात जाऊन आम्ही त्या विकायच्या. एका-एका काचेला चार-चार आणे मिळायचे. रोज

रुपया-दीड रुपया हातात यायचा. मग तुतूच्या बागेतील मिसळ काय, पापाच्या तिकटीवरची जिलबी काय आणि माळकराच्या दुकानातले पेढे काय. खाऊन इच्छा पूर्ण व्हायची. पुन्हा कोल्हापुरी चिवडा आणि कुंदा खायला मराठ्याच्या दुकानाकडे जायचं. मी म्हणायचो, "अरे, तास बुडेल?" पठाण म्हणायचा, "इतिहास तर आहे. औरंगजेबाचा वध चालू असेल, तो बघायला कशाला जायचं? चल, कुंदा खाऊ." माझ्या तोंडातली लाळ हिरड्या आणि ओठ यांच्यामध्ये यायची. तिकडे वध चालू असायचा आणि इकडे आमचं खाद्य. हा मराठ्यांचा चिवडा म्हणजे काय चिवडा महाराजा! साजूक तुपातला. त्यात भिकार शेंगदाणे नसायचे. नुसते काजू आणि भरपूर बेदाणे. बसायला मात्र बाकडी आणि प्लेटऐवजी कागदाचे तुकडे. का? तर स्वच्छ! काही दिवस या पठाणाबरोबर चैन केली. मित्र मोठा उदार होता. आपणच का खर्च करावेत असं त्याच्या मनात कधीच येत नव्हतं, पण त्याचं तरी काय जात होतं. काचा बापाच्या, विकणार आम्ही. मारत होतो ताव!

रात्री जेवताना मात्र पंचाईत व्हायची. लेकरू किती खातं यावर आईचं लक्ष असतं. आई बरोबर ओळखायची आणि मला विचारायची. "काय खाऊन आलास का?" तोंडात घास नसताना मी तोंड हालवायचा. उत्तर टाळायचं. आईला मात्र घोर पडायचा. ती विचारायची, "रायगोंड-मलगोंड करू?" आता रोज बापगोंड खात होतो आणि मलगोंड कशाला कर म्हणू. काय तो कुंदा. . . काय ती जिलेबी. . . काय तो चिवडा. . . ताजमहालमधल्या हॉटेलात पार्टीला तो असायचा. मी रोज कोल्हापुरातल्या ताजमहालमध्ये जायचो. मला रायगोंड-मलगोंडची काय अपूर्वाई!? बाजार फुंकण्याचे दिवस संपले. पोटातली वखवखही संपली. अभ्यासावर चित्त जडलं होतं.

पहिल्या तीन क्रमांकांत तर येण्याची आकांक्षा निर्माण झाली आणि. . .

आणि १९४२ च्या स्वातंत्र्यलढ्याचा रागरंग सुरू झाला. घरात रेडिओ नव्हता; पण कोणाच्या तरी रेडिओला कान देऊन बातम्या ऐकू लागलो. ९ ऑगस्ट १९४२ रोजी मुंबईला कॉंग्रेसच्या कार्यकारिणीची सभा झाली. देशाच्या कानाकोपऱ्यातले कार्यकर्ते गोळा झाले. महात्मा गांधीजींचे शब्द ऐकायला अवघ्या देशाचे कान आतूर झाले. कानात प्राण साठवून आम्ही बातम्या ऐकू लागलो आणि डोळ्यांत प्राण आणून भारतीय जनता गांधीजींकडे बघू लागली. गांधीजींनी निर्वाणीची भाषा केली. ब्रिटिश सत्तेला ते म्हणाले, 'चले जाव' आणि आपल्या अनुयायांना अखेरचा सवाल टाकला, "Do or dye" करा किंवा मरा.

मंतरलेल्या त्या दिवसांत देशासाठी वाट्टेल ते साहस करायला मी तयार झालो आणि छातीवर गोळ्या झेलण्याची तयारीही केली. समविचारी लोक लगेच एकत्र येतात. हा पठाण बाजूला झाला. त्यानंतर अजूनपर्यंत तो माझ्या आयुष्यात पुन्हा

आला नाही. १० ऑगस्ट ४२ ला मी शाळा सोडली. स्वातंत्र्यसंग्रामात उडी घेतली. एकदा धाकटे अण्णा कोल्हापूरला आले असता मी म्हटलं, "इंग्रजी शिक्षणावर लाथ मारली.''

मी लाथेनं लोकांची कर्क उतरवतच होतो. आर्थिक मेटाकुटीनं त्यांना कर्क भरलीच होती. ती एका लाथेविनाही बरी झाली. त्यांनी काही बोलून दाखवले नाही; पण त्यांच्या चेहऱ्यावर मला आनंद दिसतच होता. त्यात मला शब्दही जाणवत होते– बरं झालं, शाळा सोडलीस!

चळवळीतले दिवस

आम्ही राहत होतो त्या चाळीच्या समोरच चित्रपटातला एक देखणा नट मास्टर विठ्ठल राहत होते. मास्टर विठ्ठलांना 'इंडियन डग्लस' म्हणायचे. मुख्यत: भालजी पेंढारकरांच्या ऐतिहासिक व सामाजिक चित्रपटांत ते हीरो असायचे. त्या काळातले कोल्हापुरातले बहुतेक सर्व संडास– कोल्हापुरी भाषेत पायखाने– हे वाड्याबाहेर दर्शनी भागातच असायचे. जणू घरी येणाऱ्या पाहुण्यांचं स्वागत हे पायखानेच करत. सूर्योदयाच्या वेळी महालक्ष्मीच्या दर्शनाला जायचं झालं तर कुठल्या बोळात आणि कुठल्या गल्लीत आधी भंग्याचं दर्शन होईल हे सांगता यायचं नाही! मग चाळीतली कथा तर विचारूच नका. टमरेल घेऊन आम्ही रांगेत उभे राहत असू. पायखान्यात कोणी आराधना करीत बसलेलं असे. आपली पाळी केव्हा येते आणि केव्हा आपण आत जातोय अशी आमची स्थिती झालेली असायची. एवढ्यात भंगी यायचा आणि डबडं बाहेर ओढायचा. जवळ रुमालही नसायचा. मग कुणी साडीचा पदर, कुणी धोतराचा सोगा, कुणी पोटावरच्या सदऱ्याचं टोक नाकाला लावून पाठ वळवून उभं राहायचे. या रांगेत मी उभा असताना इंडियन डग्लसही समोर एखाद्या बोळकांडात उभा असलेला दिसायचा. तो तर पायजम्यावर फक्त गंजीफ्रॉकच घालून आलेला असायचा. पडद्यावर देखण्या सुंदर नट्यांना खेळवणारा हा माणूस गंजीफ्राकचं टोक नाकाला लावून गप उभा राहिलेला असायचा. ते दृश्य खरं तर मला बघवत नसे. ॲटॅच्ड लॅट्रीन आणि बाथरूम आपल्या शय्यागृहाजवळ असलेलं घर सबंध कोल्हापुरात त्या काळात नसावं; त्यामुळे चाळीत राहणाऱ्या डग्लसला या अशा रांगेत उभं राहावं लागत असे. एक होतं– मी त्यांना रोज बघत होतो; पण सिनेमाचं मला वेड नसल्यामुळे मास्टर विठ्ठलाचं मला कधी आकर्षण वाटलं नाही. चेहरा मात्र सुंदर होता. नाक-डोळे छान होते; पण आवाज काहीसा किरटा आणि पातळ होता. एकूण त्यांच्या

शरीरयष्टीला न शोभणाराच. मी एकदाही त्यांच्याशी बोललो नाही; पण ते दुसऱ्यांशी बोलताना मी जाता-येताना ऐकत असे. बेचाळीसच्या चळवळीत मी उडी घेतली ते एका अर्थी चांगलं झालं. का ते सांगतो–

महात्मा गांधी, पं. जवाहरलाल नेहरू, पोलादी पुरुष असं ज्याचं वर्णन करतात ते वल्लभभाई पटेल, मौलाना आझाद हे आणि असे अनेक देशभक्त व राष्ट्रीय पुढारी यांना जुलमी इंग्रज सरकारनं तुरुंगात डांबलं होतं. जयप्रकाश नारायण, अरुणा असफअली असे ऑगस्ट क्रांतीचे प्रणेते भूमिगत होऊन कार्य करीत होते. मुख्यत: इंग्रजांना हिंदुस्थानात राजवट करू द्यायची नाही. ही राज्य यंत्रणाच खिळखिळी करायची आणि या ना त्या मार्गांनी त्यांना सळो की पळो करून सोडायचं हे या भूमिगत झालेल्या कार्यकर्त्यांचं एक धोरण होतं. साताऱ्याकडे क्रांतिवीर नाना पाटलांनी तरुण जवानांचं सैन्य उभारून प्रतिसरकारची स्थापना करून पोलीस खात्याच्याही पोटात गोळे निर्माण केले होते. चावड्या जाळणं, टपाल कचेऱ्या लुटणं, टेलिफोनच्या तारा तोडणं, रेल्वेचे रूळ उखडणं, पोलीस ठाण्यावरच धाड घालणं, त्यांच्या बंदुकाच पळवणं, तालुक्याच्या मामलेदार कचेरीवर आणि सरकारी कार्यालयांवर तिरंगी झेंडा फडकवणं, शहरात मोर्चे काढून सभा घेणं, आवेशपूर्ण भाषणानं तरुणांची मनं भडकवणं, जनजागृती करणं, सत्याग्रह करून तुरुंग भरती करणं, पोलीस कार्यालयात 'गिनती'च्या वेळी बॉम्बस्फोट घडवून आणणं हे आणि असे अनेक प्रकारचे कार्यक्रम या क्रांतिकारकांनी चालू ठेवले होते. थोर राष्ट्रीय नेते गजाआड झाले असले तरी नवं नेतृत्व उदयास येत होतं. आमच्यासारखी कोवळी मुलं सांगतील तिथं चिठ्या पोचवत होती, पत्रकं वाटत होती.प्रसंगी या चिठ्या तोंडात टाकून गिळाव्याही लागत होत्या. कधी एखादा डोंगर तुडवून दशम्यांचं गठळं पोचवावं लागत असे. अशी अनेक कामं करावी लागायची.

या सुमारास मूर्तिमंत पराक्रम असं ज्यांचं वर्णन करता येईल ते तरुणांचे लाडके नेते, जाज्वल्य देशभक्त सुभाषचंद्र बोस इंग्रजांच्या हातावर तुरी देऊन वेशांतर करीत पाणबुडीनं समुद्राच्या पाण्याखालून जपानला गेले. त्यांचा हिंदुस्थानात स्वत:चा एक पक्ष होता. त्याचं नाव– फॉरवर्ड ब्लॉक. मी कोवळा तरुण असलो तरी रक्त गरम होतं. सुभाषचंद्र बोसांच्या अतुलनीय धैर्यानं, महान पराक्रमानं आणि जाज्वल्य देशभक्तीनं मी भारावून गेलो. त्या पक्षातल्या कार्यकर्त्यांत जाऊन सामील झालो. हिंदवी स्वराज्यासाठी असं काही तरी करावं असं वाटत होतं. तसा काळच मंतरलेला होता. ते मंतरलेले दिवस अनेक लेखकांनी शब्दबद्ध केले आहेत. काहींनी त्या लढ्यावर कादंबऱ्याही लिहिल्या आहेत. त्या किती यशस्वी झाल्या हा प्रश्न वेगळा. काहींच्या आत्मचरित्रांतही त्या दिवसांचं दर्शन घडतं. यशवंतराव

चव्हाण यांच्या 'कृष्णाकाठ'मध्ये ते साकार झालेलं दिसतं. मी त्याचं दर्शन आणखी काही वेगळं घडवावं असं वाटत नाही. इंग्रजी शिक्षणावर लाथ मारून मी या चळवळीत पडलो हे एकप्रकारे बरं झालं, नाहीतर. . .

नाहीतर मास्टर विठ्ठलांना भेटून मी भालजींच्या स्टुडिओत नट होण्याच्या अपेक्षेनं लाईटबॉय झालो असतो. कदाचित कॅमेऱ्याची ट्रॉली टाकली असती किंवा मॉडेल खात्यात मूर्ती घडवत बसलो असतो. कोणी सांगावं. . . पात्रं बोलताना माईकची काठीही हातात धरून उभा राहिलो असतो आणि साधा लाईटमन माझ्यावर ओरडला असता, ''गाढवा, तुझ्या माईकची सावली पात्राच्या अंगावर पडतेय, माईक वर धर. वाटल्यास पांडुरंगासारखा विटेवर उभा राहा.'' असंही घडलं असतं की कपडे खात्यात बॉय म्हणून लागलो असतो; आणि चंद्रकांत मांडरे, मास्टर विठ्ठल यांना जाकिटं दिली असती, फेटे दिले असते आणि सुलोचनाबाईंना झंपरपण दिला असता. कारण कोल्हापुरात त्या वेळी नोकरीची काही ठराविक ठिकाणं होती. त्या वेळी कोल्हापुरात दोन फिल्म स्टुडिओ होते– एक भालजींचा आणि दुसरा रंकाळ्याकडे मास्टर विनायक वगैरे लोकांचा. एखाद्या नटाचं बोट धरून किंवा नटीचा पदर धरून स्टुडिओत प्रवेश मिळविणारी कोल्हापुरात अनेक पोरं होती. कारण सर्वांना नट होण्याची स्वप्नं दिसायची. त्यासाठी मिळेल त्या खात्यात आधी काम पत्करायचं. मग सुताराच्या हाताखाली राहावं लागलं तरी तयारी असायची. रंधा मारायचा, असं वाटेल ते काम करायचं. 'एक ना एक दिन हम हीरो बनेंगे' या आशेनं झिंज्या वाढवायच्या. पगार होवो ना होवो घरची भाकरी घेऊन जायचं. लंचच्या वेळेला हिरो-हिरॉईन फळांचा रस प्यायचे आणि ही पोरं कोरडी भाकरी कशीबशी गिळायची. अर्धअधिक आयुष्य 'एक्स्ट्रॉ'त काढणारे आणि एखादा तरी डायलॉग बोलायला मिळेल म्हणून आशा धरून जगणारे शेकडो लोक मी कोल्हापुरात बघितले. त्यांतला मी एक 'एक्स्ट्रॉ' तरी झालो असतो; नाहीतर एखाद्या खात्यात राबराब राबलो असतो.

असंच दुसरं एक ठिकाण म्हणजे शाहू मिल. कुणाच्या तरी वशिल्यानं त्या गिरणीत शिरकाव झाला असता. एकतर शिक्षण सोडलंच होतं. माझी देशभक्ती चालू होती; म्हणून काही काळ कोणी काही बोलत नव्हतं; पण ती फार काळ परवडली नसती. कदाचित अण्णा स्वत:ही थोडे देशभक्त होते; त्यामुळे त्यांची थोडी सहानुभूती असावी आणि दुसरं असंही असेल– आज ना उद्या याला पोलिसांनी पकडलं म्हणजे बडवलेल्या खोंडासारखा आपोआप थंड येईल असाही विचार घरच्यांच्या मनात येऊन गेला असावा. तिसरी एक शक्यता अशी होती– शाहूपुरी पेठेत गुळाचा मोठा व्यापार चालायचा. छत्रपती शाहू महाराजांनी गुळाच्या व्यापारासाठीच ही पेठ नव्यानं वसवली होती. तिथं थोडीफार धान्याची आवक-जावक चालायची.

एखाद्या दुकानात दिवाणजी म्हणून कामाला लागलो असतो. आमच्या कोल्हापुरात 'दिवाण, दिवाणजी, दिवाणसाहेब', असं कोणाकोणाला म्हणतात ते सांगतो– राज्याच्या मुख्य अधिकाऱ्याला दिवाण म्हणायचे म्हणजे सबनीस हे कोल्हापूरचे दिवाण होते. नवऱ्याच्या बहिणीला दिवाणसाहेब म्हणायचे. ती बहीणही त्याच तोऱ्यात वागायची आणि दिवाणजी हा अडत दुकानातला कारकून असायचा. त्यानं विक्रीच्या पट्ट्या तयार करायच्या, आकडेमोड करायची. बहुतेक दिवाणजीचं अक्षर हे 'मी मी' म्हणणाऱ्याला लागायचं नाही. ते मराठीत लिहितात की कन्नडमध्ये हे कळायचं नाही. माझं अक्षर इतकं वाईट नसल्यामुळे अडत दुकानात मला ठेवून घेतलं असतं की नाही हे मला सांगता यायचं नाही; कारण विक्रीच्या पट्टीत कोणता दर लावला, आधी उचल केलेल्या पैशांवर व्याज किती झालं; आणि पांजरपोळचा फंड किती कापला हे शेतकऱ्यांना कळता कामा नये ही तर त्याची मख्खी होती. माझ्या बाबतीत ही अडचण आलीच असती.

या सगळ्यांचा विचार करता मी चळवळीत पडलो म्हणून आयुष्यात उभा राहिलो, आता असं मला वाटतं. ते दिवसही छान गेले. सकाळी उठलं की आंघोळ वगैरे करून कोल्हापूरच्या नगर वाचन मंदिरात पेपर वाचायला जायचं. वृत्तपत्रं लाकडी स्टँडवर लावलेली असायची. त्यातलं एकेक पान तिघं-चौघं वाचायचे, एकानं उचलून आडवं धरलं की दोघे एका अंगानं वाचू लागायचे, दोघे दुसऱ्या अंगानं वाचू लागायचे, दोन गोष्टींत मला गम्य होतं– एक म्हणजे लढाईची वार्ता. दुसऱ्या जागतिक महायुद्धानं पेट घेतला होता. त्या युद्धाच्या बातम्या मला त्या स्टँडजवळ खिळवून ठेवायच्या. बराचसा युरोप हिटलरनं गिळलाच होता. आज काय फ्रान्स पडलं, इंग्लंड बॉम्बच्या आगीनं तीन-तीन दिवस जळायचं. हा हिटलर कुठवर आला हे जाणण्यात गम्य असायचं आणि दुसऱ्या महत्त्वाच्या वार्ता म्हणजे आपल्या 'चले जाव' चळवळीच्या. जयप्रकाशजींना पकडलं त्या दिवशी अन्न गोड लागलं नाही. डोळे शोध घेत राहायचे– अजून अरुणा असफअल्ली भूमिगत आहे ना? आपले नाना पाटील सापडले नाहीत ना? रत्नाप्पाण्णा मिरजेच्या पानमळ्यात सुखरूप आहेत ना? ते मिरजेच्या पानमळ्यात असतात ही 'अंदर की बात' आम्हाला माहीत असायची. पोलीस नको तिथं धाडी घालायचे.

या नगर वाचन मंदिरातच आमची समविचारी मंडळी गोळा व्हायची. अर्धा-पाऊण तास पेपर वाचून झाला की आम्ही एकत्र जमायचो. मिरजकर तिकटीपासून एक खांबी गणपतीकडे जाणारा जो रस्ता आहे त्या रस्त्यावर डाव्या हाताला मारुतीचं एक मोठं मंदिर होतं. त्याला वरती एक माडीही होती. माने नावाच्या एका तरुणानं त्या माडीचा निम्मा भाग बळकावला होता. मंदिराचा आणि त्याचा काही संबंध नव्हता; पण कसा कोण जाणे निम्मा भाग म्हणजे जवळजवळ २५x१२

इतका मोठा हॉल त्याच्या ताब्यात होता. ती आमची बसा-उठायची मठी होती. हे जे माने नावाचे तरुण होते त्यांचं एक भाड्याचं घर मंगळवार पेठेत होतं. तिथं त्यांची आई एकटीच राहायची. बिचारी स्वयंपाक करून याची वाट बघत बसायची. तिच्या वाट बघण्याला अंत नसायचा. हा बाबा आमच्याशी बोलत बसला म्हणजे आमच्या देशभक्तीलाही अंत नसायचा. कधी दुपारचा एक वाजायचा, कधी तीन वाजायचे. जेवणाची शुद्ध नसायची. त्यात पुन्हा तो कवी होता. त्याच्या एका कवितेच्या दोन ओळी अजूनही मला आठवतात–

बंड करा बंडा
उडवूनि द्या या इंग्लंडा

आम्ही देशभक्तीनं प्रेरित झालोच होतो. त्याच्या या कवितांनी आमची देशभक्ती पेटून उठायची. सुरुंगाच्या वातीनं पेट घ्यावा तसं व्हायचं. हा माने अठ्ठावीस वर्षांचा असावा. त्यामानाने मी फार लहानं; पण आमची रास जुळली. आमच्या या मठीत अनेक वयांचे लोक असायचे. यादव नावाचा एक चाळीस वर्षांचा तलाठी यायचा. सातबाऱ्यांचे उतारे बघत बसायचं सोडून तो टाइमबॉम्ब करण्याची भाषा बोलायचा. एक जण लष्करात लॉरी ड्रायव्हर होता. कोल्हापूर ही त्याची सासुरवाडी. तीन महिन्यांची रजा घेऊन बायकोकडे आलतं आणि बसायला आमच्या मठीत असायचं. तो हिंदीतच बडबडायचा. इंग्रजांना उद्देशून म्हणायचा, "साले को मार डालना चाहिए, हम लोगो पर गोली चलाते हैं? साले के पँटमे बॉंब रखना चाहिए, टाईम बॉंब रखना चाहिए, टाईम बॉंब!" रुंद छातीचा हा काळा तगडा गडी तेव्हा पस्तिशीचा असावा; पण सगळे मान्यांना मानत, तो त्यांना म्हणायचा, "मानेसाब, कुछ ऑर्डर दीजिए."

हे माने देखणे होते. रंग गोरापान रक्तवर्णी, नाक लांब आणि सरळ. डोळे काहीसे घारे पण त्यात एक तपकिरी छटा होती आणि ते मोठे बोलके होते. त्यांचा मंगळ स्ट्रॉंग होता असं त्यांच्या बोलण्यात यायचं. त्यांना येणार नाही असा सहसा कोणताही विषय जगात नव्हता. वडील अकाली गेल्यामुळे या तरुणाचं शिक्षण मॅट्रिकपर्यंतच झालं. आपल्या आईला हा एकुलता एकच मुलगा. तो फरीगदगा खेळायचा, अनेक तऱ्हेच्या कसरती करून दाखवायचा. सुभाषचंद्र बोस हे त्याचं दैवत होतं. कोल्हापूरच्या फॉरवर्ड ब्लॉक या शाखेचा तो एक कार्यकर्ता होता. त्याला विज्ञानातलं चांगलं ज्ञान होतं. तो बॉम्बही तयार करू शकत होता. या सुमाराला कोल्हापुरात एक नवा पक्ष स्थापन झाला होता. या पक्षाचं नाव-नवजीवन संघटना. यात सगळे ताई-भाईच होते. हे कम्युनिस्टांचंच एक भावंडं होतं. लाल निशाण गट म्हणून पुढं उदयास आलं. आताचे एक कामगार नेते (कै. यशवंतराव चव्हाण नव्हेत) यशवंतराव चव्हाण हे या संघटनेत होते. ए. ए. पाटील, वत्सला

रेडकर, एम. डी. भोसले, विद्यापीठ हायस्कूलमधले शिक्षक खांडेकर असे वीस-पंचवीस तरुण आणि वीस-पंचवीस तरुणी या संघटनेत होत्या. हिटलरनं रशियाविरुद्ध आघाडी उघडली आणि कम्युनिस्टांनी 'लोकयुद्धा'ची (People's War) घोषणा केली. बेचाळीसची चळवळ बळावत होती आणि हे लोक इंग्रजांना मदत करा म्हणत होते.

आमच्या मान्यांचं पित्त खवळलं. या नवजीवन संघटनेची पाळंमुळं खणण्यासाठी आणि त्यांचे हितसंबंध कुठं कुठं आणि कोणाकोणाशी आहेत हे कळण्यासाठी त्यांच्या कार्यालयावरच धाड घालायची त्यांनी ठरवलं. ते खासबाग मैदानाजवळ होतं. मान्यांकडे जंबिये वगैरे होतेच. इतर काही हत्यारं होती. एका रात्री भर बारा वाजता सुभाषचंद्र बोसांच्या प्रतिमेचं दर्शन घेऊन आणि कालीमातेला (हे एक मान्यांचं दुसरं दैवत होतं) नमस्कार करून आम्ही माडीवरून जिना उतरून खाली आलो. तिथून जवळच खासबाग मैदान होतं. नवजीवन संघटनेचं कार्यालय जवळ आलं. जय 'पीपल्स वॉर' असं म्हणून मान्यानं दाराचं कुलूप उचकटलं. आपण काय करतोय याची विवेकबुद्धी मला नव्हतीच. त्या वयात आणि त्या भारावलेल्या वातावरणात ती असणार तरी कुठली? लक्ष ठेवायला थोडा वेळ मी बाहेर उभा राहिलो. पाच-सहा जण आधी आत गेले. मग मीही आत गेलो. त्यांचं लाल निशाण फाडलं. स्टॅलिनच्या फोटोवर माने बुटाच्या पायानं नाचला. मग तिथं मिळतील त्या सगळ्या वह्या ताब्यात घेतल्या. अनेक छुप्या कार्यकर्त्यांचे पत्ते त्यात होते. काही धनवानांचाही त्यांना पाठिंबा होता. हे सगळे कागदपत्रं आणि गुप्त पत्रव्यवहार ताब्यात घेऊन आम्ही मठीवर आलो. बरेच तास त्या वाचनात गेले. त्यातून फारसं काही निष्पन्न झालं नाही; पण ही नवजीवन संघटना मात्र एका अर्थानं सफल ठरली. कशी माहीत आहे? त्या संघटनेतील प्रत्येक भाईनं कोणातरी एका ताईबरोबर लग्न केलं. सांगायची गोष्ट म्हणजे सगळ्यांची लग्नं झाली आणि सगळे आपापला संसार थाटून सुखी आहेत. त्यातले एक भाई आणि एक ताई माझे शिक्षक होते. त्यांपैकी काही मंडळी अजून माझ्याकडे येतात जातात. काही जण तर कामगारांचे मोठे पुढारी झाले आहेत. आपल्या श्रमाच्या पैशावर कामगारांनी त्यांना फार सुखी ठेवलंय. असेच सुखी राहोत बिचारे.

हे एक धाडसाचं काम केल्यावर आम्हा सगळ्यांना चेव आला. तो लष्करातला लॉरी ड्रायव्हर तर आपली रजा संपत आली म्हणून अस्वस्थ झाला. तो मान्यांना म्हणाला, ''देश के लिए कुछ करना चाहिए. कुछ निकालो भाई. हमारी लीव तो अगले महिने मे खतम हो रही है. कुछ करके वापस जाता हूँ'' माने विचारात पडले– काय करावं? दोन वाजता, तीन वाजता ते जेवायला घरी निघाले की माझ्या गळ्यात हात घालून मलाही बरोबर न्यायचे. त्यांची आई वाट बघत बसलेलीच

असायची. ते जेवायला बसले तरी मला जवळ घ्यायचे. मग आई त्यांना वाढायची आणि चुलीतल्या राखेतच भाजलेल्या शेंगा बाहेर काढून त्यातल्या मूठभर मला द्यायची. राखेत भाजलेली अशी खरपूस शेंग त्यानंतर कधी जन्मात खायला मिळाली नाही. त्यातल्या शेंगदाण्यांना एक वेगळीच चव होती.

असेच एक दिवस माझ्या गळ्यात हात घालून घरी जाताजाता माने मला म्हणाले, ''आपण टाइमबॉम्ब करू. मला पाहिजे होतं ते सगळं साहित्य आता हाताशी आलंय.'' बोलता बोलता त्यांनी खिशातनं एक लहानशी बाटली काढली. तपकिरीच्या बाटलीएवढी ती मला दिसली. ती मला दाखवून ते म्हणाले, ''हा आपला टाइमबॉम्ब.''

ती बाटली मोकळी होती. ती हातात घेऊन बघत म्हणालो, ''टाइमबॉम्ब आणि एवढा लहान?''

''दिसतोय लहान पण उडाला म्हणजे कोल्हापूर हादरेल.'' माझ्या हातातली ती बाटली घेऊन मला ते सांगू लागले, ''ही वर टोपणाला ट्युब दिसते का? त्यात ॲसिड घालून मी ते टोपण बंद करणार. आपला ड्रायव्हर हातात घेईल. तू नुसता बरोबर जा. कुठं ठेवायचं हे नंतर सांगतो. तुम्ही नुसतं ठेवून यायचं. सगळ्या कोल्हापुरात धूमधडाका उडंल.''

एवढीशी ती बाटली आणि धडाका काय उडणार असं मला वाटलं; पण ते तसं नव्हतं. त्या दणक्यानं कोल्हापूर सगळं हादरलं. रात्रीची गस्त वाढली. सबंध वातावरण तंग झालं. रात्री बाराच्या पुढं कोणाला फिरायची सोय राहिली नाही; पण ती गोष्ट वेगळी आहे. ती निराळीच सांगायला पाहिजे.

✧

आमचं बॉम्ब प्रकरण

बेचाळीसच्या स्वातंत्र्यलढ्यात फार लहान वयातच मी भाग घेतला. त्या वेळी फक्त मी इंग्रजी चौथीत होतो. तसं राजकारणातलं काहीच ज्ञान नव्हतं. लढाईच्या किंवा चळवळीच्या वार्ता वाचणं एवढंच चालू होतं. एक मात्र होतं की, देशासाठी काहीतरी केलं पाहिजे हा विचार मनात बळावला होता. दीडशे वर्षं आपण ब्रिटिशांच्या गुलामगिरीत आहोत ही जाणीव मनाला सारखी सतावत होती. आपल्यावरची इंग्रजांची सत्ता उलथवून टाकण्यासाठी वाटेल ते करण्याची मनाची तयारी झाली होती. पोलिसांच्या लाठीमाराला मन भीत नव्हतं आणि त्यांच्या गोळ्या तर छातीवर झेलाव्यात असं वाटत होतं! गुलामगिरीतलं जिणं जगण्यापेक्षा स्वातंत्र्यासाठी लढता लढता प्राणार्पण केलं तर लोक निदान आपल्याला हुतात्मा म्हणतील या कल्पनेनं भारावून गेलो होतो. शेणातल्या किड्यासारखं वळवळत शंभर वर्षं जगण्यापेक्षा क्षणभरच जगावं, पण विजेसारखं चमकून जावं असं हे खांडेकरी पद्धतीचं वाक्य माझ्या मनावर खोलवर बिंबलं होतं. वयाच्या पंधरा-सोळाव्या वर्षी मला कसला पाश नसल्यामुळे माझ्या मनातलं देशप्रेम ऊतू आलं होतं. खरोखरच असा आपल्याला मृत्यू आला तर काय होईल याचं भय मनात मुळीच वाटत नव्हतं. वडील लहानपणीच गेले होते. धाकटे अण्णा थोडे देशभक्त होतेच. त्यांच्यामुळेच आचार्य जावडेकर संपादित 'जनसत्ता' किंवा अशा नावाचं एक नियतकालिक माझ्या वाचनात येत होतं. लाठी लागून किंवा गोळी लागून माझा देह देशाच्या कारणी लागला असता, तर अभिमानानं अण्णांची छाती भरून गेली असती. माझ्या पराक्रमाचे अनेक वर्षं त्यांनी पोवाडे गायले असते. फक्त हळहळली असती ती आई आणि एखादी बहीण. आईला आठ मुलं झाली. तिचं माझ्याबद्दलचं एक अष्टमांश प्रेम हळहळून हळहळून तरी ते किती हळहळणार? आणि ज्या बहिणीला दुःख झालं असतं, ती मुळातच

दुखण्यांनी बेजार होती. तिला तरी हळहळायला कुठं सवड होती? आभाळातल्या बिजलीसारखा क्षणभरच चमकून जाण्याचा विचार मनात घर करून राहिला.

चळवळ सुरू होऊन थोडेच दिवस झाले असतील. एका जंगी मोर्चात मी सामील झालो. हा मोर्चा खासबाग मैदानाजवळ आला. हत्यारबंद पोलिसांच्या तुकड्या सज्जच होत्या. शिवाय काही पोलीस घोड्यांवर आरूढ होऊन तेही लोकांच्या गर्दीत घुसत होते. त्या घोड्यांच्या टापांनीच जीव हादरला; त्या वेळी साद्री नावाचे एक डी. एस. पी. कोल्हापूरला होते. हा साद्री फार कडक पोलीस अंमलदार होता. त्याचा दरारा तसाच होता. त्याच्या हाताखाली जे अनेक फौजदार होते त्यात जाधव नावाच्या एका फौजदाराबद्दल बऱ्याच दंतकथा उठल्या होत्या. चळवळ्या लोकांना पकडून तो त्यांच्या पायात टीचटीचभर खिळे ठोकतो अशी एक कथा ऐकायला येत होती. याशिवाय गुप्त माहिती काढण्यासाठी कार्यकर्त्यांना बर्फाच्या लादीवर तो झोपवायचा आणि अनन्वित छळ करायचा अशाही बातम्या कानावर यायच्या. हा सगळा फौजफाटा समोर उभाच होता. साद्रीसाहेब एका खुर्चीवर चढून उभा राहिला. आमचा विराट मोर्चा बघून त्याचा मूळचा गोरा चेहरा आणखी लाल झाला. आम्हाला उद्देशून तो मोठ्यानं भाषण करू लागला. त्याचं मराठी दिव्य होतं! साला, प्रत्येक वाक्यात साला म्हणायचा. हातात पिस्तूल घेऊनच तो बोलू लागला, ''साला एक कदम आगे याल, तर साला हम गोली मारेंगे. साला लॉ ऑर्डर हातात घेते? साला आमी काय नुसते बघत बसायचे? साले तुम 'चले जाव'!. . .तुम्हारा महात्मा गांधी नही. हम बोलते है– 'चले जाव.' नाहीतर फायरिंग हो जाएगा. साला मुडदे पडतील.''

हुतात्मा होण्याचं स्वप्न थोडा वेळ मी विसरलोच. मी आघाडीच्या तुकडीत उभा होतो. फायरिंग वगैरे ऐकल्यावर हळूच दोन पावलं मागं गेलो. एका बलदंड तरुणाच्या पाठीशी उभा राहिलो. माझं डोकं त्याच्या पाठीला लागत होतं; आणि ढालीसारखा तो माझ्यासमोर उभा होता. बघता बघता लाठीमार सुरू झाला. मोर्चाची दाणादाण उडाली. एक कोवळ्या वयातला तरुण मुलगा लाठी लागून जागेवरच ठार झाला. तो हुतात्माही झाला. कोल्हापुरातल्या बहुतेक सर्व राजकीय किंवा सामाजिक सभा ज्या बिंदू चौकात होतात, तो बिंदू चौक म्हणजेच त्याचं स्मारक. असं स्मारक होण्यापेक्षा दीर्घकाळ लढता आलं पाहिजे आणि म्हणून गनिमी काव्याचा आश्रय घेतला पाहिजे हे धोरण आम्हा काही तरुणांना लवकर पटलं. छत्रपती शिवाजीमहाराजांनी घालून दिलेला धडा आम्ही गिरवायचा ठरवला. शत्रूशी समोरासमोर दोन हात न करता मागून छुपे हल्ले करायचे डावपेच रचले. टाइमबॉम्ब हा त्यातल्याच डावपेचाचा एक भाग. त्याआधी एका पक्षाचं कार्यालय लुटण्याचं साहस केलंच होतं. ते वारं अंगात संचारत होतंच. आता हे नवं धाडस करायचं

ठरवलं. सगळं कोल्हापूर हादरून सोडायचा विचार मनात बळावत होता. ती सगळी घटना सांगण्यासारखी आहे.

जुलैच्या मध्याला म्हणजे बेचाळीसचा लढा सुरू होऊन एक वर्ष संपत आलं होतं. पावसाची झिमझिम सारखी सुरू होती. काही वेळा मोठ्या सरी कोसळायच्या. रस्ते आणि गटारं पाण्यानं वाहू लागायची. रात्रीच्या वेळी बंदोबस्ताचे पोलिसही गस्त घालत रस्त्यानं हिंडण्याऐवजी कुठं तरी आडोशाला उभे असायचे. चळवळीनं एकूण वातावरण तंग होतं. कोल्हापूरचे एक प्रमुख नेते-देशभक्त भाई माधवराव बागल आणि बरेचसे ज्येष्ठ कार्यकर्ते यांना सरकारनं तुरुंगात डांबून ठेवलं होतं; पण रत्नाप्पा कुंभार आणि इतर काही भूमिगत कार्यकर्ते यांनी लढा चालूच ठेवला होता.

अशाच एका पावसाळी रात्री आम्ही चौघे जण आमच्या नेहमीच्या मठीत जमलो. चौघे जण म्हणजे माने, यादव, मी स्वत: आणि तो लष्करातला लॉरी ड्रायव्हर. आता त्याचं नावही आठवत नाही. आज रात्री भरबाराच्या सुमाराला एका सरकारी अधिकाऱ्याच्या वाड्याच्या खिडकीत टाइमबॉम्ब ठेवून द्यायचा घाट घातला होता. बॉम्ब बारा वाजता ठेवायचा असला तरी रात्री नऊलाच आम्ही सर्व जण गोळा झालो होतो. योगायोगानं या मंदिरात दुसऱ्या दिवशी सकाळी कोणाची तरी मुंज होती. त्यांचे बरेचसे पाहुणे आमच्या मठीला लागून असलेल्या माडीवरच्या निम्म्या भागात त्या रात्री मुक्कामालाच होते. साधारण शे-पाऊणशे तरी लोक असावेत. मुंज्या मुलाचे काका-काकी, मामा-मामी, आजा-आजी, चुलत भाऊ, मावस भाऊ, आत्या-फित्त्या आपलं सगळं लेंढार घेऊन गोळा झाल्या होत्या. सात-आठ वर्षांची मुलं, मुली पळापळी करीत होत्या. त्यांनी सगळी माडी डोक्यावर घेतली होती. जो भाग आमच्या ताब्यात होता त्याच्या पलीकडचा तेवढाच भाग मंगलकार्यासाठी वापरला जात असे; पण या दोन भागांतील मधली भिंत विटांची किंवा सिमेंटची नव्हती. कुडाची भिंत असावी तशी ती बाबूंच्या चिवांची होती; आणि मधल्या छिद्रांतून अलीकडचं काही दिसू नये म्हणून तरटाचा पडदा लावला होता. जहाल कम्युनिस्टांच्या घरात जसा लाल रंगाचा पडदा असतो, तसा आमचा हा भगव्या रंगाचा पडदा होता. त्यामुळे पलीकडच्या लोकांना अलीकडचं दिसत नसलं तरी आमचं बोलणं ऐकायला जाण्याची शक्यता होती. शिवाय ती लहान पोरं खेळता खेळता चुकून आमच्या मठीतही घुसायची. पाण्याचा लोंढा यावा तशी एकदम आत यायची. सगळ्यात शेवटी यादव तलाठी आले. मग आम्ही दार बंद करून आतून कडीच घातली. यादवला बघून मान्यांनी आपलं एक बोट तोंडाचा चंबू करून ओठावर ठेवलं. यादवांनी हातानंच विचारलं, ''काय झालं?''

माने दबल्या आवाजात हळूच बोलले, ''पलीकडं ऐकायला जाईल, हळू बोल. त्यांची सकाळी मुंज आहे. बरेच पाहुणे उतरलेत.'' यादव म्हणाला, ''त्यात सी.

आय. डी. पण असतील.''

''सी. आय. डी. असेल, फौजदार असेल, कुणीही असेल.'' यादवनं शंका विचारली, ''मग आजच्या बॉम्बचं काय करायचं?''

''तो काय बँड लावून वाजतगाजत न्यायचाय काय? गुपचूप जाऊन ठेवून यायचाय.''

यादवानं लगेच सूचना केली, ''बॉम्ब ड्रायव्हरच्या हातात देऊ. रजा संपून जायच्या आधी त्याला काहीतरी धाडस करायचं आहे.''

ड्रायव्हर म्हणाला, ''मला वाडा माहीत नाही.'' लगेच माझ्याकडे बोट करून यादव बोलला, ''याला माहीत आहे. शिवाय दिसायला उंदराचं पिटुकलं दिसतंय. कुणाला संशय यायचा नाही.'' यावर माने म्हणाले, ''तलाठी असा अंगचोरपणा करायचा नाही. अजून आपल्याला बरेच बॉम्ब उडवायचे आहेत. तुला अनुभव पाहिजे. तुम्ही तिघंही जावा. हा दणका उडवला की दुसऱ्या लक्ष्मीपुरीच्या कचेरीतच टाकू. रॉयल टॉकीजची पहिल्या शोची इंटरव्हल झाली, की त्या गर्दीत मिसळून जवळच्या पोलीस कचेरीतच बॉम्ब फेकायचा. मधल्या चौकातच पडेल.'' मग कुठं कुठं बॉम्ब टाकायचे हे सगळं मान्यांनी दबल्या आवाजात सांगितलं. पोलिसांना अगदी सळो की पळो करून सोडायचं वगैरे समूळ सांगून झाल्यावर ती तपकिरीच्या डबीएवढी दिसणारी बॉम्बची लहानशी बाटली आम्हाला दाखविली. त्यात दारूगोळा भरला होता. मग एक लहानशी रिकामी ट्यूब दाखवली. त्यात ॲसिड घालून बाटलीचं टोपण बंद केलं की बरोबर दहा मिनिटांनी स्फोट होईल असं आम्हाला सांगितलं. ही एवढी माहिती देऊन माने म्हणाले की, ''मी तीन वेळा तालीम घेतलेली आहे. इथून जिना उतरून ज्या वाड्यापर्यंत जायला साधारण सात मिनिटं लागतात. मी रसायन तयार करून देतो. ही बाटली घ्यायची, वाड्याकडं जायचं, पाटील लहान आहे. तो रस्त्यावर उभा राहून देखरेख करील. तुम्ही खिडकीजवळ जाऊन ठेवून यायचं. येताना झटक्यात या; नाही तर तुम्ही वाटेत असतानाच स्फोट होईल. तुम्ही घाबरायला नको म्हणून सांगतो. नाही तर धडाका व्हायचा आणि भिऊन तुम्ही पळत सुटायचे आणि पोलीस मागं लागायचे.''

ड्रायव्हर म्हणाला, ''मानेसाब, फिक्र मत करो. डरने की कुछ बात नहीं, हम है ना– लष्कर का आदमी.''

वेळ जाता जात नव्हता. त्यात पुन्हा योग असा की शेजारी तर पाहुणे आलेच होते; पण आमच्या मठीसमोरच कोपऱ्यावर पोलीस चौकी होती. आमचा थोडा जरी सुगावा लागला असता तरी पोलिसांची धाड आमच्याकडे यायला एक मिनिटसुद्धा लागलं नसतं. मी असेल नसेल तो धीर गोळा करण्याचा प्रयत्न करीत होतो. त्यासाठी एकदा सुभाषचंद्र बोसांच्या तसबिरीकडे बघायचो आणि एकदा कालीमातेकडे.

मनातल्या मनात ‘जय कालीमाता’ असं काही वेळा म्हटलं; पण ‘जय सुभाषचंद्र’ असं का म्हणालो नाही हे एक कोडंच आहे.

रात्रीचे अकरा वाजायला आले. गोपाळकाल्याला बसावं तशी ती बाटली मध्ये ठेवून आम्ही बसलो होतो. पलीकडे गोंधळ चालूच होता. ‘‘आमचे एक पाच-सहा लोक इकडं झोपायला येऊ देत का? अशी कोण गळ घालणार नाही ना, ही मान्यांना भीती वाटत होती. त्यामुळे आमची भीती आणखी वाढली हे लक्षात आल्यावर माने म्हणाले, ‘‘तुम्ही काळजी करू नका. त्यांना काय सांगायचं ते मी सांगतो. तुमची मोहीम तुम्ही फत्ते करा.’’

बाराला काही मिनिटं कमी राहिली. मला श्वास लागल्यासारखा झाला. छातीत धड धड सुरू झाली. मग आवंढा गिळून मनात ‘जय कालीमाता’ म्हणालो. श्वास थोडा कमी झाला. सगळ्यांचंच लक्ष घड्याळाच्या काट्याकडे होतं. एक एक मिनिट जाता जात नव्हतं. मला तर आज काटा पुढं सरकूच नये असं वाटत होतं. काही कारण सांगून पळ काढावा असा एक विचार बिजलीसारखा चमकून गेला; पण माझ्या मनाच्या आभाळात तो टिकला नाही. शेवटी दोन्ही काटे एकदम बारावर आले. मी मनात म्हटलं– बारा वाजले! माने म्हणाले, ‘‘उठा, बंड करा बंड. उडवून द्या इंग्लंड!’’ इंग्लंड कुठं, कोल्हापूर कुठं आणि आम्ही तिघं इंग्लंड उडवायला निघालो. आमचं इंग्लंड एका वाड्याच्या खिडकीत. पावसाची बारीक झिमझिम चालूच होती. दोन छत्र्या घेतल्या. मुख्य हेतू पाऊस लागेल हा नसून चेहरे दिसू नयेत हा होता. लॉरी ड्रायव्हरनं बॉम्ब हातात घेतला. आम्ही दबकत दबकत निम्म्या वाटेपर्यंत गेलो. ड्रायव्हरनं शंका काढली. तो म्हणाला, ‘‘यादव, ॲसिड मध्येच गळालं तर बॉम्ब हातातच उडेल.’’

‘‘मग काय करू या?’’

‘‘मी टोपण काढून ट्यूब हातात घेतो. तू बाटली हातात धर. त्याचं काय आहे, एखाद्या वेळेला ॲसिड जहाल असलं तर ट्यूबला भोक पडतं. मी लष्करातला आहे. मला सगळं माहिती आहे. तू बाटली हातात धर.’’ असं खलबत झाल्यावर यादव तलाठ्यानं हातात बाटली घेतली. ड्रायव्हरनं ट्यूब आपल्या हातात धरली. त्यातलं ॲसिड सांडू नये म्हणून संथगतीनं चालू लागलो. यात किती वेळ गेला हे कळलंच नाही.

तो वाडा जवळ आला. मी रस्त्यावर उभा राहिलो. ते दोघे पुढं गेले. वाड्याला कंपाऊंड नव्हतं. कुत्रंही नव्हतं. खिडकीचं एक दार उघडं होतं. यादवांनी गजातनं हात घालून बाटली आत ठेवली. त्यात ट्यूब ठेवायला ड्रायव्हरला इशारा केला. तो खिडकीला जाऊन भिडला. डोळे विस्फारून एकदा आमच्याकडे बघितलं आणि एकदा आत बघितलं. एकदम रपरप असा आवाज आला. ड्रायव्हर बावचळला.

पावसाची सर जोरात आली होती आणि खिडकीला पत्र्याचं छत होतं. त्यावर टपोरे थेंब पडून आवाज होत होता. काहीसा बावरलेला ड्रायव्हर निर्धास्त झाला. बाटलीत ट्यूब ठेवण्यासाठी त्यानं आत हात घातला. एव्हाना यादव आपलं काम करून माझ्याजवळ आला होता. ड्रायव्हरचा हात अजून खिडकीतच होता आणि जो एकाएकी स्फोट झाला, तो कानठळ्या बसवणारा! आमच्या पायाखालची जमीन हादरली. आजूबाजूच्या एक मैलाच्या परिसरातल्या आपल्याच घरात स्फोट व्हावा असा तो आवाज होता आणि हा ड्रायव्हर त्या खिडकीजवळच पहिल्या पावसात काळ्या-माळ्या घालाव्यात तसा तो आपल्या अंगाभोवतीच फिरत होता. आम्ही धावत त्याच्याकडे गेलो. त्याला धरलं. त्या स्फोटानं त्याच्या उजव्या हाताच्या पंजाच्या चिंधड्या झाल्या होत्या. तोंडावर काचा दिसत होत्या आणि हातातून रक्ताच्या चिळकांड्या उडत होत्या. त्याच्या दोन्ही काखेत हात घालून आम्ही त्याला घेऊन निघालो. मागं बघायची हिंमत नव्हती आणि झटक्यानं जावं तर पाऊल उचलत नव्हतं. ढालीसारख्या रुंद छातीचा गडी थरथर कापत होता. घराघरांतून दिवे लागत होते. आमच्या नशिबानं खैर केली. पावसाची सर इतक्या जोरानं आली होती की, तीन फुटांवरचं माणूसही दिसत नव्हतं. बघता बघता पावसाच्या पाण्यानं रस्ते वाहू लागले आणि खाली सांडणारं रक्त त्यात मिसळून दिसेनासं झालं.

ड्रायव्हरला घेऊन जिना चढताना सगळा जिना रक्तानं भरला. मंगलकार्याला आलेले लोक पावसाच्या तुफान सरीमुळे बाहेर न येता आतच बसले होते. मान्यांनी बादलीनं पाणी घेऊन आधी त्या पायऱ्या स्वच्छ केल्या. ड्रायव्हरला बिछान्यावर झोपवलं होतं. माने आल्यावर त्यांनी भट्टीच्या चार विजारी फाडल्या. वीज गेली तर प्रकाश मिळावा म्हणून एक लाकडी ठावकं होतं. वाती करण्यासाठी कापूसही होता आणि एक अर्धा शिसा भरून गोडेतेल होतं. ते तेल त्याच्या जखमांवर ओतलं. उबदार हातानं हातातल्या, तोंडावरच्या आणि छातीत घुसलेल्या काचा काढल्या. बोटं फाटल्यासारखी दिसत होती. हाताला कापड बांधावं तर ते सारखं रक्तानं भिजत होतं. फाडलेल्या विजारींनी हात बांधता येईल तेवढा बांधला. छाती-तोंडावरचं रक्त मी कापसानं टिपत बसलो. विजेचा प्रकाश बंद करून ठावक्यात एक वात लावली. तिच्या मिणमिणत्या उजेडात मी शुश्रुषा करीत बसलो आणि बाकीचे दोघे डॉक्टरकडे जातो म्हणून निघून गेले.

मी खिडकीतून पाहिलं. कोपऱ्यावरची पोलीस कचेरी जागी झाली होती. काठ्या आपटत पोलीस रस्त्यानं फिरत होते आणि आमच्या लष्करी गड्याला जोराची थंडी वाजून आली. अशी थंडी भरली की पडल्या जागी तो थाड थाड उडत होता. माणूस थंडीनं असा आणि इतका उडतो हे तोवर मी कधी बघितलं नव्हतं

आणि त्यानंतर आजवरही कधी बघितलं नाही. त्याच्या अंगात विचित्र हिव भरलं होतं. मी त्याच्या अंगावर रग घातला, दोन चादरी होत्या त्याही घातल्या. त्याला थंडीच आवरत नव्हती. शेवटी तो म्हणाला, ''असं करता का? तुम्ही माझ्या अंगावर बसा.'' बसा तरी कसं? छातीवर दणका बसलेला. एका हातातून सारखा रक्तस्राव होत होता. त्याच्या अंगाला घट्ट धरून मी बसलो.

रात्रीचा दीड वाजला, दोन वाजले, मंदिर सगळं सामसूम झालं होतं. ते दोघे डॉक्टरकडे म्हणून जे गेले होते ते अजून परतलेच नव्हते. दोनचे अडीच वाजले. तो ड्रायव्हरही अगदी निराश हताश होऊन मला म्हणाला, ''हे आता यायचे नाहीत. तुम्ही समोर पोलीस चौकीत जाऊन कळवा, म्हणजे मला निदान सरकारी दवाखान्यात घेऊन जातील. मला आता हे सहन होत नाही.''

तो कळवा म्हणत असला तरी माझ्या मनात पहिला विचार हा आला— कळवायला हरकत नाही, पण मी अडकेन त्याचं काय? मी त्याला धीर देत म्हणालो, ''नाही, ते आल्याशिवाय राहायचे नाहीत.''

तीन वाजले. माझं लक्ष दाराकडेच होतं. एकाएकी मला त्या दाराच्या फटीतून बॅटरीचा प्रकाशझोत दिसला. वीज चमकून गेली वाटलं— पोलिसांची धाड आली. मी उठून मांजराच्या पावलानं दाराजवळ गेलो. बाहेरच्या गॅलरीत कुणाची तरी पावलं वाजतात असा मला भास झाला. काय करावं हेच कळेना झालं. एवढ्यात पुन्हा बॅटरीचा प्रकाशझोत दिसला मी मनात म्हटलं, आपण नक्की सापडलो. आता आपल्या हातापायात बेड्या पडणार. बर्फाच्या लादीवर झोपावं लागणार आणि जाधव फौजदार पायात खिळा ठोकणार.

मी दाराला कान लावला. पावलांचा भास नुसता भास नव्हता. चक्क पावलं ऐकू येत होती! बाहेर पोलिसांचीच पाळत असणार याबद्दल शंका राहिली नाही; कारण बाहेर आपले साथीदार असते तर अर्धा तास असा प्रकाशझोत टाकत का उभे राहिले असते? एक एक क्षण हा मोलाचा होता आणि प्रश्न एका प्राणाचा होता. यात अडकलो, का यातून निसटलो हेही सांगण्यासारखं आहे. ती एक स्टोरीच आहे...

✦

राजकीय दरोडे

ड्रायव्हरचा हात कापला पाहिजे, हे डॉक्टरांनी आम्हाला सांगितल्यावर मी तर लहान होतो म्हणून घाबरलोच; पण माने आणि यादव तलाठी हे वयानं, अनुभवानं मोठे होते. तेसुद्धा गंभीर झाले. एक भलतीच काळजी मनाला लागली. 'बंड करा बंड' म्हणणारे माने एकदम अबोल होऊन चिंतातूर चेहऱ्यानं बाहेर पडले. आम्ही तिघंही न बोलता मुक्यानंच नेहमीच्या मठीत आलो. तिघं सतरंजीवर बसलो. माने वरच्या छताकडे बघत विचार करीत राहिले. यादव आणि मी त्यांच्या तोंडाकडे बघत बसलो. बऱ्याच वेळानं मान खाली करून आमच्याकडे बघत माने म्हणाले, "आता काय करायचं?"

मला वाटलं होतं हे काहीतरी मार्ग काढतील; पण त्यांनीच विचारलं– "आता काय करायंच?" मी यादवांच्या तोंडाकडं बघितले. यादव माझ्या तोंडाकडे बघत राहिले. सगळ्या गावातल्या लोकांचे सातबाराचे उतारे हातात असलेला हा माणूस हातांचे तळवे पसरून म्हणाला, "काय करायचे तुम्हीच सांगा?"

माने बोलले, "हात कापायचा म्हणजे ऑपरेशन आलं. ऑपरेशन करायचं म्हणजे भूल देणं आलं. भूल देणारा कोणी डॉक्टर आपल्या ओळखीचा नाही. डॉक्टरांच्या ओळखीचा असला तर हे काम गुप्तपणे करायला तयार होईल की नाही, हे सांगता यायचं नाही. ही जोखीम पत्करून तुरुंगात जायला कोण डॉक्टर तयार होईल?"

यादव बोलले, "बरोबर आहे. आपण एक घरावर तुळशीपत्र ठेवलंय, पण बाकीच्यांनी काही तुळशीपत्र ठेवलेलं नाही. शिवाय टाके काढायला किती दिवस लागणार आणि याचा पुढचा संसार कोण चालवणार हा प्रश्नच आहे."

आम्ही तिघंही या नको त्या भोवऱ्यात सापडलो. त्यातच गरगरत राहिलो; पण काय करावं आणि यातून मार्ग कसा काढावा हे काही कळत नव्हतं. बऱ्याच वेळानं

माने म्हणाले, ''ही ब्याद आता टाळलेली बरी.'' मानेच्या देशभक्तिपर कविता ऐकून जो ड्रायव्हर काहीतरी धाडसानं काम करायला तयार झाला होता त्यालाच आता ते 'ब्याद' म्हणाले, ही गोष्ट मला जरा खटकली; पण त्यांच्या मानानं मी वयानं फार लहान होतो. काही बोलू शकलो नाही. फक्त चेहरा बावळट करून त्यांच्या तोंडाकडे बघत राहिलो. एक भ्याड विचार मान्यांनी मांडला. ते म्हणाले, ''असं करू, त्यांची सासूरवाडी मला माहीत आहे. आपल्या साहेबाबरोबर गेलाय हा निरोप जसा पाठवला होता तसंच कोणाला तरी पाठवून एक निरोप देऊ.''

यादवांनी विचारलं, ''काय निरोप द्यायचा?''

''एवढंच कळवायचं, की असं असं झालंय आणि अशा अशा ठिकाणी त्यांना ठेवलंय. हात काही आता बरा होणार नाही, तो तोडावा लागणार आहे. आजवर करता येईल तेवढं आम्ही केलंय, आता याच्यापुढं तुमचं तुम्ही बघा.''

मी विचारलं, ''त्याच्या डब्याचं काय करायचं?''

''आज संध्याकाळपासूनच डबा बंद करायचा.''

यादव थोडे गंभीर झाले. त्यांच्या ओळखीनंच चाचाच्या घरातली जागा मिळाली होती. ते म्हणाले, ''असं नका करू. चाचाच्या घरात जाऊन त्याची बायका-पोरं दंगा करतील. सासू-सासरे सगळं लटांबर घेऊन त्याची बायको तिथं गेली म्हणजे आजूबाजूच्या सगळ्या लोकांना कळेल. चाचा माझ्या नावानं शिमगा करील. पोलीस गोळा व्हायला वेळ लागायचा नाही.''

पुन्हा पेच पडला. माने वर छताकडे बघायला लागले. थोड्या वेळानं यादवांकडं बघत म्हणाले, ''असं केलं तर?''

''कसं.''

''त्याला दवाखान्यात घेऊन जातो असं म्हणून टांग्यात बसवून बाहेर काढू या. सासूरवाडी जवळ आली की टांगा उभा करायचा. टांगा सोडून द्यायचा आणि सरळ घरात येऊन सांगायचं– काय बघा तुमचं तुम्ही. बोलता बोलता पळ काढायचा. महिनाभर मठी सोडायचीच. काय व्हायचं असेल ते होऊ द्या.'' यादवांनी विचारलं, ''टांगा करून त्याला घेऊन जायचं कुणी?''

''जावा की तुम्ही आणि पाटील.''

''वा! वा! म्हणे जावा. जावा का नंदा? आम्ही बॉम्ब ठेवायला एक गेलोय, आता त्याला ठेवायला तुम्ही जावा. आता मी जिना उतरून खाली गेलो की तीन-चार महिने इकडे फिरकणारसुद्धा नाही. डॉक्टरचं सर्टिफिकेट जोडून रजा काढणार आणि गायबच होणार. बास झाली देशभक्ती. पोराबाळांचा एक माणूस उघड्यावर पडला राव. बिचारं ड्रायव्हर अन्नाला मोहताज होईल.''

मान्यांच्या घाऱ्या तपकिरी डोळ्यांत एक झाक चमकली. यादवांवर डोळे

रोखत ते म्हणाले, "ते तुमच्या गाढवपणामुळे. तुम्ही त्या बॉम्बच्या बाटलीचं टोपण काढलं कशाला? ती ॲसिडची ट्यूब वेगळी केली का? हा शहाणपणा का करायला गेला?"

"बॉम्ब हातात उडेल म्हणून." लगेच मान्यांनी विचारलं, "मग आता कुठं उडाला? बरं झालं विजारीच्या खिशात ठेवून बोलत उभा राहिला नाही. जांघाडात उडाला असता. यादव तलाठी, सरकारी काम करून तुम्हाला शंका-कुशंका काढायची सवयच झालीय. टाइमबॉम्ब हातात घेतलाय आणि चर्चा करीत रस्त्यावर उभा राहिलाय. तुमच्यामुळे त्याची नोकरी जाईल आणि संसार उघडा पडेल."

यादवांना हे बोलणं झोंबलं. ते बसलेले एकदम ताडकन् उठले. एक शब्दही बोलले नाहीत. सरळ दाराकडे गेले. चपला घातल्या आणि जिना उतरून निघून गेले. त्यांना पाठमोरं बघून झाल्यावर माने मला म्हणाले, "चला, आई वाट बघत असेल. जेवायला गेलं पाहिजे." त्या दिवशी त्यांच्याबरोबर जाऊन त्या राखेतल्या शेंगा खाव्यात असं मला वाटलं नाही. त्यांचा हातही माझ्या गळ्यात यायला नको असं वाटलं. मी सकाळीच जेवून बाहेर पडलो होतो; पण मान्यांना म्हणालो, "माझीही आई वाट बघत असेल. मीही घरी जातो." काहीशा गांभीर्यानंच आम्ही दोघं उठलो आणि दोन वाटांनी आपापल्या घरी गेलो.

त्या संध्याकाळी आणि रात्री मला जेवणाची इच्छाच झाली नाही. डोळ्यांपुढं सारखा एक टांगा दिसत होता. ड्रायव्हरला त्या टांग्यात बसवून मान्यांनी घरी नेलं असेल आणि ड्रायव्हरला त्या अवस्थेत बघून त्याच्या घरच्या लोकांना काय वाटलं असेल? याची मला कल्पनाच करवत नव्हती. शक्यतो ती गोष्ट विसरण्याचा मी प्रयत्न करीत होतो; पण काही केल्या ती विसरलीच जात नव्हती. हवंहवंसं वाटणारं उंची सुगंधी अत्तर हाताला लावलं की काही तासांनी त्याचा गंध हवेत विरतो. तो टिकत नाही. गोड आणि कडू आठवणींचं तसंच आहे. गोड, मधुर आठवणी काही काळ मनात राहतात. नंतर अत्तरासारख्या विरून जातात. कडू, मनाला झोंबणाऱ्या, नको त्या आठवणी मात्र मनात आयुष्यभर घर करून राहतात. विसरतो म्हटल्या तरी त्या विसरल्या जात नसतात. त्या कायम मनाला टोचत राहतात.

किती दिवस या ड्रायव्हरला मी डबे घेऊन गेलो. त्याला हातानं भरवलं. मद्याची तर ओळखच नव्हती; पण असं असूनही त्याला ब्रॅण्डी पाजली. त्याचं उष्टं तोंड धुतलं. प्रसंगी त्याचे दातही घासले. आपल्या सगळ्यांचा तो एक साथीदार. आपण सगळीच भारतमातेची लेकरं. जसा मी, जसे माने, तसाच तो; पण त्याला असं फसवून घरात घुसवल्यानंतर पुढं काय झालं असेल, हा प्रश्न माझ्या मनात घर करून बसला.

त्या दिवशी 'आई वाट बघत असेल' म्हणून मी जो घरी आलो तो त्या मठीवर पुन्हा गेलो नाही. माझ्या कोवळ्या मनाला ती गोष्ट फार लागली. त्या ड्रायव्हरसाठी काय करावं म्हटलं तरी ते मला शक्य नव्हतं. त्याला जाऊन साधं भेटण्याचा धीरही नव्हता. असं एकाएकी वाऱ्यावर सोडलेल्या माणसाला आपण भेटणार तरी कसं? आणि भेटलो तरी बोलणार काय? सगळंच अशुद्ध अन् अवघड झालं.

ही गोष्ट जशी मनाला लागली तशी मधल्या काळात आणखी एक गोष्ट घडली होती. आम्ही काही तरुण– अर्थात त्यात माने होतेच– काही क्रांतिकारकांना भेटायला एका डोंगरावर गेलो होतो. संकेतस्थळ ठरलं होतं. मान्यांच्या जवळ एका वेळी लागोपाठ बारा गोळ्या झाडता येतील असं एक पिस्तूल होतं. रात्री बारा-साडेबाराला जाऊन त्यांना भेटायचं होतं. त्या अंदाजानंच आम्ही निघालो होतो. जवळ काही हत्यारं असल्यामुळे आणि पोलिसांनी सगळीकडे नाकेबंदी केल्यामुळे त्यांना चुकवत चुकवत, रानामाळातून, खाचाखळग्यातून पायवाटेनं चाललो होतो. असं आडवाटेनं गेल्यामुळे बारा-साडेबारा वाजता पोचू शकलो नाही. संकेतस्थळी पोचायला रात्रीचा दीड वाजला होता. आमचीच वाट पाहत ते तरुण बसले होते. आम्हाला ते लांबूनच दिसले. मान्यांनी परवलीला शब्द उच्चारला, "जयहिंद." प्रतिसाद आला, "जयहिंद, या, तुमचीच वाट बघतोय."

आम्ही जवळ जाऊन त्यांच्यासमोर बसलो. अर्धा पाऊण तास बोलणी झाली. कुठलं स्टेशन जाळायचं, कुठल्या दिवशी कोणत्या टेलिफोनच्या तारा तोडायच्या, कोणी कोणीकडून कसं यायचं आणि काम फत्ते झाल्यावर कोणत्या वाटेनं कसं पसार व्हायचं? हा पंधरा दिवसांचा कार्यक्रम तपशीलवार ठरवला. एवढ्यात मान्यांच्या घाऱ्या तपकिरी डोळ्यांना समोर बसलेल्या एका तरुणाच्या जवळ खाली ठेवलेली एक बंदूक दिसली. मान्यांनी विचारलं, "बंदूक? कोठून पैदा केली?" समोरचा तो तरुण म्हणाला, "परवा किर्लोस्करवाडीजवळचं ते स्टेशन जाळलं ना, तेव्हा पोलिसांच्या बंदुका पळवल्या. त्यांतली ही आहे." तोवर त्याच्या शेजारी बसलेला एक रांगडा तरुण होता तो म्हणाला, "ह्या काय आपल्या सगळ्या बघण्यातल्याच बंदुका हाईत, पर तुमाला बंदूकच बगायची असली तर ही बगा." असं म्हणून आपल्या मांडीवरची बंदूक उचलून एक वेगळीच बंदूक दाखवली. मानेनं विचारलं, "मेड इन इटली, का जर्मनी?"

"ते काय मेडन बिडन आम्हाला म्हाईत न्हाई. डब्बल बॅरल हाय बगा."

मान्यांना अशा हत्यारांतलं ज्ञान चांगलं होतं. स्वत: एक पिस्तूलही त्यांनी पैदा केलं होतंच, पण हत्यारांचं हे ज्ञान त्यांनी कुठून पैदा केलं होतं हे मला माहीत नव्हतं. "अरे व्वा! बघू, असं म्हणून माने उठून त्या दोघांच्यामध्ये जाऊन बसले. त्या मिशीवाल्या रांगड्या तरुणाच्या मांडीवरची बंदूक उचलून हातात घेतली. नीट

न्याहाळत म्हणाले, "व्वा! याला म्हणायचं हत्यार." आपल्या मिशीला पीळ देत तो रांगडा गडी म्हणाला, "परवा हरण मारावं तसा एक मैलावरचा पोलीस टिपला. डोंगराच्या कडदोऱ्यापर्यंत आलतं. गोळी लागल्यावर एक भला थोरला गुंड गडगडत जावा तसं खाली गेलं." बंदुकीकडे बघत माने कौतुकानं म्हणाले, "लांब पल्ल्याचं हत्यार दिसतंय. मैलावरचं माणूस टिपलं म्हणजे साधी गोष्ट काय?"

"बगा की बार उडवून. खांदामतूर सांबाळा हं. दणका बसतूय."

मी समोर बसून बघतच होतो. मानेंनी बंदूक आणखी वर उचलली. खालच्या घोड्यावर बोट ठेवलं. खांद्याला दस्ता लावला आणि काय झालं कुणास ठाऊक, चाप ओढायच्या आतच बंदूक उडाली. त्या बंदुकीची नळी माझ्या उजव्या गालाजवळ होती. नळीच्या तोंडाला जाळ होऊन सूंऽऽऽ करीत गोळी कानाजवळून गेली. सगळेच हादरले. माझा तर तो कान बधिरच झाला. बोलणं काही सुचत नव्हतं. बंदूक जर्मनी होती, की इटलीतली काही कळलं नाही. माने डोळे विस्फारून बघत राहिले. तो रांगडा गडी म्हणाला, "अहो, हत्यार अजून नवं हाय. रुळायचं हाय." मला तर ते सगळंच नवं होतं. माझा चेहरा कावराबावरा झाला होता. गोंधळून गेलो होतो. तो मिशीवाला रांगडा माणूस मला म्हणाला, "नशीब बलवत्तर म्हणून वाचला. गोळी एक अर्धा इंच उजव्या बाजूला गेली असती म्हंजे कानशिलाच्या ठिकऱ्या उडून डोस्क्याची निम्मी कवटी वर उडाली असती. रक्ताच्या थारोळ्यात पडला असता." हे ऐकून माझ्या अंगाचा थरकाप झाला. मी सहज बोललो, "खरंच असं घडलं असतं तर काय केलं असतं?" यावर हसत एका बाजूला बोट करून मानेच म्हणाले, "ते तळं दिसतं का?" ते दिसतच होतं. चांदण्याच्या प्रकाशात ते फारच सुंदर दिसत होतं. मंद वाऱ्यानं त्यात तरंग उमटत होते. निळ्या आभाळासारखी त्याला एक निळाई आली होती. त्या तळ्याकडेच मी बघत होतो आणि माझ्या कानावर शब्द आले, "असं काय घडलं असतं तर त्या तळ्यात तुम्हाला टाकून आम्ही गेलो असतो."

मला एकाएकी पोटात ढवळल्यासारखं झालं. आईचीही आठवण झाली. माझी वाट बघत अजून ती जागी असेल या कल्पनेनं भडभडून आले. एवढ्यात कुणीतरी एक जण म्हणालं, "मी सांगतो, याचं नशीब थोर आहे. हा आयुष्यात कुणी तरी मोठा होईल, म्हणूनच आज वाचला." मला मात्र स्वत:ला फार लहान झाल्यासारखं वाटलं. जवळच एक झाड होतं. एकाएकी त्याचं एक पान तुटलं आणि माझ्या खांद्यावर येऊन पडलं. मनात आलं– आपल्या देशात रोज अशी किती पानं गळत असतील? मीही आज असाच गळून गेलो असतो; पण माझं नशीब बलवत्तर, का आईच्या मायेचा देठ अतूट? आपण केव्हा उठतो आणि घरी जातो असं मला झालं होतं; पण मान्यांची आणि त्या रांगड्या माणसाची काही तरी खलबतं सुरू होती.

मधून मधून काही शब्द कानावर येत होते– मुगदूम सावकाराच्या वाड्यावर डाका घालू या. . . लई सोनं मिळंल. . . चार-पाच लाखाला मरण न्हाई. . . मान्यांचा खालच्या पट्टीतला आवाज आला– ही अमावास्या धरा. चार-पाच दिवस टेहळणी करू. . . औषध घालून जवळपासची कुत्री मारू. . . आमचा पाटील दिसतोय लहान; पण आपण त्याला भिंतीवरनं आत चौकात सोडू. . . दर्शनी दाराची कडी काढू. शिवाय मी हातबॉम्ब घेऊन येतो. तिसरा आवाज आला– दिन घालतच जाऊ या. आजूबाजूच्या घरांस्नी कड्या घालायच्या. दोन-चार बार काडायचं. . . बंड आलं म्हणून गाव गपचिप झोपलं पाहिजे. . .

या बोलण्यांनी मला वेगळीच शंका आली. ज्यांना आपण भेटायला आलोय ते क्रांतिकारी आहेत का दरोडेखोर? एव्हाना एक गोष्ट मला कळून चुकली होती, की मान्यांचे वडील हे दरोडेखोरांशी संबंधित होते आणि जमिनीच्या वादात एका दरोडेखोरानंच त्यांना ठार केलं होतं. त्यांचं गाव किनीधुणकीजवळ वारणेच्या खोऱ्यात होतं. कोल्हापूरच्या जवळपासचे बरेचसे दरोडेखोर या खोऱ्यातच वावरत होते. लहानपणीच वडलांचा खून झाल्यावर त्या दहशतीनं मान्यांच्या आईनं कोल्हापूरला बिऱ्हाड केलं होतं. आपल्या या एकुलत्या एका मुलाला तळहातावरच्या फोडासारखं जपलं होतं. त्याचं नावही देवाचं ठेवलं होतं– रामचंद्र. माझ्या मनात पाल चुकचुकली– या रामचंद्र मान्यांनी वारणा खोऱ्यातल्या दरोडेखोरांशी तर संबंध ठेवला नसेल?

✧